VĂN HỌC MỚI

TẠP CHÍ VĂN HỌC NGHỆ THUẬT

PHÁT HÀNH MỖI THÁNG / 1 SỐ (1 NĂM 12 SỐ) Năm thứ IX

Editor-in-Chief: HÀ NGUYÊN DU

Assistant Editor-in-Chief : NT LỆ THU

General Secretary : Lệ Thu & Vương Thư Sinh

Secretary & Manuscript Reader : Bạch Xuân Phẻ

Publishing Technology:

Phạm Hồng Thái & Ngã Phương Huyền

Thư từ, bài vở, ngân phiếu - xin gởi về:

(Văn Học Mới - New Literature Magazine)

Tòa Soạn

10291 Arundel Ave.

Westminster, CA 92683 - 5821

***

Gởi ngân phiếu hay Check

Xin đề: HA NGUYEN

***

Bài vở gởi về:

vanhocmoi4@gmail.com

ntlthu1016@gmail.com

hanguyendu@gmail.com

https://tapchivanhocmoi.com

https://vanhocmoi.com

ĐẠI DIỆN PHÁT HÀNH

Canada: **Phan Ni Tấn** <phannitan@yahoo.ca>

Canada : **Hoàng Xuân Sơn** <hoangxuanson@hotmail.com>

Minnesota: **Kimchi Hoang** < hkimchi2006@gmail.com>

Georgia: **Đức Phổ**<dducpho@gmail.com>

Massachusetts: **Lâm Chương** <lamchuong495@gmail.com>

Louisiana: **NgT Hồng Hải**<nhattannguyen575@yahoo.com>

Houston: **Nguyễn Minh Triết**<lntt_2000@yahoo.com>

San Jose: **Phạm Hồng Thái**<thaihpham@gmail.com>

Paris:**Trang Thanh Truc<trangthanhtrucparis@yahoo.fr>**

VN: NT Lệ Thu<ntlethu1016@gmail.com>

Germany **Trần Văn Tích**

Số ghi danh Quốc Hội Hoa kỳ: ISSN 2690 - 4276

TRONG SỐ NÀY

NGUYỄN KIẾN THIẾT • TRÚC LAN • CHÁNH TÂM • ĐỨC PHỔ • NGUYỄN VĂN SÂM • HUỲNH LIỄU NGẠN • TRẦN VIỆT HẢI • HOÀNG XUÂN SƠN • QUYÊN DI • NGUYỄN SAO MAI • KHẾ IÊM • TRẦN VĂN TÍCH • HÀ BẠCH QUYÊN • NGUYỄN MINH TRIẾT • SA CHI LỆ • VŨ HOÀNG THƯ • SAN PHI • VIÊN DUNG • LÂM CHƯƠNG • NGUYỄN ĐẠI DUẪN • LÊ HỮU MINH TOÁN • QUẢNG XUÂN • TRẦN QUÝ TRUNG • NGÃ PHƯƠNG HUYỀN • TUỆ TRUNG • NGUYỄN ĐÌNH TỪ LAM • MINH NGUYỄN • ĐINH VĂN TUẤN • NGUYỄN THỊ KHÁNH MINH • VŨ KHẮC TẾ • MỘNG YÊN HÀ • NGUYÊN CẨN • TRỊNH Y THƯ • NGƯỜI SÔNG HẬU • TIỂU LỤC THẦN PHONG • NGUYỄN HÀ HẢI • NGUYỄN AN BÌNH • NGUYỄN NGUYÊN PHƯỢNG • NGUYỄN HỒNG LINH • SCOTT S NGUYỄN • TRẦN DANH THÙY • TÔN NỮ MỸ HẠNH • TRẦN THANH DŨNG • TRUNG PHONG • LÊ KHÁNH NHÂM • TRỊNH CHU • LÂM BĂNG PHƯƠNG • ĐẶNG XUÂN XUYẾN • HỒ XOA • HÀ NGUYÊN DU • NT LỆ THU •

mục lục

VĂN HỌC MỚI SỐ 49
XUÂN BÍNH NGỌ

LTS • **7** thông báo những dự án của vhm cho những số tới
NGUYỄN KIẾN THIẾT • **9** kỷ niệm về nguyễn đôn phong / bản trích bìa sau nmvvh / kỷ niệm về bs lâm thu vân/ bài nói chuyện của NV nguyễn thị hoàng/tìm được mùa xuân -lộ bất...
TRÚC LAN • **30** mùa lễ vàng
CHÁNH TÂM • **33** chiều mùng một tết trên bãi biển pulau...
ĐỨC PHỔ • **40** xuân mộng
NGUYỄN VĂN SÂM • **41** bài thơ ghẹo thị lộ không phải của nguyễn trãi
HUỲNH LIỄU NGẠN • **45** mùa xuân lẻ đôi
TRẦN VIỆT HẢI • **47** ngựa đã định hình nền văn minh của đời sống / kỷ niệm chuyện kể của gs dương ngọc sum
HOÀNG XUÂN SƠN • **63** thủ ấn họa / ngày qua nếp ngày
QUYÊN DI • **65** cái tết đầu tiên ở sài gòn
NGUYỄN SAO MAI • **69** khe sanh hoài cổ / tháp cổ
KHẾ IÊM • **71** the black cat / con mèo đen /czarny kot
TRẦN VĂN TÍCH • **74** từ "quốc gia"trong pháp, mỹ, và việt ngữ
HÀ BẠCH QUYÊN • **81** giữ nụ môi hôn / chuỗi tràng hạt
NGUYỄN MINH TRIẾT • **84** tản mạn về ngựa trong ngày tết..
SA CHI LỆ • **89** hy vọng / yêu nồng nàn
VŨ HOÀNG THƯ • **90** ngày mới
SAN PHI • **91** phím sương
VIÊN DUNG • **92** khấp khởi / ngõ yêu, biết đâu lần
LÂM CHƯƠNG • **94** lỗi tại tôi mọi đàng /đời ta rất tầm thường
NGUYỄN ĐẠI DUẪN • **108** ký ức một loài chim báo hiệu mùa..
LÊ HỮU MINH TOÁN • **112** níu giữ tình thơ
QUẢNG XUÂN • **113** xuân hoàng lên ngôi / xuân bao la
TRẦN QUÝ TRUNG • **114** tâm sự lúc đông về hay tâm tư dưới màn trời đông giá
NGÃ PHƯƠNG HUYỀN • **115** ngủ đi em

TUỆ TRUNG • 117 một chút phiếm và luận bàn về thơ
NGUYỄN ĐÌNH TỪ LAM • 125 tháng mười mùa thu
MINH NGUYỄN • 127 lâm chương trong mắt tôi
ĐINH VĂN TUẤN • 132 địa chi ngọ có biểu tượng là con ngựa xuất hiện từ bao giờ
NGUYỄN THỊ KHÁNH MINH • 138 nguyễn trãi / hai bà trưng / bùi thị xuân / cao bá quát
VŨ KHẮC TẾ • 139 phẩm hạnh
MỘNG YÊN HÀ • 144 quà xuân / tiềm thức không ngủ
NGUYÊN CẨN • 146 trăng lạnh
TRỊNH Y THƯ • 157 trong bóng tối ta chẳng tìm thấy nhau
NGƯỜI SÔNG HẬU • 158 về cù lao phố mùa xuân
TIỂU LỤC THẦN PHONG • 159 lãng thanh
NGUYỄN HÀ HẢI • 165 tháng chạp
NGUYỄN AN BÌNH • 166 mênh mông hồ lăk
NGUYỄN NGUYÊN PHƯỢNG • 167 tự tình mùa xuân
NGUYỄN HỒNG LINH • 168 nồng nàn xuân
SCOTT S NGUYỄN • 169 marcel barang / ghen dolly
TRẦN DANH THÙY • 189 tiếng vó câu trong nhạc
TÔN NỮ MỸ HẠNH • 192 mắt tháng giêng
TRẦN THANH DŨNG • 193 tản mạn về chữ nghĩa & nói năng
TRUNG PHONG • 196 thương quê tháng chạp
LÊ KHÁNH NHÂM • 197 yêu em
TRỊNH CHU • 198 collage art của hòa thượng thích viên thanh
LÂM BĂNG PHƯƠNG • 201 vũ khúc mưa xuân
ĐẶNG XUÂN XUYẾN • 202 tôi lại thở dài ngó xa xăm
HỒ XOA • 203 ngồi với bóng chiều
HÀ NGUYÊN DU • 204 30 thỏi trác bóng tình
NT LỆ THU • 209 hương mảnh vỡ
NHẬT KÝ VĂN HỌC • 213 bbt/ vhm ...
MỖI KỲ VỚI CA KHÚC MỚI • 214 ngã phương huyền phụ trách
GIỚI THIỆU TÁC PHẨM • 220 đuổi bắt một mùi hương - phan tấn hải/ phế tích của ảo ảnh III - trịnh y thư/ tiếng khóc của sương - san phi / hoa rơi tỉnh thức II - chủ biên san phi/ những mảnh vụn văn học - nguyễn kiến thiết
TRẢ LỜI THƯ TÍN • 224 ntlệ thu phụ trách
BÀI VỞ GỞI VỀ VĂN HỌC MỚI • 228 bbt / vhm
GIÁ BIỂU BÁO DÀI HẠN 12 SỐ • 229
GIỚI THIỆU NXB / VHM • 231 ./.

LỜI TÒA SOẠN
SỐ 49 / THÁNG 2 / 2026
XUÂN BÍNH NGỌ

Quý bạn đọc và bạn viết thân mến!

Dư âm của những ngày đầu năm 2025 vẫn còn đâu đó trong tách trà chưa kịp nguội, vậy mà cái chạm tay của những ngày cuối năm đã đến. Thời gian vẫn cứ lạnh lùng với nhịp điệu riêng, kim giây vẫn tích tắc đều đặn trên chiếc đồng hồ sinh diệt. Thế nhưng, trái tim chúng ta vốn đa mang nên cứ mãi lệ thuộc vào cảm giác, lúc thấy thời gian trôi nhanh như bóng câu qua cửa sổ, lúc lại thấy thật chậm chạp như bước rùa bò, làm cho mắt ta như kẻ mộng mơ dõi bóng chân trời!

Mới đây thôi, tôi chợt thấy mình như chạm được vào một sự tỉnh thức nhỏ bé khi đọc câu nói của một danh nhân:

"Người chiến thắng không phải là người sở hữu học vị cao sang, mà chính là người chịu đựng được mọi áp lực tấn công mạnh bạo của đời sống". Nói một cách thực tế và kiên định, đó có lẽ chính là tinh thần "kiên tâm bền chí" để giữ lấy lý tưởng của mình.

Bước vào số báo 49 – số Xuân Bính Ngọ năm nay, nhiều thân hữu đồng hành cùng Văn Học Mới đã gửi về tòa soạn lời chúc "Mã Đáo Thành Công"…

Những năm qua, chúng tôi vẫn ví sự ra đời của VHM như một *"độc mộc đường trường con chiến mã"*. Giữa thế giới đầy biến động, khi những *áp lực thời cuộc ảnh hưởng trực tiếp đến đời sống nghệ thuật,* chúng tôi chọn cách kiên tâm, chọn sự bền bỉ để giữ cho *ngọn lửa văn chương không bao giờ tắt.!*

Trước khi khép lại những dòng tâm tình này, thay mặt Ban Biên Tập, chúng tôi xin gửi lời cảm ơn sâu sắc nhất đến những cây bút có tên tuổi, kể cả những cây bút mới đầy triển vọng … đã kiên trì vun đấp và thăng hoa cho tờ báo: *(Chúng tôi xin phép chỉ kể những cây bút góp mặt thường xuyên hơn)*

- Nguyễn Kiến Thiết, Nguyễn Văn Sâm, Trần Văn Tích, Hoàng Xuân Sơn, Đức Phổ, Lâm Chương, Lê Hữu, Nguyễn Hòa-Trước, Huỳnh Liễu Ngạn, Viên Dung, Nguyễn Minh Triết, Trần Việt Hải, Quyên Di, Sa Chi Lệ, Ngô Nguyên Nghiễm, Lê Hữu Minh Toán, Bạch Xuân Phẻ, Quảng Xuân, Trần Danh Thùy, Hoàng Chính, Phan Ni Tấn,

Phan Tấn Hải, Khế Iêm, Biển Bắc, Nguyễn Lương Ba, Lâm Hảo Dũng, Triều Hoa Đại, Scott S Nguyễn, Chu Vương Miện, Nguyễn Thị Khánh Minh, Trịnh Y Thư, Vũ Hoàng Thư, Nguyễn Đình Từ Lam, Tuệ Trung, Trần Quý Trung, Nam Giao, Lê Nguyễn, Nguyễn Minh Tiến, Dũng Nguyên, Minh Nguyễn ..v.v..

Và tiếp tục nồng nhiệt chào đón những cây bút có nhiều tiềm năng. mang sinh khí hăng hái góp mặt vào vườn hoa muôn sắc VHM:

- *Lương Thiếu Văn, Nguyên Cẩn, Vũ Khắc Tế, Hồ Xoa, Hà Huy Hoàng, Đặng Xuân Xuyến, Huỳnh Viết Tư , Hứa Hiếu, Tiểu Lục Thần Phong, Nguyễn An Bình, Nguyễn Nguyên Phượng, Nguyễn Hồng Linh, Tôn Nữ Mỹ Hạnh, Lâm Băng Phương. Lê Khánh Nhâm, Hoài Vũ, Định Văn Tuấn, Đại Duy, Trung Phong , Trịnh Chu*

Để chuẩn bị cho hành trình với những bước khai phóng sắp tới. Tòa soạn xin trân trọng thông báo những dự án đặc biệt:

Văn Học Mới số 51:
Số đặc biệt giới thiệu chân dung Nhà thơ Đức Phổ.
Văn Học Mới số 53:
Số báo Vinh Danh Nhà văn Lâm Chương.
Văn Học Mới số 55:
Số đặc biệt giới thiệu Nhà biên khảo Nguyễn Minh Triết.
Và một thông tin quan trọng khác:

Để hơi thở nghệ thuật thêm phong phú, VHM quyết định mở rộng biên độ:

-Thay vì chỉ tiếp nhận thơ văn, chúng tôi nồng nhiệt mời gọi các "Họa sĩ" trong và ngoài nước gửi tác phẩm tranh ảnh về tòa soạn chúng tôi, để sắc màu và hình khối cùng hòa nhịp với con chữ, như những cung bậc biến tấu chung làm nên bản giao hưởng hay bài trường ca hiên đại, mong hội nhập với kỷ nguyên mới quá say sóng về sự bùng nổ của công nghệ thông tin…

Bên thềm xuân Bính Ngọ, chúc cho mỗi người chúng ta luôn giữ được sự thong dong trong tâm hồn, như chú ngựa bền bỉ sải bước trên đường dài. Cảm ơn quý vị đã luôn là nguồn động lực để "con chiến mã" VHM vững bước trên hành trình phụng sự văn chương.

Kính chúc quý tác giả và bạn đọc một mùa xuân ấm áp, vạn sự hanh thông!

Trân trọng.

Ban Biên Tập Văn Học Mới

NGUYỄN KIẾN THIẾT
KỶ NIỆM VỀ NGUYỄN ĐÔN PHONG

Trong tháng 12 vừa qua, tôi nhận được liên tiếp hai tin buồn: Một là cựu đồng nghiệp **Nguyễn Viết Ninh** (bút danh **Thái Việt**) đã tạ thế ngày 12/12/2025 tại Montréal; Hai là cựu đồng nghiệp **Nguyễn Đôn Phong** vừa từ giã cõi đời ngày 23/12/2025. Cả hai đều hưởng thọ **89** tuổi, vượt trên cái tuổi cổ lai hy. Về văn hữu Thái Việt, tôi đã viết hai bài để kính viếng anh ("Nghĩ Về Sách" và "Tuổi Già Lẩm Cẩm"). Sẽ thiếu sót nếu không có lời nào về Nguyễn Đôn Phong – một cựu giáo chức dạy môn Địa Lý trường Quốc Gia Nghĩa Tử tại Sài Gòn. Bài nầy nhằm nói lên cái tình tri ngộ giữa Nguyễn Đôn Phong và tôi cũng như để kính tiễn anh về cõi Vĩnh Hằng.

Tôi quen biết anh Nguyễn Đôn Phong từ lâu lắm vì cùng sinh hoạt trong Gia Đình Cựu Giáo Chức Việt Nam Tại Québec - tiền thân của Hội Giáo Chức Québec. Thời gian lạnh lùng trôi qua. Mới đó mà đã trên 30 năm. Trong khoảng thời gian hơn một phần tư thế kỷ ấy, cụ thể là qua các buổi Đại hội Giáo chức Xuân-Thu nhị kỳ cũng như qua những lần du ngoạn Hè hằng năm ở một số tỉnh bang Canada do Hội tổ chức, chúng tôi đã nhiều lần gặp gỡ, trò chuyện thân tình và đã dành cho nhau bao mối cảm tình nồng hậu.

Anh Nguyễn Đôn Phong là một trong những thành viên tích cực của Hội Giáo Chức Québec. Tôi mến mộ anh ở tác phong tương đối "chuẩn" của nhà mô phạm, bởi tánh tình hiền lành dễ mến, ít nói nhưng rất chân tình – đặc biệt ở sức làm việc dẻo dai, bền bỉ trong vai trò Cố vấn của Hội hơn 30 năm nay. Trong bài "Nghĩ Về Sách" để kính viếng văn hữu Thái Việt, tôi không quên nhắc đến anh với lòng biết ơn sâu đậm. Ngoài tình đồng nghiệp, bạn già Nguyễn Đôn Phong đối với tôi còn có cái tình-bạn-internet. Anh đã chuyển cho tôi đọc hàng ngàn Tài liệu gồm đủ mọi thể loại trong đó có mấy trăm quyển sách đọc/sách nói "đọc/nghe mệt nghỉ!". Anh cũng tặng tôi ba quyển *Sách Nấu Đồ Chay* xuất bản từ những năm 1941, 1960 và 1994 ngầm gián tiếp nhắc tôi việc chay tịnh, ít nhứt một tháng vài lần – như anh. Chưa hết, anh còn ưu ái dành tặng tôi 9 tập Tạp chí *Văn Học* (Chủ nhiệm Phan Kim Thịnh). Đó là những số báo được đóng thành tập, bìa cứng, chữ mạ vàng, mỗi tập gồm 7 số báo, tổng cộng là **63** số, từ số 1 đến số 72, không liên tục. Trước Tết Quý Mão 2023, bạn già Nguyễn Đôn Phong còn ưu ái tặng tôi trên **420** số báo *Bách Khoa* được đóng thành tập, cũng bìa cứng, chữ mạ vàng, mỗi tập 7 cuốn được xuất bản từ năm 1957 đến 1975. Ngoài ra còn một số Tạp chí *Trình Bày* và *Đất Nước* xuất bản trước năm 1975 của anh cũng có mặt trên kệ Tủ Sách Gia Đình Nguyễn Kiến Thiết. Tôi nhận cái kho tàng sách báo mà lòng bồi hồi xúc động. Chắc anh cũng là người yêu sách thứ thiệt nên mới bỏ công sức và tiền bạc để "săn" được vô số sách báo quý ấy. Nghe nói anh chị phải mất hai lượng vàng để mua và chuyên chở đống sách báo ấy qua Canada. Anh chị cũng sắp vô... Nhà Dưỡng lão như đồng nghiệp Nguyễn Viết Ninh nên sẵn sàng "chọn mặt gởi vàng" để trao của quý ấy. Nhớ lại vào mùa Hè năm 2024, trong một lần tới thăm anh chị để tặng chút quà "cây nhà lá vườn", tôi đã đề nghị với anh hai việc: **một** là chi trả chút đỉnh chi phí sách; **hai** là sẵn sàng làm tài xế cho việc "dọn nhà" của anh. Việc thứ **1,** anh đã kịch liệt từ chối giống như bạn hiền Nguyễn Viết Ninh trước kia; còn việc thứ **2**, chưa kịp thực hiện thì anh đã ra người thiên cổ. Cái "duyên" để sở hữu tạp chí *Bách Khoa* của tôi lại được một cựu đồng nghiệp tốt bụng **Huỳnh Công Ân** đã tặng tôi một USB chứa tới **426** số báo. Xin đa tạ tấm lòng của anh.

Viết đến đây bất giác tôi chợt nhớ câu nói của nhà hiền triết Hy Lạp Socrates: "*Có hai thứ bạn phải cho đi: Đó là TRI THỨC và LÒNG TỐT*". Anh Nguyễn Đôn Phong không có thói quen viết lách, nhưng "Lòng Tốt" của anh đã gián tiếp thể hiện cách cho đi "Tri Thức". *Tấm lòng* và *Cái tình* của anh thật đáng quý, đáng trân trọng. Để bày tỏ lòng biết ơn về cách "CHO" của anh, là người có duyên "NHẬN", tôi đã viết trong Lời Tựa tập sách *Những Mảnh Vụn Văn Học* (Văn Học Mới Hoa Kỳ xuất bản, 2025): "*Tôi biết ơn các bạn văn, bạn thơ, cựu đồng nghiệp đã "tặng không biếu không" rất nhiều sách, báo, tư liệu, hình ảnh có giá trị xuất bản trước và sau năm 1975, như Thái Việt,* ***Nguyễn Đôn***

***Phong**, Lê Quang Xuân, Lê Cần Thơ...*". Đặc biệt tấm ảnh 420 tạp chí *Bách Khoa* do anh Nguyễn Đôn Phong tặng đã được đặt nơi trang trọng nhứt: Bìa **1** cuốn sách Biên khảo *Những Mảnh Vụn Văn Học* của tôi.

Xin kính tiễn bạn hiền **Nguyễn Đôn Phong**. Nguyện cầu hương linh Phật tử Chánh Nghiệp sớm vãng sanh nơi Phật quốc.

Nguyễn Kiến Thiết – Montréal, đầu năm 2026

*Vừa định gởi bài nầy, tình cờ gặp chị Trần Đình Nuôi mới hay anh đã tạ thế vào tháng I.2025 tại Montréal, Québec, tôi xin ghi tiếp:

Kính tiễn cựu đồng nghiệp Trần Đình Nuôi, Pháp danh Quảng Tâm được tiêu diêu nơi miền Cực Lạc

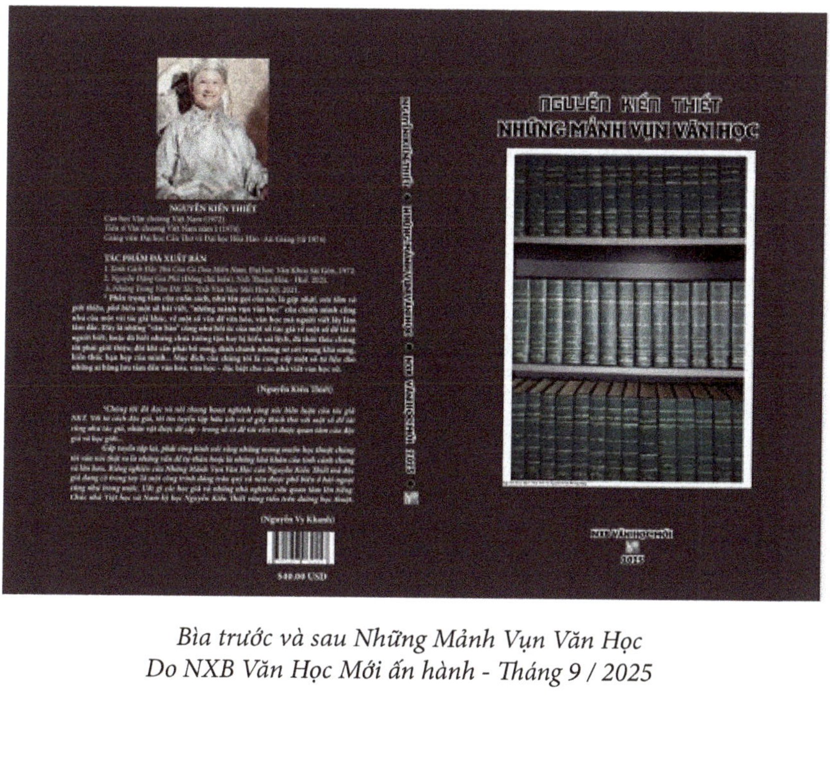

Bìa trước và sau Những Mảnh Vụn Văn Học
Do NXB Văn Học Mới ấn hành - Tháng 9 / 2025

NGUYỄN KIẾN THIẾT
Cao học Văn chương Việt Nam (1972)
Tiến sĩ Văn chương Việt Nam năm I (1974)
Giảng viên Đại học Cần Thơ và Đại học Hòa Hảo -An Giang (từ 1974)

TÁC PHẨM ĐÃ XUẤT BẢN

1.Tánh Cách Đặc Thù Của Ca Dao Miền Nam, Đại học Văn Khoa Sài Gòn, 1972.
2. Nguyễn Đăng Gia Phả (Đồng chủ biên), Nxb Thuận Hóa - Huế, 2021.
3. Những Trang Văn Đời Tôi, Nxb Văn Học Mới Hoa Kỳ, 2021.

* Phần trọng tâm của cuốn sách, như tên gọi của nó, là góp nhặt, sưu tầm và giới thiệu, phổ biến một số bài viết, "những mảnh vụn văn học" của chính mình cũng như của một vài tác giả khác, về một số vấn đề văn hóa, văn học mà người viết lấy làm tâm đắc. Đây là những "văn bản" cũng như hồi ức của một số tác giả về một số đề tài ít người biết, hoặc đã biết nhưng chưa tường tận hay bị hiểu sai lệch, đã thôi thúc chúng tôi phải giới thiệu; đôi khi cần phải bổ sung, đính chánh những sơ sót trong khả năng, kiến thức hạn hẹp của mình... Mục đích của chúng tôi là cung cấp một số tư liệu cho những ai hằng lưu tâm đến văn hóa, văn học – đặc biệt cho các nhà viết văn học sử.

(Nguyễn Kiến Thiết)

*Chúng tôi đã đọc và nói chung hoan nghênh công sức biên luận của tác giả NKT. Với tư cách độc giả, tôi tin tuyển tập hữu ích và sẽ gây thích thú với một số đề tài cũng như tác giả, nhân vật được đề cập - trong số có đề tài vốn ít được quan tâm của độc giả và học giới...

Gấp tuyển tập lại, phải công bình nói rằng những mong muốn học thuật chúng tôi vừa nói thật ra là những vấn đề tựthân hoặc là những khó khăn của tình cảnh chung và lớn hơn. Riêng nghiên cứu Những Mảnh Vụn Văn Học của Nguyễn Kiến Thiết mà độc giả đang có trong tay là một công trình đáng trân quý và nên được phổ biến ở hải-ngoại cũng như trong nước. Ước gì các học giả và những nhà nghiên cứu quan tâm lên tiếng. Chúc nhà Việt học và Nam-kỳ học Nguyễn Kiến Thiết vững tiến trên đường học thuật.

(Nguyễn Vy Khanh)

*(Trích đoạn những bài viết về Những Mảnh Vụn Văn Học - nơi bì*__a 4)__

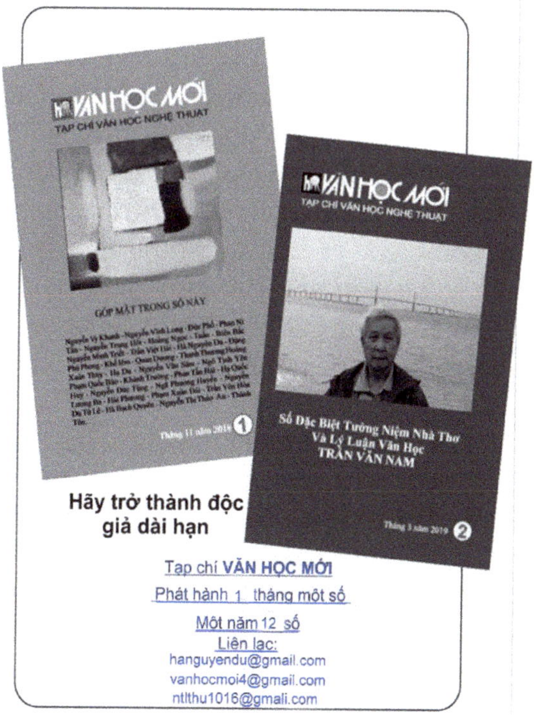

NGUYỄN KIẾN THIẾT
KỶ NIỆM VỀ BS LÂM THU VÂN

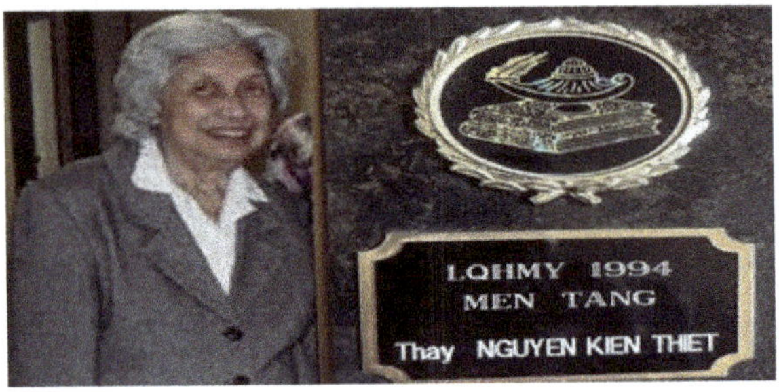

.Hình trái: *Ảnh BS Lâm Thu Vân*
.Hình phải:*Tấm plaque do sinh viên Lớp Quê Hương Mến Yêu 1994 tặng tác giả.*

Sau khi định cư trên đảo Mộng-Lệ-An, tôi có *nghe* đến tên BS Lâm Thu Vân – cựu Chủ tịch Hội Đồng Quản Trị Cộng Đồng Người Việt Quốc Gia Vùng Montréal nhiệm kỳ 1991-1992. Có thời gian tôi được *biết* về bà nhiều hơn trong vai trò Bác sĩ Gia Đình. Nếu xếp hạng trí thức khoa bảng thì gia đình bà xứng đáng tiêu biểu. Về sau, nói đúng hơn là từ năm 1994, tôi thật sự *quen biết* bà khi nhận lời mời giảng dạy cho Lớp Quê Hương Mến Yêu do chính BS Lâm Thu Vân khởi xướng.

Vừa qua, tình cờ đọc Lời Phân Ưu của Cộng Đồng Người Việt Quốc Gia Vùng Montréal, tôi mới biết BS Lâm Thu Vân đã tạ thế ngày 3/1/2026 tại Montréal, Québec, hưởng thọ 90 tuổi. Mới mấy tháng qua, bà ngậm ngùi tiễn biệt một nửa kia của mình (BS Trương Văn Tiên) về miền Tiên Cảnh. Nay chính bà lại giã từ cõi thế để sum họp với người chồng yêu kính nơi cõi Vĩnh Hằng. Sự ra đi vĩnh viễn của đôi trí thức khoa bảng đã để lại bao mất mát đau thương của những người thân yêu ruột thịt, của bè bạn gần xa trong y giới, chính giới.

Để đáp tạ cái tình tri ngộ với BS Lâm Thu Vân, tôi viết vội mấy dòng nầy để nói lên một vài kỷ niệm không quên về bà.

Trước hết, với cương vị bác sĩ gia đình, bà đã khuyên tôi tuyệt đối giảm bớt “ba cao”: Đường - Mỡ - Máu và khuyến khích tôi nên tập thể dục thường xuyên. Là vị chủ xướng Lớp Quê

Hương Mến Yêu, bà đã có mặt trong hầu hết buổi giảng của tôi. Ngay buổi giảng đầu tiên, BS Lâm đã có Lời giới thiệu rất trang trọng: "*Xin hân hạnh giới thiệu GS Nguyễn Kiến Thiết sẽ thuyết giảng về hai đề tài: Ca dao miền Nam và Thơ văn Nguyễn Đình Chiểu. Trước năm 1975, GS Nguyễn Kiến Thiết đã tốt nghiệp Cao học Văn chương Việt Nam tại Đại học Văn Khoa Sài Gòn và giảng dạy ở Đại học Cần Thơ...*". Tôi còn nhớ rõ, sau khi dự buổi giảng đầu tiên về Ca dao miền Nam, là người gốc miền Tây sông nước – như tôi, BS Lâm Thu Vân đã phát biểu một cách bộc trực: "*Đây là những viên ngọc quý. Chúng ta phải trân trọng, nâng niu và gìn giữ*". Nói là làm, bà đã cho người quay phim các buổi giảng và tặng tôi một Vidéo với đề tài: "Tánh Cách Đặc Thù Của Ca Dao Miền Nam". Chưa hết, trước khi kết thúc khóa học, BS Lâm Thu Vân còn có sáng kiến chỉ đạo Lớp thực hiện một tấm plaque để tri ân người thầy. Nhận các món quà tinh thần trong tay, đặc biệt tấm plaque với hàng chữ "LQHMY 1994 MEN TANG THAY NGUYEN KIEN THIET", tôi bồi hồi cảm xúc, trong lòng vừa mừng, vừa lo: **mừng** vì sự đóng góp của mình lại được nhìn nhận, tán thưởng; **lo** vì chưa biết mình có đủ thời gian và sức khỏe để tiếp tục phục vụ lâu dài hay không. (Bấy giờ cuộc sống của tôi chưa ổn định vì phải tất bật chạy lo *cơm áo gạo tiền* để nuôi sống cho bản thân và gia đình – nhứt là lo cho bốn đứa con còn trong tuổi đi học).

Nhìn vật chạnh nhớ đến người. Từng kỷ niệm ngọt ngào của mùa Xuân năm ấy lại ùa về. Trào dâng. Xúc cảm. Thôi thì trước cảnh *tử biệt sanh ly*, tôi mượn đôi **câu đối** vừa sáng tác để kính tiễn "kẻ ra đi" (tử biệt), cũng như để bày tỏ niềm thương cảm với "người ở lại" (sanh ly):

"Tuổi lão niên, kẻ ra đi phỉ nguyền ước mộng,
"Cõi hồng trần, người ở lại hoài vọng tiếc thương".

Xin kính tiễn hương linh Bác Sĩ Lâm Thu Vân sớm tiêu diêu nơi miền Cực Lạc.

Thành thật chia buồn cùng tang quyến – đặc biệt hiếu nữ Trương Anh Đào, các hiếu tử Trương Minh Dũng và Trương Minh Trí.

***

Dịp nầy, tôi xin trích lược vài đoạn trong bài: "Mùa Xuân Tôi Giảng Thơ Văn Nguyễn Đình Chiểu"* để bổ sung Kỷ niệm về BS Lâm Thu Vân:

"Sau nhiều năm tháng rời bục giảng sống kiếp lưu đày nơi đất khách, nỗi nhớ trường, nhớ lớp, nhớ học trò mãi canh cánh trong tôi. Thời gian trôi qua… Cuộc sống tất bật nơi xứ "đất lạnh tình nồng" này đã khiến tôi vơi đi phần nào nỗi nhớ triền miên ấy. Cho đến khi nhận lời mời của Cơ Sở Khuyến Học và Phát Huy Văn Hóa Montréal để giảng về Văn học Việt Nam, niềm mơ ước của tôi giờ đây đã thành sự thật. Tôi nhận dạy hai chuyên đề: một là Ca dao miền Nam; hai là Thơ văn Nguyễn Đình Chiểu. Đây là các đề tài tôi vô cùng tâm đắc bởi đã từng giảng dạy ở Đại học Cần Thơ trước kia. Vì những chuyên đề tôi nhận dạy thường rơi vào những tháng mùa Xuân, nên cứ mỗi độ Xuân về, lòng tôi lại nao nao nhớ lại những kỷ niệm đẹp khó phai mờ trên bục giảng. Đó cũng là nguồn gợi hứng để tôi có thể phóng bút tản mạn về những kỷ niệm đẹp không quên khi giảng dạy về thơ văn của nhà thơ yêu nước miền Nam Nguyễn Đình Chiểu Buổi sáng hôm ấy, một buổi sáng chủ nhựt đầu năm 1994, trời nắng đẹp - cái nắng ấm áp đầu xuân đã xua tan cái giá buốt của mùa đông lạnh lẽo vừa qua, tôi ăn mặc chỉnh tề tới lớp đặt tại trụ sở Cộng Đồng Người Việt Quốc Gia vùng Montréal. Sự đón tiếp nồng nhiệt của ban lãnh đạo lớp Quê Hương Mến Yêu, sự tham dự cổ võ của các bạn đồng nghiệp cùng sự có mặt khoảng mười bốn sinh viên hôm ấy khiến tôi thêm ấm lòng và bồi hồi cảm xúc. Còn đang suy nghĩ miên man, ***BS Lâm Thu Vân*** *đã bật đèn xanh cho tôi bắt đầu bài giảng của mình (...). Thời gian vẫn lạnh lùng trôi qua… Thấm thoắt đã hơn ba mươi năm. Mười bốn hạt ngọc của lớp Quê Hương Mến Yêu năm ấy giờ đây chắc đã đạt nhiều thành tựu đáng kể làm vẻ vang dân Việt, đền ơn phần nào cho đất nước đã cưu mang mình. Nếu có dịp gặp lại những viên ngọc ấy, chắc gì tôi nhớ hết ngoài những cái tên còn lưu lại trong danh sách, như những Trương Minh Dũng, Trương Minh Trí, Nguyễn Phương Nga, Nguyễn Hạnh Nga, Bùi Kiến Nghĩa, Kiều Khánh Giao, Huỳnh Hòa, Nguyễn Thanh Quang, Nguyễn Thị Ngọc Diệu, cũng như một ái nữ của văn hữu Lạp Chúc Nguyễn Huy (Nguyễn Quỳnh Như?), v.v…*

Tôi xin mượn những dòng này để chân thành cảm ơn BS Lâm Thu Vân và GS Hoàng Châu Nhân đã tạo cơ hội cho tôi thực hiện ước mơ bé nhỏ của mình. Tôi cũng cám ơn sự có mặt và đóng góp ý kiến quý báu của các cựu đồng nghiệp như Khiếu Đức Long, Nguyễn Viết Ninh (Thái Việt), Quản Hùng, Nguyễn Đôn Phong, Phạm Thị Quế, Nguyễn Trung Hiếu. Và sau cùng xin cám ơn mười bốn em sinh viên đã cho tôi sống lại kỷ niệm của một thời huy hoàng đã mất. Chính các em đã giúp tôi xoa dịu phần nào nỗi ưu tư khắc khoải trong những mùa Xuân nơi đất khách:

Tết về giữa mùa Đông

Chúa Xuân có hay không?
Nàng Xuân chưa trở lại
Non sông bặt tiếng hồng!
Tết về giữa mùa Đông
Ta nhắp chén rượu nồng
Say men đời lữ thứ
Phá thành sầu ly hương!
Trúc Lan"

Nguyễn Kiến Thiết – Montréal ngày 11.I.2026
*Trích Nguyễn Kiến Thiết: *Những Mảnh Vụn Văn Học, Văn Học* Mới Hoa Kỳ xb. 2025.

NGUYỄN KIẾN THIẾT

BUỔI NÓI CHUYỆN CỦA NHÀ VĂN NGUYỄN THỊ HOÀNG TẠI ĐẠI HỌC VĂN KHOA SÀI GÒN NĂM 1971 - KỲ 3

(Mời các bạn xem từ Kỳ 1, Văn Học Mới số 46, tháng 11/2025).

.Lời người biên soạn: *Vì số trang báo có hạn, nên kỳ tới, chúng tôi sẽ nhận định về vấn-đáp – đặc biệt về cuốn "Vòng Tay Học Trò" của Nguyễn Thị Hoàng.*

***Thắc mắc, Giải đáp:**

Không đợi lâu, sau khi được mời, các sinh viên lần lượt đặt câu hỏi. Có người lên máy vi âm, có người viết câu hỏi ra giấy rồi chuyển lên bàn để Nguyễn Thị Hoàng đọc và trả lời tại chỗ.

-Hỏi: Thưa Bà, Bà có một thời gian ở Dalat. Vậy cuốn "Vòng tay học trò" có phản ảnh trung thực kinh nghiệm sống của Bà không?

-Đáp: Nên nhường câu hỏi đó cho họ, những người thắc mắc với mục đích khác với mục đích anh chị gặp tôi ở đây: Nhiều người cũng hỏi tôi những câu tương tự. Tôi gặp các anh chị để nói chuyện nghiên cứu Văn chương cho nên tôi chỉ trả lời những câu nào về Vòng Tay Học Trò trên phương diện nó là một tiểu thuyết.

-Hỏi: Thưa, xưa Hoàng Ngọc Phách viết "Tố Tâm" và Tố Tâm không phản ảnh tâm sự HNP. Xin hỏi cô Trâm trong VTHT có thực không?

-Đáp: Có phải tôi (NTH) hay không? Tất nhiên khi một nhà văn nào dù hay hay dở đều loáng thoáng mang hình ảnh, tâm trạng người viết, không thể tránh. Nhân vật tiểu thuyết vẫn dung chứa phần nào về hình thức hay tâm trạng của người viết cũng như bất cứ truyện nào cũng loáng thoáng đó đây những hình ảnh, đường nét trong đời sống mình. Bảo nó có thực không cũng được. Tuy nhiên sự thật nào đi vào tiểu thuyết cũng đã được giản lược hay triển khai, cho nên không thể gọi là phản ảnh trung thực.

-Hỏi: Thưa Bà, dù cho Bà từ chối thì tác phẩm "VTHT" cũng là tác phẩm bắc cái ghế ngồi cho Bà trong văn học sau này. Xin Bà cho biết về lời minh định của ông Long Điền trong báo: Khi

phê bình cuốn VTHT. Thấy con quỷ xõa tóc hiện hình trong đó. Và suốt loạt bài đăng trên nhật báo Thần Chung vào mùa thu 1965 gần như thẳng tay chỉ trích VTHT. Sau đó có bài của GS Phan văn Huê, nhờ đó VTHT tái bản lia lịa và Bà có một số tiền tác quyền cao. Bà nghĩ gì về những lời trên?

-Đáp: Chỉ phê bình những phê bình khi người phê bình thực sự là phê bình. Vấn đề đáng lưu ý là tại sao có những bài phê bình kiểu đó. Đặt người phê bình trong hoàn cảnh nào, trường hợp nào khiến họ phê bình như thế. Lui [**Liệu**] *phê bình có đúng là sự nhận định của người phê bình hay do những động cơ nào khác thúc đẩy, đôi khi rất xa xôi và uẩn khúc không ngờ được (...) Tôi không bao giờ đọc những lời người ta phê bình mình, cũng như chưa bao giờ có phản ứng khi chưa có thái độ phê bình một tác phẩm văn chương đúng nghĩa. Đôi khi bài phê bình chỉ trích là bề mặt của một nước cờ một chiến lược nào đó. Có trường hợp xẩy ra buồn cười như thế này: có người một mặt viết phê bình, chửi bới, dùng những chữ xấu xa nặng nề trên mặt báo rồi hôm sau, chính họ thân hành đến nhà tôi giải thích lý do tại sao phải viêt như thế, kèm thư và lời xin lỗi.*

Nếu đọc kỹ các tác phẩm của tôi, các anh chị sẽ thấy VTHT đứng ra một trường hợp riêng biệt. Nó không ở trong hàng tiểu thuyết dự định viết. ***VTHT là sản phẩm tình cờ****, tôi viết thử nên dù nó có mang tôi đi đâu, đặt tôi vào thứ ghế gì đi nữa thì đối với tôi nó cũng không vì vậy mà trở nên quan trọng.*

-Hỏi: Thưa, Bà nói lúc viết gặp bí hay chán Bà xoay qua chuyện kia. Xin hỏi với một bàn máy chữ, Bà làm sao thay ngay được. Nếu thay Bà có khi nào quên ý tưởng mới vừa lóe ra không?

-Đáp: Đang viết mà chán, cần xoay sang chuyện khác, tôi cắt ngang và bỏ dở một khoảng giấy trắng để sang tờ mới. Còn muốn giữ bản thảo đẹp tôi dùng bàn máy khác, vì tôi xử dụng [**sử** dụng] *nhiều máy chữ.* ***Tôi không hề ghi trước những gì muốn viết cho cuốn nào hay đại ý hay lược truyện.*** *Người ta hay đi từ điểm A đến Y nhưng tôi viết theo lối* ***hình xương cá****. Như trong truyện nào đó, tôi dự trù có 5 nhân vật cộng 20 chương, mỗi chương là một cảnh, một sự kiện. Khi viết tôi có thể bỏ 5 nhân vật đó đi biến thành 5 nhân vật khác hay cộng thêm nhân vật khác. Có khi lại*

lược bớt còn 2, 3 nhân vật thôi. Đầu tiên là níu lấy ý tưởng chính và phác họa trong trí một đường lối nào đó nhưng khi viết thì không giữ một đường lối nào mà viết tùy hứng.

Thí dụ: đáng lẽ cho nhân vật đó đi chơi nhưng khi viết tôi bắt họ ngồi nhà chờ một người nào đó. Trước khi ngồi vào máy chữ tôi chưa có ý định sắp đặt cho 2 nhân vật đối thoại thế nào với nhau trong khung cảnh nào. Có thế mình mới có tự do, buông thả và câu truyện mới bất ngờ và viết được nhiều, và viết kịp...

-Hỏi: Bao giờ Bà hoàn thành trường thiên tiểu thuyết "Cho đến khi chiều xuống".

-Đáp: CĐKCX, viết xong từ năm 1969 và gồm 5 cuốn. Lúc đầu dự trù 3 cuốn sau sách dầy quá phân thành 5. Chưa đủ điều kiện thuận tiện để in tất cả nên chỉ mới ra mắt được cuốn thứ nhất. CĐKCX là một tổng hợp gồm đủ các lối viết các loại nhân vật. Năm cuốn CĐKCX là:

1.Cho đến khi chiều xuống.
2.Tiếng cầu kinh dưới núi.
3.Miền Thượng lưu thành phố.
4.Người tình trong chiêm bao.
5.Trên đỉnh đời yên nghỉ.

-Hỏi: Nguyên nhân nào thúc đẩy viết tập "Vào nơi gió cát" với giọng văn nức nở, ai oán...

-Đáp: "Vào nơi gió cát" không phải là tiểu thuyết hay một tác phẩm văn chương mà (là) những bức thư từ đời sống thực, nước mắt và tiếng nói của tôi hay cũng là của đàn bà nào có hoàn cảnh tương tự, những bức thư tôi đã viết và gởi cho nhà tôi. Tôi định in mấy trăm tập nhưng về sau nghĩ đau khổ của mình, nước mắt của mình cũng là những đau khổ, nước mắt chung của nhiều người khác nữa nên có thể họ tìm thấy bóng dáng họ trong "Vào nơi gió cát", nên tôi cho in.

-Hỏi: Thưa, tôi trộm nghe người xưa nói: "Làm địa lý lầm giết một họ, làm thày thuốc lầm giết một người, làm văn hóa lầm thì giết muôn đời". Thưa, bà có biết bây giờ có bao nhiêu hiện tượng "vòng tay học trò" xảy ra không?

-Đáp: Ông bạn có ý trách tôi và đổ lỗi cho VTHT gây ảnh hưởng tai hại. Làm sao kiểm chứng được quả thật có cô Trâm hay

tên Minh; một trường hợp tương tự nào đó của VTHT đã chịu ảnh hưởng của VTHT hay nó xảy ra như thế. Tôi chỉ có trách nhiệm và sẽ nhận trách nhiệm khi tác phẩm ở trong dự định của tôi. Còn VTHT thì như đã nói ở một câu giải đáp trên (...).

-Hỏi: Hầu hết những nhân vật chính trong tác phẩm của Bà đều là nữ, nó chứa đựng phần nào suy tưởng của Bà. Xin cho biết:

*.**Tình dục** có phải là một trong những chủ đề chính để Bà đào sâu và phô bầy trong tác phẩm của Bà không?*

.Nhân vật nào đã được gói ghém con người của mình một cách đầy đủ nhất?

*-Đáp: **Tất cả những cuốn đã viết, sẽ viết tôi không bao giờ xây dựng quanh vấn đề tình dục hay có chủ trương nào về tình dục**. Tình dục là một môn học, và nếu cần bày tỏ quan niệm hay hiểu biết thì cần phải viết một cuốn sách riêng chứ không thể lạm dụng tiểu thuyết. Nếu nhân vật của tôi có ý tưởng, cử chỉ, hành động nào liên quan đến tình dục chẳng qua là một phản ứng tự nhiên và tất yếu về khía cạnh con người của nó mà thôi.*

Về câu hỏi thứ hai, thật ra chưa có nhân vật nào gói ghém con người tôi một cách đầy đủ. Như ta thương mến một người nào đó, có lúc thấy người đó không hoàn toàn cả về vật chất, tinh thần, tâm hồn, thể xác như mình mong. Khi nhìn đến tuyệt đối chỉ có cách góp nhặt những phần tương đối lại. Có người chỉ yêu con mắt người này, cặp môi người kia, dáng đi của người nọ, mớ tóc của người khác... và góp nhặt tất cả những nét đó để tạo thành một bóng dáng mộng tưởng. Cũng vậy, không có nhân vật nào phản ảnh đầy đủ con người tôi, chỉ có nhân vật này mang mắt nhìn, nhân vật kia mang sợi tóc. Nhân vật nọ mang tiếng nói của tôi (...).

*-Hỏi: **Bà được coi là nhà văn nổi tiếng về giọng văn hơn là ý tưởng**. Xin cho biết giọng văn đó viết tự nhiên hay được đẽo gọt cẩn thận.*

-Đáp: Người thư ký đánh máy nhanh nhất mà đánh ngày 40 trang từ những bản viết sẵn, thử hỏi có giờ đẽo gọt không chứ đừng nói là sáng tác từ tâm trí. Văn của tôi đôi khi đối nhau, có âm điệu nhịp nhàng vì tôi đi vào chữ nghĩa không phải bằng văn mà bằng thơ. Tôi làm thơ từ năm lớp Nhất và bao nhiêu năm học

là bấy nhiêu năm thơ. Tôi viết thơ liên miên, có khi thay vì làm bài tôi viết thơ vào đó. Thơ có tác dụng sâu xa vào tâm hồn và đời sống tôi nên bây giờ tôi viết không thoát khỏi những âm điệu kia. Có khi tôi muốn gạt bỏ âm điệu kia để viết cho nó cứng nhắc, khô đọng tự nhiên, trong sáng hơn nhưng viết vậy rất chậm và thấy không phải là văn của tôi nữa. Dù tốt xấu hay dở tôi nghĩ giọng văn mỗi người cũng như hình dáng và phong cách mình đều là của trời cho đành cưu mang nó suốt đời.

-Hỏi: Nữ sĩ có lối văn riêng đầy tĩnh từ. Nữ sĩ có ý thức về lối văn đó hay tự nhiên nó tuôn chảy ra.

-Đáp: Nếu phải phân tích và chọn lựa loại tiếng trong câu thì không thể nào viết văn. Viết là do một lôi cuốn thôi thúc nào và chỉ khi dừng viết mới nhận ra đã xử dụng [**sử** dụng] *ngôn ngữ chữ nghĩa như thế nào thôi (...).*

-Hỏi: Nhiều nhân vật chính bà dựng nên trong truyện đều bàng bạc giống nhau nghĩa là đều đẹp hay có một tâm hồn phóng túng hoặc có nhiều ý tưởng lập dị. Bà có ý thức điều đó hay chỉ độc giả mới thấy như vậy?

-Đáp: Phần nhiều nhân vật của tôi là nữ. Họ có đường nét giống nhau, lối sống cũng như phản ứng giống nhau và đều đẹp, không ai xấu xí, méo mó lệch lạc. Cái đẹp đó do tôi cố tình trau chuốt vẽ vời ra. Tôi chỉ nói đến đẹp, đẹp từ khung cảnh quen thuộc như nhà ở, bếp núc, chén ăn cơm đến đứa con, đến cây cỏ, hoa lá. Đó là cách pha màu từng phần cho bức tranh đời sống bớt vẻ ảm đạm tối tăm, cũng như con người đủ chất sáng tươi để đương đầu với những bi kịch ngầm phải chịu đựng từ kẻ khác hay nơi chính mình.

-Hỏi: Khi viết xong một tác phẩm, bà có một chút ưu tư lo lắng gì cho cuộc sống của "đứa con" mình không?

-Đáp: Viết xong tác phẩm mà ưu tư lo lắng cho tác phẩm là còn dò lắng theo phê phán của kẻ khác và là tự cảm nhận sự cạn nguồn không thể viết được gì thêm. Sau khi hoàn thành một tác phẩm, tôi ưu tư lo lắng cho con cái tôi thì đúng hơn. Đã viết ra thì dù ưu tư hay không cũng chẳng ích gì. ***Tác phẩm dù hay dù dở nó thuộc về đám đông, thuộc phê phán của người khác****. Nên ưu tư*

cho những tác phẩm kế tiếp sau đó.

-Hỏi: Nếu cứ để bàn máy chữ đưa nhân vật đi thì có bao giờ nghĩ rằng nhân vật đi vào sương mù và xa sự thật không?

-Đáp: Sách tôi viết phần nhiều trữ tình và lãng mạn. Tôi viết về tình cảm nhiều nên có lúc cần đưa nó đi xa sự thực. Tôi viết phần đời sâu kín của mỗi người mà phần này đa dạng, chập chùng không khác sương mù. Phải cho nhân vật vào cõi mù sương , mới tìm thấy được sương mù như mong muốn".

***Lời Kết**

LM Thanh Lãng: "*Bây giờ là 18g10. Nữ tiểu thuyết gia NTH chắc đã mệt, nhất là lại được trả lời trong một khung cảnh chật chội thế này. Khi vào đây, nữ sỹ có đề nghị: "LM đưa anh chị em chúng tôi xuống sân cỏ ngồi có lẽ sướng hơn, chứ ngồi đây chật chội không có lối vào". Tôi tin sự đông đảo bất ngờ này chắc không đến nỗi làm nữ sỹ bực mình vì lẽ ra nó chỉ có ở trong khuôn khổ cc. VCQÂ* [chứng chỉ Văn Chương Quốc Âm – NKT] *thôi, nhưng vì trường ĐHVK dù học gì nó cũng là Văn Chương cả, nên thấy một người làm Văn Chương viết lách nhiều, nhất lại thuộc nữ giới nữa, tên tuổi được nói nhiều, đọc nhiều nên anh chị em đó đến đông khác thường. Nữ sỹ chắc cũng giữ một kỷ niệm tốt đẹp với anh chị em SV. Vì yêu mến sự nghiệp của nữ sỹ (nên) đang khi nghiên cứu về phương pháp xây dựng tác phẩm tiểu thuyết, muốn tìm đến một người đã thực sự xây dựng tác phẩm tiểu thuyết. Qua hơn hai giờ đồng hồ, các anh chị đây đã được nghe những kinh nghiệm sống động về trường hợp đặc biệt xây dựng tác phẩm tiểu thuyết.*

Tôi mong sau giờ nói chuyện này, sự tiếp xúc, gặp gỡ giữa tác giả, giữa nhà văn với anh em SV đây sẽ sâu xa hơn, bền chặt hơn và thực tế hơn. Người SV nghe không phải để biết mà để lấy như một chứng tích, như một khuyến khích, như một mời gọi để dấn thân vào con đường làm văn chương nghệ thuật, nhất là hiểu Đại học hôm nay như là Đại học hướng về phát triển, phát triển văn chương nghệ thuật mà chị NTH là gương, là lời gửi đến tất cả giới trẻ.

Mong rằng anh chị sẽ noi gương đó và ngay từ những tháng này hay cuối năm nay sẽ có nhiều chị Hoàng khác nối tiếp công việc của người chị đi trước hôm nay, vì chị Hoàng đã xuất thân từ Văn khoa.

Tôi cũng mong rằng các SV đây khi cần sự dìu dắt, giúp đỡ thì nhà văn NTH cũng không nề quản hướng dẫn những bước trẻ non dại này đi trên con đường nghệ thuật. ***Như vậy là giới làm văn chương nghệ thuật ở ngoài và giới Đại học bắt tay nhau.*** *Nền văn hóa VN sẽ tốt đẹp và qua đấy nền văn chương nghệ thuật VN sẽ nhờ vào Đại học như cái nơi phổ biến, tiêu thụ những tác phẩm văn học. Và những người làm văn chương nghệ thuật càng thấy đấy là nơi mình có thể gửi gấm được những sứ điệp văn học, có thể nhờ đấy chuyển tới đồng loại, chuyển tới quần chúng. Một lần nữa tôi xin cám ơn nhà văn NTH và cám ơn tất cả các Bạn".*

(còn 1 kỳ)

Người ghi: **Nhuệ Hương** (1971) Tóm lược, Nhận định, Trích đăng: **Nguyễn Kiến Thiết** (I.2026)

NGUYỄN KIẾN THIẾT
TÌM ĐƯỢC MÙA XUÂN - LỘ BẤT THẬP DI

Câu chuyện xoay quanh nhân vật chánh tên Lan, tuổi trên lục tuần. "Nàng" cùng chồng là Tuấn cùng làm chung tại một hãng điện tử ở đảo Mộng-Lệ-An. Từ khi gia đình sáu người đến định cư nơi "Đất lạnh tình nồng" nầy, vợ chồng Lan tất bật chạy lo cơm áo gạo tiền để kiếm sống và nuôi dưỡng bốn đứa con còn đang tuổi đi học. Mọi việc bắt đầu cái gì cũng khó. Khó vì đổi đời, đổi nghề. Khó vì vốn liếng ngoại ngữ ít ỏi. Khó vì chưa thích nghi được văn hóa mới. Nhưng cái khó lớn nhứt là chưa có một nghề chuyên môn. Vậy mà *trời sanh voi sanh cỏ*, mọi việc đã đâu vào đó. Vốn bản chất cần cù, chịu thương chịu khó – nhứt là khéo tay và có nhiều sáng kiến, vợ chồng nàng được chủ tin dùng để yên tâm làm việc lâu dài...

Thật ra sau khi nghỉ việc ở hãng điện tử Philips, Tuấn đi học chuyên ngành điện tử, còn nàng theo học thêm tiếng Pháp. Mặc dầu số tiền trợ cấp thất nghiệp của chánh phủ Canada không nhiều, nhưng nhờ biết tằn tiện *khéo ăn khéo co* nên gia đình sáu miệng ăn của nàng cũng tạm đủ sống *qua ngày đoạn tháng*. Vợ chồng nàng chưa dám mua xe vì quá tốn kém. Còn mua nhà là chuyện xa vời. Gia đình nàng mướn một cái "ấp" gần Métro làm chỗ nương náu, tiện việc đi lại. Cả nhà nàng thuộc nằm lòng câu châm ngôn "*BMW vi bản*". Bất chấp cái lạnh cắt da của mùa Đông có phần khắc nghiệt, vợ chồng nàng và các con vẫn thi gan cùng sương tuyết để đi làm, đi học. Sau khi Tuấn tốt nghiệp khóa học điện tử, vợ chồng nàng cùng đi tìm việc. Lúc bấy giờ là cao điểm mùa Đông, tuyết dầy cả thước, thêm cái lạnh thấu xương. Vậy mà vì miếng cơm manh áo, vợ chồng nàng phải *lội tuyết đội mưa* để đón xe buýt và Métro đi kiếm việc. Trời không phụ người lương thiện. Nhờ cái "mác" ở hãng điện tử Philips, cộng với tấm bằng chuyên nghiệp điện tử khiêm tốn của Tuấn cùng sự tự tin sẵn có, vợ chồng nàng đều qua trót lọt cuộc phỏng vấn ở hãng điện tử Prolex. Nơi đây, vợ chồng nàng ra sức thi thố tài năng, phát huy sáng kiến, hết lòng phục vụ cho chủ một phần để giữ vững nồi cơm, song phần khác vì lương tâm nghề nghiệp. Có thể nói họ là hai vị "khai quốc công thần" của Prolex, đã góp phần phát triển hãng điện tử nhỏ bé nầy. Vì vậy công ty đã *ăn nên làm ra,* mua thêm hãng kế cận và mướn thêm hàng chục công nhân. Bù lại, vợ chồng nàng càng được trọng dụng và đãi ngộ, cho đến khi về hưu.

Cuộc sống ở xứ người khởi đầu với hai bàn tay trắng như mọi di dân khác. Vậy mà nhờ biết cần kiệm, nên sau sáu năm định cư trên đảo Mộng, gia đình nàng đã mua nhà, mua xe, có cuộc sống tương đối thoải mái. Các cháu có một mái ấm gia đình gần các phương tiện chuyên chở công cộng để đi học, đi làm. Cũng như phần đông di dân người Việt khác *chân ướt chân ráo* đến đây, cùng được đưa vô làm việc ở một hãng điện tử lớn, vợ chồng nàng luôn biết ơn bà Trương Thị Phước (Happy), Giám đốc nhân sự của hãng điện tử Philips trong việc tuyển dụng. Chính Bà là *vị cứu tinh* đã đem đến nguồn vui và hạnh phúc cho gia đình nàng cũng như hàng trăm gia đình di dân gốc Việt khác.

Sau khi nghỉ hưu, các cháu đã yên bề gia thất, vợ chồng nàng đã thực hiện những chuyến du lịch ở vùng biển nắng ấm. Tuấn thở nhỏ biết bơi nhờ ôm cây chuối hoặc bập dừa (nước) mà bơi theo con nước. Anh tầm nghịch dưới sông cả ngày, dãi dầu cùng mưa nắng. Nói khác đi Tuấn đã từng tắm gội trong sông nước ngọt ngào dưới *mưa chiều nắng sớm* trên sông Hậu, nên *như cá gặp nước*, tha hồ bơi lội tung tăng trong biển cả. Còn Lan chưa biết bơi, chỉ vọc cát giỡn… nước biển mà mơ một ngày nào đó sẽ được bơi lội thỏa thích. Thế rồi cả hai cùng đi đến Hồ bơi gần nhà: chàng bơi lội thoải mái; còn nàng tập bơi. Là dân thành phố nên việc bơi lội đối với Lan là cả vấn đề *thiên nan vạn nan*. Nàng tập bơi trong muôn vàn cái khó. Ngày nào cũng bị sặc nước và no nước. Có lúc suýt bị chết đuối. Ai chỉ phương pháp nào, Lan cũng đem ra áp dụng... Vậy mà với ý chí vô cùng tận, chỉ sau một tháng tự tập bơi, Lan đã lập được một kỳ tích: *biết bơi*. Từ đó, mỗi tuần vợ chồng nàng đi bơi ba lần vào mỗi sáng thứ Ba, thứ Năm và thứ Bảy. Cái điệp khúc ấy được lặp đi lặp lại thường xuyên, đều đặn theo Lịch trình của Hồ bơi YMCA Cartierville (Montréal).

Sáng thứ Ba hôm ấy, vừa bước ra khỏi hồ bơi, Lan mếu máo nói với Tuấn:

-Anh à, sợi dây chuyền có tượng Phật của em bị mất rồi. Em kiếm hoài không thấy.

-Em kiếm nó kỹ chưa. Hay là bỏ quên ở nhà, Tuấn đáp.

-Em kiếm kỹ lắm rồi, từ hôm qua lận. Sợi dây chuyền của em không cánh mà bay đi mất.

-Em đã kiếm hết mấy cái tủ đựng quần áo trong Phòng tắm chưa. Hỏi thử mấy chị cùng đi bơi với em hôm qua xem sao. Biết đâu họ thấy và cất giữ giùm cũng nên. *Ở hồ bơi nầy, ai cũng dễ thương và tử tế* em cũng biết mà.

-Em đã làm hết mọi cách rồi. Không một ai thấy nó. Em tức lắm vì xưa nay tánh em vốn kỹ lưỡng. Hôm qua vì sợ trễ giờ, em không kịp tháo sợi dây chuyền ra cất ở nhà. Thành thử tới hồ bơi, em vội tháo nó ra rồi bỏ vô túi xách cẩn thận. Đến khi tắm xong là ra về ngay để kịp lo cơm nước nên quên mất. Thật là xui xẻo. Càng nghĩ càng tức mình.

-Thôi em đừng buồn, đừng tức, cũng đừng tiếc của làm gì. *Của đi thay người* mà, Tuấn an ủi vợ.

-Em không tiếc của chút nào. Sợi dây chuyền có nửa chỉ vàng không đáng giá là bao. Nhưng nó *vô giá* đối với em.

-Em không nhớ chuyện “Tái ông thất mã” sao. Biết đâu sau cái rủi nầy thì cái may khác lại đến. *Trong họa có phước, trong phước có họa* mà.

-Nhưng em vẫn còn ấm ức, Lan sụt sùi tiếp. Sợi dây chuyền đó đối với em là cả khối kỷ niệm không thể nào quên được. Chính anh đã mua sợi dây chuyền nầy tặng em nhân kỷ niệm một năm ngày cưới của chúng ta. Còn tượng Phật, vợ chồng mình đã “thỉnh” từ một ngôi chùa ở Sài Gòn. Từ đó mỗi buổi sáng em đều đeo sợi dây chuyền nầy để *đọc kinh cầu nguyện* trước bàn thờ Phật ở nhà mình, kể cả lúc đi du lịch. Đặc biệt “sợi dây chuyền đeo tượng Phật” nầy đã đồng hành cùng gia đình ta lúc vượt biển tìm tự do, cùng nếm trải những “mùi vị” của 1001 câu chuyện vượt biển trên đảo Pulau Bidong. Nói tới đây, nàng khóc hu hu!

-Thời gian rồi sẽ xóa nhòa hết mọi kỷ niệm em à, Tuấn

dỗ dành vợ. Em hãy quên nó đi mà vui sống. Bởi thời gian còn lại của chúng ta cũng không còn dài trong cảnh đời chiều nầy.

Nửa tháng sau... Những ngày cận Tết, sau một đêm trằn trọc suy nghĩ, Tuấn nói với Lan:

-Em à, còn có một nơi mình chưa hỏi. Đó là chỗ Réception YMCA Cartierville. Biết đâu sẽ lần ra manh mối. Vậy ngày mai mình sẽ đến đó hỏi thử xem sao.

-Ồ! Em quên mất. Có cái *chỗ gốc* đó mà em nghĩ mãi vẫn chưa ra. Anh giỏi thiệt. Chính em đã từng lượm đồ người ta bỏ quên trong thùng **Objets perdus** như nón, kiếng bơi... rồi đem đến chỗ réception, lỡ có ai quên mà đến tìm. Vậy ngày mai mình thử đến hỏi cho ra lẽ. Biết đâu...

Sáng thứ ba hôm ấy, Montréal đã vào giữa mùa Đông. Ngoài trời "tuyết rơi rơi chập chồng, trên cành phong trụi lá, trút giọt sầu mênh mông..." như một nhà thơ trên đảo Mộng đã ngẫu hứng cảm tác, vợ chồng nàng hăm hở đến hồ bơi với hy vọng kiếm được món đồ đã mất. Gặp cô phụ trách tiếp tân người Québecoise trẻ đẹp, dễ thương, Tuấn lễ phép hỏi sau khi đã chào xã giao:

-Thưa cô, cách nay độ nửa tháng, vợ tôi làm mất sợi dây chuyền nhưng kiếm hoài không thấy. Cảm phiền cô vui lòng tìm giúp giùm tôi.

Với nụ cười thật tươi nở trên môi, cô tiếp tân vui vẻ đáp:

-Rất vui lòng được giúp ông, cũng như bất cứ ai. Nhưng ông có thể mô tả sợi dây chuyền ấy để giúp chúng tôi tìm kiếm dễ dàng hơn.

-Đó là sợi dây chuyền vàng 18 carat có đeo hình mặt Phật Quan Âm, cân nặng 5 chỉ, bị mất ở hồ bơi nầy nửa tháng trước.

Bằng một hành động nhanh nhẹn, cô tiếp tân – sau nầy vợ chồng Tuấn được biết tên cô là **Julie** – lúi húi lục lạo mớ đồ vật trong hộc tủ. Khoảng mười phút sau, cô Julie lôi ra hai sợi dây chuyền. Ngắm nghía, so sánh một lúc, cô lấy sợi dây chuyền có đeo mặt Phật Bà Quan Âm, đoạn chìa ra trước mặt Tuấn và hỏi:

-Có phải sợi dây chuyền nầy không, thưa ông?

Cả hai vợ chồng Tuấn – Lan đều mừng rỡ reo lên:

-Dạ đúng rồi cô. Đó chính là sợi dây chuyền bị đánh mất cách nay nửa tháng. Cô vui lòng cho chúng tôi xin lại.

Cô Julie đã tin tưởng "khổ chủ" tuyệt đối nên vui vẻ trao sợi dây chuyền cho Lan mà không đòi hỏi ký nhận. Cả hai bên đều lấy làm vui mừng và vô cùng hạnh phúc: bên nầy trao được "kỷ vật" cho người làm mất nó; bên kia vô cùng toại nguyện vì "châu về hợp phố". Đối với Lan, cái Tết năm nay là cái Tết hạnh phúc nhứt đời vì bất ngờ nàng "***tìm được mùa Xuân***" đã mất.

Từ chuyện "mất dây chuyền" dẫn trên bất giác chúng tôi nhớ tới câu "Lộ bất thập di". Đây là điển tích thời kỳ Nghiêu Thuấn – những vị vua huyền thoại của Trung Hoa thời Ngũ Đế - miêu tả cảnh thái bình thạnh trị, muôn dân sống ấm no hạnh phúc, [ngoài] đường không lượm của rơi ("Lộ bất thập di"), [trong] nhà ban đêm khỏi lo đóng cửa ("Dạ bất bế hộ"). Đó là cuộc sống lý tưởng mà Nguyễn Công Trứ hằng mơ ước nên đã thi vị hóa cảnh nghèo của mình trong bài *Hàn nho phong vị phú*: "*Đêm năm canh an giấc ngáy kho kho; Đời thái bình cửa thường bỏ ngõ*".

Nhờ ơn trên sắp đặt, gia đình Tuấn – Lan đến định cư ở xứ Lá Phong - nơi *đất lạnh* mà *tình nồng* vẫn thấm đượm. Nhiều nguồn tư liệu cho rằng Canada là một trong những "**đất nước đáng sống nhứt**" thế giới . Nào là đất nước rộng lớn, hùng vĩ và giàu tài nguyên; nào là nền kinh tế ổn định; cuộc sống ở đây vô cùng bình yên, ít tội phạm; môi trường đa văn hóa; nào là hệ thống giáo dục và y tế chất lượng cao; chi phí sinh hoạt tương đối thấp, so với châu Âu và Hoa Kỳ, v.v... (theo https://canada.com.vn.).

Bà Lan trong truyện nầy đã "tìm được mùa Xuân" nhờ "châu về hợp phố". Mọi người ở hồ bơi đều "tốt bụng và tử tế" nên ai đó đã lượm của rơi rồi đem trả lại cho chủ, có thể sánh với thời Nghiêu Thuấn "lộ bất thập di". Cô Julie đẹp người đẹp nết lại vô cùng tử tế và tốt bụng, là hình mẫu người bản xứ được hấp thụ nền giáo dục chất lượng cao. Chuyện "Tái ông thất mã" vẫn hoàn toàn đúng trong câu chuyện đầy tính nhân văn nầy. Xin cám ơn đất nước Canada đã cưu mang những người tốt bụng và tử tế. Nhân Tết Bính Ngọ sắp tới, kính chúc bạn đọc gần xa bốn chữ "Mã Đáo Thành Công" suốt cả năm.

Nguyễn Kiến Thiết – Montréal, Tết Bính Ngọ 2026

TRÚC LAN
MỪNG LỄ VÀNG

Hôm nay là ngày 14 tháng Một năm 2026 – ngày Lễ Vàng kỷ niệm **53** năm ngày cưới của vợ chồng tôi. Các con chúng tôi đã tổ chức chu đáo Lễ Vàng nầy: đặt tiệc tại nhà hàng, mua hoa và đặt bánh. Vì muốn dành trọn sự riêng tư, chúng tôi không mời bất cứ thân hữu nào. Ngoài gia đình hai con trai ở gần, còn có sự tham dự của bà thông gia và cô em Út Ngọc Bạch – đại diện em vợ tôi. Sau khi tan tiệc ở nhà hàng Thanh Thảo (Montréal), mọi người kéo về tư gia của chúng tôi để cắt bánh, chúc mừng, tặng quà kỷ niệm.

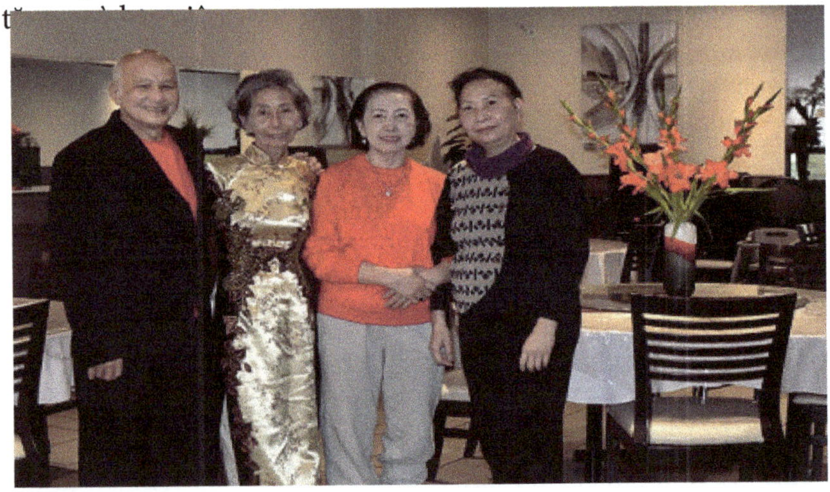

*Lễ Vàng của chúng tôi được tổ chức tại nhà hàng và tại tư gia. Các con chúng tôi đã đặt ổ bánh với Lời chúc: "**Chúc Mừng Kỷ niệm 53 năm ngày cưới của Ba Mẹ - 2026**", và câu thơ lục bát: "**Mẹ Ba vững lái con tàu; Vượt qua giông bão trọn đời bên nhau**"*

Hồi tưởng lại cách đây **53** năm, cha mẹ đôi bên đã tổ chức Lễ cưới của vợ chồng tôi không xa hoa trong bầu không khí ấm áp, vui vẻ, thân tình tại **Tửu Lầu Sài Gòn**, số **53**, đường Trần Hưng Đạo, Quận I Sài Gòn (Số **53** nầy thật trùng hợp ngẫu nhiên). Trong số trên 200 quan khách tham dự, có sự hiện diện của người cô họ: bà Nguyễn Thị Trị - Phu nhân cố Thủ Tướng Campuchia Sơn Ngọc Thành cũng như GS Phạm Việt Tuyền và Phu nhân. GS Thanh Lãng bận việc không đến dự. Người đã gởi chúng tôi tấm Danh thiếp với mấy dòng ngắn gọn: "*Thăm Thiết và Mai. Mừng Cô và Cậu: Chúc một cuộc đời vui tươi, hạnh phúc, đầy thành công – Thanh Lãng*".

Lúc bấy giờ cuộc chiến Quốc-Cộng ngày một ác liệt, cảnh "Cha khóc con, vợ khóc chồng, nhà cửa ruộng vườn hoang tàn đổ nát" diễn ra khắp mọi miền đất nước. Lại thêm "người anh em bên kia" gia tăng đắp mô, gài mìn để chặn đường tiến quân của quân đội Quốc Gia. Trên quốc lộ từ miền Tây về Sài Gòn, thỉnh thoảng lại nổi lên những ụ mô-mìn. Đã có mấy xe đò vướng mìn nổ tung, kẻ chết, người bị thương, tiếng khóc than đau đớn nát lòng! Tội nghiệp Ba Má tôi cùng một số chú bác cô dì đáp chuyến xe đò Hiệp Thành từ Trà Ôn lên Sài Gòn để tổ chức và tham dự Hôn lễ của vợ chồng tôi phải nhiều phen hú vía. Từ ấy vợ chồng tôi chung sống hạnh phúc bên nhau trong tình nghĩa mặn nồng, thương yêu, hòa thuận đúng như lời Má tôi thường khuyên dạy: "*Chồng nói vợ nghe, vợ nói chồng nghe, thuận vợ thuận chồng tát biển Đông cũng cạn*". Có thể nói: "*Trải qua dâu bể bao lần; Phong ba mấy độ, tao khang mặn nồng*".

Tháng Tư đen 1975 cũng là năm tôi bước vào ba mươi mốt tuổi, sóng gió ập đến gia đình tôi. Công danh vừa mới lóe lên như ánh chớp liền bị tắt lịm. "Nước trôi sự nghiệp, hoa tàn công danh", tôi như người mất hồn, lơ láo trong cuộc-đổi-đời-vàng-thau-đen-trắng-nhục-vinh. Rồi những tháng ngày buồn nối tiếp nhau, tôi như một người bất đắc chí, nhụt cả ý chí, niềm tin và nghị lực. Bạn bè người vượt biển, kẻ băng rừng, kẻ lang thang làm người thất tình thất nghiệp. Có lúc tôi chỉ biết rong chơi để quên đi những chuỗi ngày vô vị, mượn thơ và rượu giải cơn sầu.

Vấn đề "đi" hay "ở" được vợ chồng tôi đem ra bàn bạc, tranh cãi. Đôi khi quyết liệt đến nỗi *cơm không lành canh không ngọt,* cơ hồ hạnh phúc gia đình mà chúng tôi hằng nâng niu trânquý suýt bị tan vỡ. Rồi chúng tôi quyết định ra đi, mặc dầu phải "tìm sự sống trong cái chết", v.v...

53 năm trôi qua nhanh như giấc mộng. Cơn đại hồng thủy tháng Tư năm ấy cũng như bão tố trên biển cả tháng 12 năm 1987 cũng không thể nhấn chìm con thuyền tình bé nhỏ được lèo lái bởi thủy thủ đoàn vững chãi và kiên định.

Nhân tạp chí *Văn Học Mới* ra số chủ đề "**Vinh Danh Nguyễn Kiến Thiết**" (số **47** tháng 12/2025), hiền nội tôi đã viết mấy dòng cảm nghĩ: "*Vợ chồng chúng ta đã chung sống suốt 53 năm qua, đã trải qua bao nhiêu vui - buồn, sướng - khổ, nhưng vợ chồng mình vẫn thương yêu bền chặt như thuở ban đầu. Tháng Tư năm ấy "sóng gió" có nổi lên nhưng không thể nhấn chìm con thuyền tình vững tay lèo lái. Rồi bão táp trên biển cả cũng không vùi dập con tàu vượt biển tìm tự do nơi vùng đất hứa. Vì tương lai của gia đình - nhứt là của các con - mà chúng ta đã liều chết ra đi "tìm sự sống trong cái chết". Chúng ta đã ổn định cuộc sống nơi quê hương thứ hai, đất có lạnh mà tình vẫn nồng.*

"Em cám ơn Trời Phật đã đưa đẩy gia đình ta đến vùng "đất phước" cũng như ban cho em một người chồng mẫu mực, yêu vợ thương con vô bờ bến. Càng hạnh phúc hơn khi các con đã trưởng thành, có công ăn việc làm tương đối ổn định. Đặc biệt em lấy làm mãn nguyện vì có các con trai và con dâu hiếu thảo, kính yêu cha mẹ, cũng như sáu đứa cháu Nội - sáu "cục cưng" ngoan ngoãn thông minh... Chúng ta đã nguyện quy y Tam Bảo, cùng nắm tay nhau đi suốt cuộc đời".

Dịp nầy, **Trúc Lan** tôi có sáng tác bài thơ Đường luật thất ngôn bát cú sau đây để kỷ niệm 53 năm ngày cưới:

MỪNG LỄ VÀNG

Mừng ngày cưới thứ năm mươi ba
Đôi vợ chồng son đã thiệt già
Loan Phượng Hòa Minh – chung tiếng hót
Sắt Cầm Hảo Hợp – trọn tình ca
Bao nhiêu dâu bể, cùng chung bước
Biết mấy thăng trầm, vẫn vượt qua
Đạo vợ chồng, tình sâu nghĩa nặng
Lễ Vàng tô điểm – thắm tình ta!

Trúc Lan – Montréal 14.I.2026

CHÁNH TÂM
CHIỀU MÙNG MỘT TẾT TRÊN BÃI BIỂN PULAU BIDONG

Một buổi chiều mùng Một Tết Mậu Thìn (1988), Tuấn đi bách bộ lang thang trên bãi biển Pulau Bidong mà lòng ngổn ngang trăm mối. Trời trong, nước xanh. Nắng vàng hiu hắt. Gió dìu dịu êm êm. Sóng vỗ rì rào tạo thành một bản nhạc du dương trầm buồn. Xa xa đảo Cá Mập hiện lên giữa minh mông trời nước. Hôm nay gió lặng sóng êm trái hẳn những lúc phong ba, biển điên cuồng gào thét, từng đợt sóng dữ cao ngất sẵn sàng nhấn chìm mọi vật, gieo bao nỗi sợ hãi, chết chóc. Trong lòng chàng dấy lên một nỗi buồn sâu lắng, một nỗi nhớ miên man. Buồn vì từ đây phải sống đời viễn xứ với thân phận kẻ lưu đày nơi đất khách. Nhớ quê hương, nhớ tới những người thân yêu ruột thịt, nhớ cha mẹ già đêm ngày mòn mỏi đợi tin con. Rồi những cái Tết đậm đà vị ngọt quê hương cùng những kỷ niệm êm đềm mà ngày về thì vô định, tương lai thì mờ mịt. Những khúc phim, những mảnh vụn ký ức đời tị nạn lần lượt hiện ra, được chắp vá không theo thứ tự lớp lang, từ việc xảy ra gần nhứt cho tới cái xa lắc xa lơ.

Hôm qua 30 Tết, theo truyền thống, tại nơi tạm cư Long House khu F, gia đình Tuấn rước ông bà bằng một lễ cúng thật đơn giản: mì xào gà, một dĩa trái cây không đủ "ngũ quả" và một gói bánh kẹo. Gia đình anh đón giao thừa lần đầu tiên từ lúc rời bỏ quê hương trên đảo vắng, trong buồn lặng. Tết nay thiếu hẳn một cành mai, không "thịt mỡ dưa hành", không "cây nêu tràng pháo" để mừng Xuân. Cũng không có thịt kho riệu nước dừa, lại càng thiếu nồi khổ qua dồn thịt bởi lẽ thịt heo là điều cấm kỵ trên đất Mã. Thỉnh thoảng âm thanh hỗn độn chát chúa phát ra từ mấy miếng tôn, miếng thiếc, từ nồi niêu xoong chảo do mấy cậu thanh niên vỗ đập liên hồi thay cho tiếng pháo. Rồi cuộc rượt đuổi của cảnh sát Mã Lai để giữ gìn an ninh trật tự gây náo loạn đêm giao thừa. Cậu nào không may bị bắt, được "chào sân" bằng mấy cú đánh đập của cảnh sát Mã, bị cạo trọc đầu và ăn Tết trong "chuồng khỉ" (monkey house) để "gặm khối căm hờn"!

Ngày đầu năm mới, họ đến chúc Tết một số đông đồng bào tị nạn, đặc biệt các thuyền nhân cùng Long House cũng như cùng chuyến tàu MB897. Mỗi người đều mang một tâm trạng, một nỗi niềm. *Ngày Xuân sao cảnh chẳng Xuân?*

Đã ba ngày qua, cũng vào thời điểm nầy, Tuấn thấy một người đàn ông tuổi trung niên, mặt xương xương, tóc muối tiêu khoanh tay đứng nhìn về phía chân trời xa xăm, nét mặt buồn rười rượi. Tuấn lân la đến hỏi thăm:

-Chào anh, xin tự giới thiệu tôi là Tuấn, tàu MB897 rất muốn được làm quen với anh.

Khẽ nhếch nụ cười, người đàn ông đáp:

-Chào anh Tuấn. Tôi tên Giao, tàu MC19... vừa tới đảo Bidong hai tuần trước. Rất hân hạnh được quen biết anh.

Qua cái siết tay thật chặt, cái nhìn thân thiện, chúng tôi trò chuyện cởi mở từ đó.

-Giao: Anh Tuấn đi với ai và tới đây hồi nào?

-Tuấn: Tôi đi cùng gia đình gồm vợ chồng tôi và bốn đứa con trai. Chúng tôi xuất phát từ rạch Đầu Sấu Cần Thơ vào đêm 20/12/1987, tới đất liền Marang vào đêm Giáng sinh vừa qua và nhập trại Bidong vào ngày 29/12/1987. Còn anh?

-Giao: Tôi đi một mình, xuất phát từ Cà Mau. Vợ tôi đi chuyến sau vì phải nán lại để bán xong căn nhà. Chuyến đi của anh có gặp nguy hiểm gì không?

-Tuấn: Kể ra cuộc hành trình của tôi cũng không hoàn toàn suôn sẻ. Ngay đêm xuất phát, tàu chúng tôi bị mắc cạn, phải nằm chờ con nước lớn mới ra khơi. Đến ngày thứ ba, sau khi ra tới hải phận quốc tế, lại gặp bão. Từng đợt sóng lớn cao ngất cỡ mấy tầng nhà như muốn nuốt trọn con tàu bé bỏng. Nước tràn vô khoang tàu ngày càng nhiều. Nhiều người chắp tay khấn nguyện, cầu mong Chúa, Phật, đức Quán Thế Âm bồ tát rộng đức háo sanh ra tay cứu khổ cứu nạn. Mạng người lúc ấy như chỉ mành treo chuông, hy vọng sống còn rất mỏng manh. Dưới hầm tàu, người người chen chúc như cá hộp không ngớt nôn mửa vì say sóng. Người nầy phun "mật xanh mật vàng" vào mặt mày, vào quần áo người kia. Rồi có tiếng cãi vả, chửi bới ồn ào. Có kẻ sợ té đái, phóng uế bừa bãi. Mùi hôi thúi xông lên nồng nặc, khó thở. Sau hai tiếng đồng hồ chống chọi với phong ba, trong cơn *thập tử nhứt sanh*, gió bỗng đổi chiều và giảm dần tốc độ khiến ai nấy đều mừng rỡ. Cuối cùng vào đêm Giáng sinh vừa qua, tàu chúng tôi đã cặp bến bờ tự do… Còn tàu của anh có gặp trở ngại gì không?

-Giao: Xin chúc mừng anh và gia đình đã tới nơi bình an. Anh Tuấn ơi, năm nay chắc tôi bị sao quả tạ chiếu nên tai họa dồn dập xảy đến. Tàu chúng tôi không gặp bão lớn nhưng bị hải tặc Thái Lan cướp tới ba lần. Hai lần đầu chúng vơ vét vàng bạc tư trang sạch sành sanh rồi bỏ đi. Tới lần thứ ba, sau khi "khảo của" không moi được thứ gì, bọn chúng chọn mười mấy cô gái trẻ đẹp rồi thay phiên nhau hãm hiếp giữa thanh thiên bạch nhựt trước mắt người thân. Ai phản ứng, chúng chém liền rồi liệng ngay xuống biển. Thỏa mãn xong thú tính, chúng đập phá máy tàu chúng tôi rồi bỏ đi. Sau mười ngày linh đinh trên biển cả, đồ ăn thức uống hết sạch, ai nấy đều đói khát. May mắn thay tàu chúng tôi đã tới đảo Bidong trước khi cơn bão dữ ập tới.

-Tuấn: Như vậy anh cũng có phước lắm mới còn sống sót tới đây. Xin chúc mừng anh.

-Giao: Cám ơn anh. Nhưng tai họa đến với gia đình tôi chưa dứt đâu anh Tuấn ơi. Mấy ngày qua tôi nhận được một tin sét đánh. Con tàu định mệnh chở vợ tôi bị hải tặc Thái cướp tới hai lần. Sau khi cướp của, hãm hiếp đàn bà con gái, chúng bắt 9 phụ nữ đem về tàu của chúng để tiếp diễn thú tính man rợ, rồi ném tất cả xuống biển. Cuối cùng chúng húc tàu tị nạn chìm để xóa hết vết tích. Trong 9 phụ nữ xấu số bị ném xuống biển có cả vợ tôi. Chỉ một người còn sống sót nhờ tàu buôn nước ngoài cứu kể lại câu chuyện thương tâm nầy. Còn đau đớn nào hơn bao nỗi kinh hoàng của vợ tôi trước khi chết. Phải chi vợ tôi đừng tiếc của để cùng vượt biên với tôi thì đâu có ra nông nỗi. Tôi khổ lắm anh Tuấn ơi! Tôi còn sống đây mà coi như đã chết.

Nói tới đây, anh khóc òa. Tuấn nắm vai anh và an ủi:

-Thôi đừng buồn, đừng khóc nữa anh Giao ơi. Người ta nói "vượt biên có số" mà. Mấy tháng nay ở trại tị nạn Bidong, tôi đã *thấy no con mắt* và *nghe đầy lỗ tai* về thảm cảnh vượt biên vượt biển. Có thể nói cả *một ngàn lẻ một* câu chuyện với đầy đủ tình tiết lâm ly thống thiết.

Rồi Tuấn lần lượt kể những điều nghe thấy về những câu chuyện thương tâm của các thuyền nhân xấu số trên những con tàu định mệnh. Có tàu bị hải tặc Thái Lan cướp sạch tiền bạc, vòng vàng rồi hãm hiếp phụ nữ năm lần bảy lượt giữa thanh thiên bạch nhựt trước mắt người thân. Có tàu bị chúng cưỡng hiếp tập thể con gái đàn bà từ 12 tuổi tới 60 tuổi, rồi chọn vài chục cô gái trẻ đẹp về tàu của chúng để tiếp diễn trò chơi trên thân xác phụ nữ. Rõ ràng là bọn hải tặc Thái "hãm hiếp chẳng tha con nít người già". Sau khi thỏa mãn thú tính, chúng quăng hầu hết đám phụ nữ xuống biển. Số còn lại chúng đem bán cho các động mãi dâm. Rất nhiều tàu bị chết máy trôi vật vờ vô định suốt cả tháng trời, đồ ăn thức uống hết sạch. Muốn sống còn, người ta bị bắt buộc phải uống nước tiểu, nước biển, có khi uống máu (!), ăn thịt người sắp chết - kể cả xác người thân yêu ruột thịt của mình. Có bà mẹ thấy con gái mình hấp hối đã "cắt tay lấy máu nhỏ vào miệng con cho nó hồi sinh". Có người cha đã tự lóc thịt của mình cho đứa con sắp chết ăn để sống còn, giống như chuyện nàng Thoại Khanh lóc thịt cứu mẹ chồng giữa rừng sâu trên đường tìm chồng. Đó đây lời van xin tội nghiệp của một bé gái: "*Ba ơi! Khi con chết đừng cho ai ăn thịt con*". Cảnh "người ăn thịt người" man rợ thiệt có một không hai trong thời đại văn minh nầy. Quả đúng "Đời là biển khổo63hhh ho" như lời Phật dạy. Ôi! Thảm cảnh vượt biên vượt biển sao quá đau đớn nát lòng**. Ôi! Cái giá của Tự Do thật là vô giá**!

Những ngày tháng đợi chờ Cao Ủy Tị Nạn đến phỏng vấn, Tuấn còn nghe thấy những chuyện *chướng tai gai mắt* về những hình ảnh không mấy đẹp đẽ và hành động thiếu suy nghĩ của một số thuyền nhân. Đó là đàn em của các băng đảng "Sa Tăng", "Thiết Giáp"- đặc biệt tay anh chị có cái tên "Định Mệnh", tiếp tục quậy phá. Các tay *giang hồ thứ thiệt* nầy chiếm cứ địa bàn hoạt động ở các khu Long House để trục lợi. Từ giành đất trồng rau đem bán, chiếm giếng nước để sử dụng riêng (có khóa hẳn hoi) đến cắt xén hàng tiếp liệu (supply) do Cao Ủy phân phối (cá, gà, rau cải) rồi ngang nhiên đem bán lại với giá cắt cổ! Mỗi lần nhận hàng tiếp liệu là có cảnh tượng chen lấn, giành giựt, tiếng ồn ào chửi bới ỏm tỏi. Sống lâu thời bao cấp dưới nền giáo dục "đặc biệt" và trong cảnh khốn cùng, họ phải chen lấn giành giựt để đem phần lợi về mình. Rõ thật "miếng ăn là miếng tồi tàn"! Các tay anh chị hay bắt nạt kẻ yếu để cướp đoạt trắng trợn một số vật dụng. Thỉnh thoảng những thành phần du đãng nầy mang giáo mác, dao búa từ các khu C, D, G tới khu F "hỗn chiến" làm náo động cả trại. Nguyên do không ngoài việc tranh giành quyền lợi (buôn lậu), thế lực, kể cả tình yêu. Có cả chục thanh niên đáng thương bị lính Mã Lai bắt cạo trọc đầu và nhốt vào chuồng khỉ (monkey house) - gọi là "bồ tạt" (?), vẫn không tởn. Nhiều phụ nữ vô phước bị hải tặc hãm hiếp tập thể, bị ném xuống biển, sống sót đến đảo, sống vật vờ vô định, tâm thần bấn loạn. Họ đã đến bịnh viện Sick Bay để khám thai và sẵn sàng "trục xuất" những đứa con tương lai của hải tặc. Một số chị em sống buông thả, cặp bồ với lính Mã hoặc lén "đi khách" miễn có chút đỉnh tiền để chi dụng. Có những cuộc tình Bidong vội đến vội đi. Những ai có dịp lên đồi khu F sẽ thấy cả trăm ngôi mộ thuyền nhân xấu số được vùi lấp vội, mấy chục đống phân giòi bọ lúc nhúc. Rải rác đó đây trong những bụi cây, hốc đá là những "áo mưa" (condom) của những cặp "tình Bidong có list thì dông". Thì ra đây là nơi lý tưởng để giải quyết cái "đệ tam" và "đệ tứ khoái" của thuyền nhân. Thuở ấy trong Tự điển tị nạn lại có thêm từ "lái xe" có nghĩa dẫn/đưa đàn bà con gái lên đồi để hành lạc (xe: con gái), vân vân…

Tuấn cũng không quên kể về nhiều nghệ sĩ nổi tiếng trước 1975 như Hùng Cường, Lệ Thu, Thanh Tuyền, Ngọc Minh, Băng Châu và Hoàng Thi Thao đã vượt biển tới Pulau Bidong từ năm 1980. Nghệ sĩ Hùng Cường tới đảo Bidong ngày 31/5/1980 được dân tị nạn sắp hàng dàn chào. Anh đã sáng tác một bản tân nhạc *Cuộc tình buồn* cùng bài thơ *Sẽ còn* và trình diễn phục vụ đồng bào tị nạn. Anh cho biết bài thơ nầy được sáng tác trong trại giam ở Việt Nam vì quá đói. Có thể nói nghệ sĩ Hùng Cường lập *kỷ lục bị bắt rồi thả*, và lại bị-bắt-rồi-thả 5 lần 7 lượt vì cái tội vượt biên. Ca sĩ Ngọc Minh ca bài *Anh giải phóng tôi hay tôi giải phóng anh* của nhạc sĩ Nhật Ngân. Còn ca-nhạc sĩ Hoàng Thi Thao - vừa là con nuôi, vừa là cháu gọi nhạc sĩ Hoàng Thi Thơ bằng chú ruột, cũng giúp vui với bản *Hát cho người vượt biển Đông*. Về sau, Tuấn còn có dịp gặp các nghệ sĩ Hà Mỹ Xuân, rồi Ngọc Đan Thanh (tới Bidong vào ngày 22/5/1988). Cô Hà Mỹ Xuân cùng chồng và 17 thuyền nhân vượt biển trên chiếc ghe cà-vom nhỏ. Chiếc ghe bị chết máy phải "chạy" bằng buồm. Vậy mà họ cũng tới nơi an toàn. Một trong hai nghệ sĩ đã dàn dựng vở tuồng "*Người Đẹp Trong Tranh*" để phục vụ đồng bào. Vở tuồng nầy kể chuyện tình diễm tuyệt liêu trai giữa chàng nho sinh Tú Uyên và "người đẹp trong tranh" Giáng Kiều trong *Bích Câu Kỳ Ngộ*, được khán giả tán thưởng nhiệt liệt. Sau cùng hai người tạm chia tay, hẹn có dịp sẽ tâm tình nhiều hơn…

***

Gia đình Tuấn đã đến bến bờ Tự Do. So với trên ba trăm ngàn người đã vĩnh viễn ra đi cùng những thảm cảnh vượt biển dẫn trên thì chàng và gia đình có phước hơn rất nhiều lần - nếu không nói là "đại phước". Phải chăng "*cộng nghiệp lành*" đã đem lại may mắn cho 75 thuyền nhân trên tàu chàng - những người có "*biệt nghiệp lành*". Chàng chỉ biết cầu nguyện cho hương hồn người chết trong kinh hoàng, tức tưởi sớm được siêu thoát. Cầu mong những người còn sống sót và thân nhân của họ hãy quên đi quá khứ đau buồn mà yên lòng xây dựng cuộc đời mới. Phong trào vượt biên vượt biển có thành công và thất bại, có hạnh phúc và đau khổ, có ngọt bùi và đắng cay tủi nhục, có cả phép lạ của thế giới tâm linh chuyển họa thành phước, đem lại sự sống trong cái chết. Đó là bản *anh hùng ca* bất tận, đồng thời là bản *trường hận ca* của người vượt biển. Và chỉ có người trong cuộc - chứng nhân đích thực, mới nếm trải trọn vẹn những cung bậc của "mùi vị" vượt biển. Bây giờ trong lòng Tuấn còn lắng đọng **nỗi nhớ** với muôn vàn kỷ niệm buồn vui không tài nào kể ra hết. Nhớ tới đồng bào tị nạn cùng chia ngọt sẻ bùi. Nhớ tới anh Giao mà lòng bồi hồi thương cảm. Nhớ cái thư viện nhỏ nơi anh công tác thiện nguyện với nhiều sách học tiếng Anh, tiếng Pháp cùng một số tạp chí *Việt Chiến, Dân Chúa, Văn Nghệ Tiền Phong*. Nhưng nỗi nhớ sâu lắng là âm thanh phát ra từ chiếc loa của Khối Thông tin

Văn hóa trên đảo Bidong: "*Thông báo rời đảo. Thông báo rời đảo. MB897, MB897…*", tiếp nối bởi giọng ca Khánh Ly qua điệu nhạc chia lìa, tha thiết *Biển Nhớ*: "*Ngày mai em đi, biển nhớ tên em gọi về. Gọi hồn liễu rũ lê thê, gọi bờ cát trắng đêm khuya… Ngày mai em đi, biển có bâng khuâng gọi thầm. Ngày mưa tháng nắng còn buồn, bàn tay nghe ngóng tin sang*". Anh cũng khắc ghi vào tâm khảm số căn cước thuyền nhân **144172** và số tàu **MB897** của mình. Làm sao quên được **ngày 6 tháng 3 năm 1989** đánh dấu ngày định cư tại Montréal, Canada của gia đình chàng. Chiều tối hôm ấy ngoài trời tuyết dày đặc, lạnh cắt da (-27 độ C), vậy mà cả nhà bên Ngoại các cháu đã có mặt đông đủ tại phi trường Mirabel (Montréal) để đón rước gia đình chàng. Bao nhiêu mừng vui, bao nỗi cảm xúc, biết mấy nghĩa tình! Từng giọt nước mắt sum họp, chan hòa hạnh phúc, nước mắt của tình thương, của lòng biết ơn ngọt ngào nồng thắm.

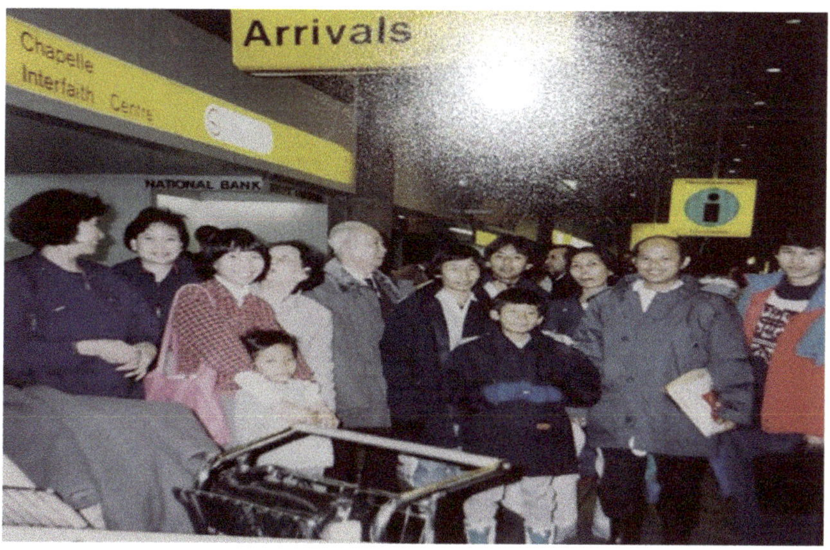

* *Ảnh gia đình tác giả* và *người thân (chụp tại phi trường Mirabel, Montréal ngày 6/3/1989)*

Chánh Tâm - Montréal, **6/3/2025,** kỷ niệm **36** năm định cư.

*Từ tháng 6/2018, Viện Bảo Tàng Di Sản Người Việt (Vietnamese Heritage Museum – VHM) đã được thành lập nhằm "*Sưu tầm, thu góp, bảo tồn và phổ biến những chứng tích của người Việt tỵ nạn kể từ biến cố năm 1975*". Bạn đọc có thể tham khảo đầy đủ tư liệu nơi đây:_http://vietnamesemuseum.org/

ĐỨC PHỔ
XUÂN MỘNG

Em về ôm mộng anh theo
cho quê tết nhứt vòng đeo trọn cườm…
tay tròn cánh nhớ từ hôm
trời xuân lạnh gió dựng bờm ngược đông…

phương nhà chín đợi mười mong
dặm ngàn lưu lạc lòng không nguội lòng…
mai sau cỏ úa non bồng
bàn tay còn ấm ngọn hồng giấc xuân…

mãi tình tại chỗ dậm chân
giữa khuya mộng đắp đã trần thân tôi.
em về tình cũ bạc vôi
men say mùa cuối xuân trôi dật dờ.

xuân này vẫn mộng trong mơ
vẫn say trong tỉnh vẫn chờ như không.
em về tình nhẹ như bông
mặc lòng khách lữ ngùi trông phương nhà…

ĐỨC PHỔ

NGUYỄN VĂN SÂM

Bài thơ Ghẹo Thị Lộ không phải là của Nguyễn Trãi

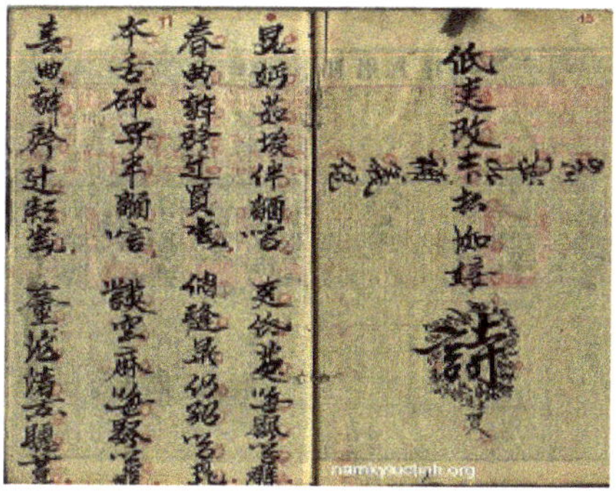

Ai cũng biết bài thơ gọi là 'Ghẹo Thị Lộ' tương truyền là của Nguyễn Trãi:

Ả ở đâu bán chiếu gon,
Hỏi xem chiếu ấy hết hay còn?
Xuân thu nay được bao nhiêu tuổi
Đã có chồng chưa được mấy con?

Và bài thơ trả lời tương truyền là của thiếu nữ Thị Lộ:
Em ở Hồ Tây bán chiếu gon,
Việc chi ông hỏi hết hay còn,
Xuân thu nay được trăng tròn lẻ,
Chồng còn chưa có, có chi con!

Bài thơ suông sẻ, không có chữ khó do ngày xưa gọi cách khác nay cách khác, cũng không có cấu trúc câu văn làm khổ người đọc hiện nay. Chỉ có một từ khó là gon trong từ chiếu gon. Tự điển Huình Tịnh của không có từ gon, tuy rằng có tới 53 mục từ chiếu như sau:

Chiếu cạp | Chiếu bông | Chiếu du | Chiếu chẽ | Chiếu chỉ | Ban chiếu chỉ | Chiếu | Chiếu thơ | Chiếu dụ | Chiếu liếp |

Chiếu lác | Chiếu mây | Chiếu ngà | Chiếu bạch định | Chiếu kế | Hàng chiếu liếp | Chiếu hoa | Chiếu dày trân | Chiếu nôi | Chiếu manh | Chiếu đất màn trời | Chiếu sáng | Chiếu khắp | Chiếu hào quang | Nhựt nguyệt tuy minh nan chiếu phúc bồn chi hạ | Ngồi đồng chiếu kính | Chiếu ứng| Chiếu theo | Chiếu giám | Linh tê chiếu thủy | Đèn chiếu ngủ sắc | Chiếu tướng | Chiếu cố | Chiếu con cờ | Chiếu diễn | Đồng giám, chiếu giám, giám lượng, giám nguyên | Đắp chiếu dọc | Chiếu đắp | Liệt chiếu giằng | Giằng cao chiếu sạch | Giằng ngà chiếu ngọc |Chiếu hội | Chiếu y | Chiếu kiến | Ngồi đồng chiếu kiến | Chiếu kính | Chiếu lâm | Chiếu lệ | Chiếu luật | Ngồi đồng chiếu kinh | Chiếu nhận | Chiếu quản | Ra chiếu chỉ |

(Bấm con troll và click bên tay trái con chuột để thấy định nghĩa)

Hai tự điển Génibrel và Taberd đều có giải thích gon 棍 (mượn từ côn) là một loại lác, loại bàng (espèce de jonc). Chắc xưa ở miền Nam có nhiều loại lác, bàng để làm chiếu làm nóp, làm giỏ, làm cặp học trò, làm buồm nên vùng chợ lớn ngày xưa có đường tên gọi là Quaie des Joncs…

Ngoại sử kể lại là từ sau cuộc đối đáp đó cô bán chiếu Thị Lộ trở thành nàng hầu thân cận nhứt của đại thần Nguyễn Trãi… và sau đó xảy ra chuyện tru di tam tộc họ nhà Nguyễn Trãi do cái án vườn trái vải (lệ chi viên).

Tôi không được hân hạnh thấy hai bài xướng họa trên trong chính sử nào, của Ngô Sĩ Liên chẳng hạn, cũng chưa thấy trong một sách Nôm nào, chỉ thấy trong các sách bằng quốc ngữ chép qua chép lại.

Từ đó tôi ngờ rằng hai bài xướng họa nầy xuất phát từ cảm hứng của một nhà Nho nào đó khoảng giao thời giữa hai thế kỷ 19, 20, cảm hứng phát ra từ trong thâm tâm ông - hay do ông mô phỏng một bài thơ nào mà ông thich - trong khi ông sáng tác ra truyền thuyết 'Thị Lộ- Con rắn trả thù' để giải thích về trường hợp oan ức của đại công thần Nguyễn Trãi. Lý do là ta khó thể hình dung được một đại công thần, vào thời Khổng giáo cực thịnh ở nước ta, lại có thể cợt nhả một thiếu nữ mới lớn, đáng hàng cháu chắt của mình. Sự tưởng tượng của tác giả bài thơ đó càng bộc lộ hơn khi ta đọc Quốc Âm Thi Tập của Nguyễn Trãi với lời thơ gút mắt xa xưa của vần thơ cũng như của ngôn từ. Lấy đại bài đầu tiên: Thủ vĩ ngâm:

Góc thành Nam lều một căn.
No nước uống, thiếu cơm ăn.
Con đòi trốn dường ai quyến,
Bà ngựa gầy thiếu kẻ chăn.
Ao bởi hẹp hòi khôn thả cá,
Nhà quen thú thứa ngại nuôi vằn.
Triều quan chẳng phải ẩn chẳng phải.
Góc thành Nam lều một căn.

Bài thơ có hai điểm khó căn bản:

a. Từ ngữ xưa: con đòi (tớ gái, hầu gái, tỳ nữ..), bà ngựa (con ngựa, ngựa), vằn (con chó, con vện), quyến (dụ, dụ dỗ), hẹp hòi (chật chội, nhỏ), thú thứa (thanh thản, thong thả), triều quan (quan trong triều đình).

b. Cách nói khác ngày nay: no nước uống (nước thì có nhiều), thiếu cơm ăn (thức ăn thì không đủ), dường ai quyến (bỏ đi, như là có ai dụ dỗ)…

Không phải chỉ có bài nẩy mới khác xa với hơi hướm của bài ghẹo Thị Lộ, bài nào trong Quốc Âm thi Tập cũng vậy, khác biệt như trắng và đen.

Chuyện nẩy cũng như chuyện quyển Gia Huấn Ca mà trước đây có thời được gán cho Nguyễn Trãi, và mấy chục năm trước cái thoại nẩy đã bị bác bỏ đi bởi học giới.

Mươi năm trước tôi được người bạn tặng cho quyển sách mỏng, toàn chữ Nôm viết ở mặt sau những tờ lịch sách, nói là sưu tập ở Cái Tàu Hạ, Sadéc. Trang đầu có ghi Tân Dậu niên 辛酉年, bát nguyệt 捌月, sơ thập nhựt 初拾日, trò Qui ký 徒逵記 Tức là trò Qui ghi chép ngày mồng 10, tháng tám, năm Tân Dậu, trong đó có bài thơ tôi xin ghi lại (theo bản chụp trên):

- Con gái nhà ai bán rượu ngon,
Lại đây anh hỏi hết hay còn.
Xuân đến năm nay mười mấy tuổi,
Thằng bồng con nẩy cháu hay con.

- Vốn thiệt tôi là bán rượu ngon,
Mua không mà hỏi hết hay còn.
Xuân đến năm nay mười tám tuổi,
Chồng đà chưa có lọ là con.
(NVS phiên âm)

Bài chép trong sách Nôm năm Tân Dậu (1921) vậy nó phải được truyền tụng ở đâu đó cả vài thập niên trước.

Và chắc hẳn là từ sự truyền tụng đó một thoại ta có bài bài bán rượu ngon nầy và một thoại ta có bài bán chiếu gon nói ở trên.

Tóm lại bài bán chiếu gon chắc chắn là không phải của Nguyễn Trãi. Nếu ở đâu đó có học giả nào đã xác nhận điều nầy với lý chứng khác thì chúng tôi rất mừng và cũng rất cảm ơn.

NGUYỄN VĂN SÂM
(California, 26 tháng 9 năm 2017)

HUỲNH LIỄU NGẠN

MÙA XUÂN LẺ ĐÔI

Về nghe
sầu chất lên cây
con sông
nhánh cỏ
cũng gầy theo em

rồi mai
đến hẹn ngõ thềm
em đi
bước mỏi
chân mềm nhịp khua

đếm từng
ngày tháng đong đưa

ngỡ như
trời cũng
đổ mưa vào lòng

năm cùng
tháng tận chờ mong
tình em
theo ngọn
gió đông thật rồi

ngoài kia
sầu chất lên ngôi
để mùa
xuân phải
lẻ đôi một đời.

HUỲNH LIỄU NGẠN
12.1.2026

TRẦN VIỆT HẢI
Ngựa đã định hình nền văn minh và đời sống

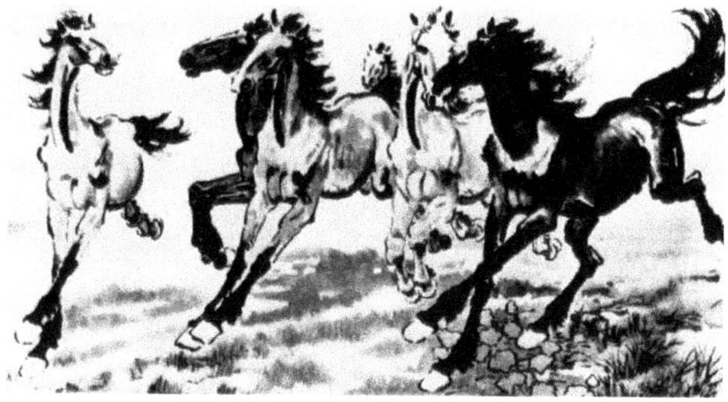

Năm Ngọ Hãy Nói Chuyện Ngựa.

Văn chương Đông Tây Kim Cổ nói chuyện về ngựa cũng đã phong phú, nhiều vô số kể. Trong ký ức tuổi thơ của tôi hình ảnh con ngựa, chiếc xe ngựa vùng Gia Định Bà Chiểu ngày xưa dù dã cũ lắm rồi, nhưng nó thật gần gũi và thắm đậm nét tình nghĩa vật và người trong cuộc sông. Người xưa đã hoài niệm về xe ngựa lối xưa, luyến lưu hồn cỏ mùa thu vấn vương trên lâu đài nền cũ. Tôi nay bồi hồi nhớ về bóng dáng những chiếc xe ngựa thô sơ cũ kỹ, xa xăm một thời sao lòng lại bâng khuâng.

Những câu thơ hay về loài ngựa như:

"Ngựa hay chẳng quản đường dài
Nước kiệu mới biết tài trai anh hùng".

Và chẳng may khi người tướng chết, ngựa cũng buồn rầu và có khi chết theo. Người ta cũng đã từng mổ ngựa để lấy "da bọc thây" các chiến tướng. Trong "Chinh phụ ngâm", Đặng Trần Côn đã viết: *"Chí làm trai dặm nghìn da ngựa*
Gieo Thái Sơn nhẹ tựa hồng mao".

hay,
"Đường dài mới biết ngựa hay,
Ở lâu mới biết con người có nhân".

Từ thời trước sức ngựa đã được dùng để tính cho các loại xe, loại máy như trong truyện của Nguyễn Vỹ có nhắc đến chiếc xe " Deux Cheveaux con cóc". Chắc không nói là xe song mã. Ngựa thường được dùng để cưỡi, để kéo xe thổ, để đua, hoặc để chiến đấu...Đâu còn hình ảnh nào hay hơn hình ảnh các dánh tướng như Quang Trung, Lý Thường Kiệt, Napoleon Bonaparte, George Washington xông pha vào trận tuyến một cách rất can trường trên lưng con tuấn mã. Lúc gấp rút cần phải phi nước đại cho kịp thời điểm tấn công quân thù. Vì vậy, thời gian trôi qua mau người ta ví von như" bóng câu qua cửa sổ". Thành ngữ này lại đồng nghĩa với ý tưởng "Cửa sổ ngựa qua". Và để răn người đời hãy cẩn thận trong lời nói, sách xưa có câu "nhất ngôn ký xuất, tứ mã nan truy", câu nói ám chỉ "Một lời đã nói, bốn ngựa khó mà theo". Ngựa cũng được làm " đồng hồ" như Thí dụ mười hai giờ giữa trưa gọi là "chính ngọ".

Câu tục ngữ quen thuộc như khi dề cập về phường vô lại ác tâm người ta dùng câu nói "đầu trâu mặt ngựa". Những người xấu xa hay thường tìm đến với nhau, nhập bọn để làm điều gian tà. như ý tưởng là" Ngưu tầm ngưu, mã tầm mã.

Những hình ảnh ngựa đã đi vào dân ca, qua điệu Lý Ngựa Ô :

Ngựa Ô anh thắng kiệu vàng
Anh tra khớp bạc
Lục lạc đồng đen ...

Lời bài Ngựa Phi Đường Xa
Tác giả : **Lê Yên**

Ngựa phi, ngựa phi đường xa
Tiến trên đường cát trắng trắng xóa

Tiến trên đường nắng chói chói lóa
Trên đồng lúa theo cánh chim trời bay trên cao
(Cánh đồng lúa in sắc chân trời mây lan xa)

Ngựa phi ngoài xa thật mau
Lúc nguy nàn ta yêu thương nhau
Lúc bên đời quyết sức phấn đấu
Cùng mây nước ta hát vang lừng trong nắng vàng,…

Lời bài hát Lý ngựa ô- Nguyễn Hữu Ba
Khớp con ngựa ngựa ô
Khớp con ngựa ngựa ô
Ngựa ô anh khớp, anh khớp cái kiệu vàng (ư...)
Anh tra khớp bạc, lục lạc đồng đen
Búp sen lá dặm, giây cương nhuộm thắm
Cán roi anh bịt đồng thòa
Là đưa ý a đưa nàng, đưa nàng
Anh đưa nàng về dinh
Là đưa ý a đưa nàng, đưa nàng
Anh đưa nàng về dinh

Văn học thành văn trước kia chịu ảnh hưởng hán học, sau này chịu ảnh hưởng phương Tây, cho nên đều có nhiều hình ảnh ngựa, hàm súc và thi vị. Nhưng đây là đề tài quá rộng, cần một bài viết khác.

Đối với những người trẻ người non dạ mà bản tính lại hung hăng được ví như «ngựa non háu đá». Còn với một người tính khí bất thường , không biết nghe theo lời khuyên đúng đắn cũng giống như hình ảnh "con ngựa bất kham". Người cứ phạm hết sai lầm nầy đến sai lầm khác, nhiều lần lập lại những lỗi lầm sẽ bị xem là "ngựa quen đường cũ", người phạm tội phải đứng trước vành móng ngựa. Và vành móng ngựa là một cái khung được tạo dáng giống như hình cái móng ngựa ở tòa. Sau này được hiểu nôm na là ra toà, đi hầu toà... Trong thơ Bà Quyện Thanh Quan có những câu hay:

Lối xưa xe ngựa, hồn thu thảo,
Nền cũ lâu đài, bóng tịch dương,

.....
Nghìn năm gương cũ soi kim cổ
Cảnh đấy, người đây luống đọan trường.
(Thăng Long thành hoài cổ Thi ca Bà Huyện Thanh Quan).

Ngựa trong chiến sử Việt Nam

Phù Đổng Thiên Vương hay Thánh Gióng.

Phù Đổng Thiên Vương tức Thánh làng Gióng cưỡi ngựa sắt và tiếng ngựa sắt vang rền, tiếng roi quật dữ dội như sấm vang giữa trời khiến quân địch bắc phương kinh hồn khiếp vía, bỏ chạy thục mạng tán loạn.

Khi giặc Ân bị đánh tan, đất nước được bình yên. và trận chiến kết thúc, Thánh Gióng không trở về làng. Chàng phi ngựa lên đỉnh núi Sóc, tháo bỏ áo giáp, rồi từ từ bay thẳng lên trời trong ánh hào quang rực rỡ, để lại trong lòng người dân một hình ảnh thiêng liêng, huyền thoại.

Vua Hùng Vương nhớ ơn nên cho lập đền thờ và phong cho chàng làm Phù Đổng Thiên Vương, (còn gọi Thánh Gióng). Lịch sử Việt Nam có chép:

Thời vua Trần Nhân Tông quân dân cả nước đã hai lần chống quân Nguyên. Mà theo sử gia Ngô Sĩ Liên : Vua Nhân Tông hai lần chiến thắng giặc ngoại xâm. Sau khi thắng trận Bạch Đằng Giang Thượng Hoàng Trần Thánh Tông và Vua Trần Nhân Tông cùng triều thần đến hành lễ tại làng mộ Trần Thái Tông, thấy chân các ngựa đá trước lăng lấm bùn nhà vua đã đọc hai câu thơ:

Xã tắc lưỡng hồi lao thạch mã,
Sơn hà thiên cổ điện kim âu.

Ngựa sắt đời vua Hùng Vương thứ sáu, giặc Ân mưu toan xâm lăng cướp nước Văn Lang. Vua Hùng Vương rất lấy làm lo lắng, cho sứ giả đi khắp nước cầu tướng tài ra giúp.Do **đó nên nhà vua** tin rằng nhờ anh linh các bậc tiên đế cưỡi ngựa đá theo giúp đuổi giặc. Vì thế, nhà vua liền ngửa mặt lên trời mà cảm tạ:

Câu thơ của nhà vua khen ngợ, hàm nghĩa như là:

Xã tắc hai lần nhọc ngựa đá,
Non sông ngàn thuở vững ngai vàng.

Nhân khi năm Ngọ thử bàn tiếp về chuyện con ngựa.

Thập niên 1880, theo thống kê, Sài Gòn và vùng ngoại ô có 400 chiếc xe ngựa, gọi là xe "thổ mộ". Ở Sài Gòn miệt Phú Lâm, hay Gia Định tảng sáng sớm, trời còn lờ mờ đã nghe tiếng vó ngựa lóc cóc từ ngoại ô chở hàng hóa, nông sản, gia súc, hành khánh,... Thuở xưa xe ngựa cảnh xe ngựa chạy đến dúng giờ thì coi như "*Mã đáo thành công.* Tết nhất người ta chúc nhau câu này hàm ý là chúc may mắn, mọi sự viên mãn, thành công.

Trong sách sử có truyền thuyết liên quan tới chuyện này: Năm Kỷ Dậu 1789, sau cuộc hành binh thần tốc từ Nam ra Bắc, Vua Quang Trung-Nguyễn Huệ đã đánh tan 29 vạn quân Thanh và tiến vào thành Thăng Long đúng ngày mùng 5 Tết. Để cấp báo tin thắng trận, Nguyễn Huệ sai người mang một cành đào thật đẹp, cưỡi ngựa chuyển ngay cho người vợ yêu dấu của mình là Công chúa Lê Ngọc Hân. Quân sĩ tuân lệnh, cho năm sĩ tốt, ngựa khỏe, tức tốc nhận sứ mệnh mang cành đào Nhật Tân của kinh thành Thăng Long đi ngay. Khi Công chúa Ngọc Hân nhận được, hoa và nụ trên cành đào kia vẫn còn tươi tốt. Thế là cành đào kia mang ý nghĩa tin báo vui ngày Tết.

Ngựa là con vật ăn cỏ như trâu bò, nhưng bộ máy tiêu hoá của ngựa lại khác rất xa với trâu bò. Dạ dày ngựa thuộc loại dạ dày đơn, không tiêu hoá được nhiều chất xơ cứng. Ruột ngựa rất dài, đặc biệt đoạn nối ruột non với dạ dày (gọi là manh tràng) cũng dài tới 1m và rất lớn giống một chiếc ống thẳng và to với đường kính 15-25cm. Quá trình tiêu hoá chủ yếu diễn ra ở đây chứ không phải ở dạ dày.Ne6n câu dân gian là thành ngữ, Thẳng như ruột ngựa".

Cũng trong sử liệu thư thì quân Nguyên Mông ba lần vào

xâm chiếm nước ta đem theo hàng vạn con ngựa chiến từ các vùng thảo nguyên Mông Cổ, Tây Tạng, Vân Nam, Tân Cương. Khi thất trận tháo chạy thì trong số những chiến mã này, một số thì bị bắt, một số bị lạc trong rừng, trở nên một loài ngựa hoang lai giống với các loài ngựa nước ta sinh ra loài ngựa quý mới. Chiến mã cũng như những tướng sĩ, những yếu tố tạo lập nên chiến công thắng trận.

Những chiến mã cùng danh tướng Việt Nam

Danh tướng Lý Thường Kiệt có con ngựa quý tên gọi Song Vĩ Hồng. Đuôi ngựa chia làm hai màu: một bên màu hồng, một bên màu trắng. Khi ngựa phi trông như có hai đuôi (nên được gọi là Song Vĩ Hồng - ngựa hồng hai đuôi).

Sách sử còn ghi nhận con Chiến mã Song Vỹ Hồng, là tuấn mã có hai bờm đỏ như lửa, thân hình vạm vỡ, từng cùng danh tướng Lý Thường Kiệt chinh chiến suốt nhiều năm trời. Trong trận sông Như Nguyệt lịch sử, khi đêm mưa xối xả, Song Vỹ Hồng vẫn lao mình vượt nước, đưa chủ tướng đến vị trí thuận lợi để chỉ huy quân sĩ. Ánh lửa đỏ từ bờm ngựa hòa cùng ánh gươm, ánh đuốc, tạo nên một khung cảnh hào hùng khó quên.

Hưng Đạo Vương có Chiến mã Bạch Long Câu, là con ngựa trắng của vua Trần Hưng **Đạo**, vị danh tướng làm nên ba lần chiến thắng quân Nguyên Mông. Thân ngựa trắng muốt, mắt trong như nước, được người đương thời xem là linh thú trời ban. Trong trận Vạn Kiếp, Bạch Long Câu từng phi băng qua trận mưa tên, đưa chủ tướng thoát hiểm trong gang tấc. Sau khi Trần Hưng Đạo qua đời, người ta kể rằng Bạch Long Câu tuyệt thực ba ngày rồi hóa thành tượng đá bên sông Trà. Đến nay, tại nhiều đền thờ Đức Thánh Trần vẫn có tượng ngựa trắng biểu tượng cho lòng trung thành và sự tận tụy đến phút cuối.

Giở lại sách sử nói về danh tướng Lý Thường Kiệt với những con ngựa Song Vỹ Hồng. Trong những chiến mã của xứ Đại Việt, nổi tiếng nhất có hai con Song Vỹ Hồng của danh tướng Lý Thường Kiệt (1019 -1105) và con Nê Thông của vua Trần Duệ Tông (1372-1377). Nguyên, ngày xưa người ta đánh giá và phân biệt tên con ngựa quý theo sắc lông độc ddáo. Song Vỹ Hồng là chiến mã có bộ lông hồng với đuôi dài có hai màu, hồng một bên và trắng một bên. Khi nó cất vó phi, trông như con thần mã có hai đuôi, nên được gọi là Song Vỹ Hồng, nghĩa là ngựa hồng hai đuôi.

Song Vỹ Hồng là con ngựa chiến cùng Lý Thường Kiệt bình Chiêm, phá Tống. Năm 70 tuổi Lý Thường Kiệt còn cầm quân đi đánh Chiêm Thành, bắt sống vua Chiêm, năm 85 tuổi còn đi dẹp loạn. Sử sách không ghi rõ công lao của con chiến mã này nhưng chắc hẳn tài năng của nó có đóng góp lớn trong những chiến công của danh tướng Lý Thường Kiệt. Đó là trường hợp ngựa hay gặp tướng giỏi, cả hai cùng làm nên lịch sử. Khi đã quét sạch quân Nguyên ra ngoài bờ cõi, vua tôi nhà Trần bèn đem bọn tướng giặc bị bắt vào làm lễ hiến phù ở Chiêu lăng. Nhân thấy các ngựa đá ở trước lăng, con nào chân cẳng cũng lấm đầy bùn đất, vua Trần Nhân tôn cho rằng nhờ khí thiêng sông núi nên đến ngựa đá cũng ra trận và góp phần đánh thắng quân thù, do đó Ngài xúc cảm làm hai câu thơ chữ Hán:

Xã tắc lưỡng hồi lao thạch mã
Sơn hà thiên cổ điện kim âu
(Ngựa đá hai phen phò xã tắc
Âu vàng muôn thuở giữ sơn hà)

(Ghi chú : Quân Mông cổ ba lần sang xâm chiếm nước ta, nhưng lần đầu có tính cách thăm dò. Hai lần sau mới thực sự ác liệt nên vua Trần Nhân tôn mới nói là "Ngựa đá hai phen phò xã tắc…").

Sử Trung Hoa và Quan Công và ngựa Xích Thố:

Cũng trong thời Tam Quốc này; người em thứ hai trong "Đào Viên Kết Nghĩa" là Quan Vân Trường - dù được Tào Tháo đãi ngộ ba ngày tiểu yến, năm ngày đại yến và được phong tước "Hán Thọ Đình Hầu", nhưng lời thề kết nghĩa Đào Viên không bao giờ quên. Do đó sau khi trả ơn cho Tào Tháo là giết hai danh tướng của Viên Thiệu là Nhan Lương, Văn Xư và khi nghe tin Lưu Bị còn sống; Quan Công đã treo ấn "Hán Thọ Đình Hầu" trả lại cho Tào Tháo của cải, gái đẹp, dinh thự rồi hộ tống hai chị dâu đi tìm anh là Lưu Bị. Trong cuộc ra đi này, Quân Công khi qua 05 cửa ải đã giết chết 06 tướng giữ ải của Tào Tháo. Nhưng vì giữ lời hứa Tào Tháo không truy sát. Mà nhờ đó sau này khi Tào Tháo thất bại trận Xích Bích giữa Bắc Ngụy và Đông Ngô; Quan Công đã tha, không bắt hay giết Tào Tháo. Do đó mà sau này nước Tàu được có đoạn lịch sử một nước ba vua mà ta hay gọi là "Thời Kỳ Tam Quốc."

Cũng nhờ ngựa "Xích Thố" với "Thanh Long Đao"; Quan Vân Trường đã tạo ra nhiều chiến công oanh liệt giúp người anh là Lưu Bị tạo nên được Thế Chân Vạc. Nhưng sau bị mưu kế Đông Ngô, Quan Công đã làm mất Kinh Châu và lấy cái chết để đền ơn tri ngộ ngày xưa. Còn con ngựa Xích Thố dù được bên phía địch bắt giữ nhưng con ngựa trung thành này đã nhịn ăn chết theo Quan Công chứ nhất định không cho ai cưỡi ngoài Quan Vân Trường cả.

Những Con Ngựa Huyền Thoại Trong Lịch Sử và Chuyện Phương Tây.

Bucephalus: Chiến mã của Alexander Đại đế. Bucephalus có lẽ là một trong những chú ngựa nổi tiếng nhất trong lịch sử, được biết đến là chiến mã riêng của Alexander Đại đế. Truyền thuyết kể rằng Bucephalus rất hung dữ và không thể thuần hóa cho đến khi Alexander, lúc đó chỉ mới mười hai tuổi, cưỡi nó bằng cách quay nó về phía mặt trời để xoa dịu nỗi sợ bóng tối. Cùng nhau, họ đã tham gia vô số chiến dịch, và Bucephalus đã trở thành biểu tượng của sự chinh phục và lòng trung thành, đồng hành cùng Alexander qua nhiều trận chiến lịch sử.

Marengo: Chiến mã dũng mãnh của Napoleon Bonaparte

Thuộc về Napoleon Bonaparte, Marengo là một chú ngựa giống gốc Ả Rập nổi tiếng với tốc độ và sức bền bỉ. Marengo đã đồng hành cùng Napoleon qua nhiều trận chiến quan trọng, bao gồm Trận Austerlitz và chuyến đi định mệnh đến Moscow. Sống sót sau Trận Waterloo, Marengo bị bắt và cuối cùng sống những ngày cuối đời ở Anh, nơi bộ xương của nó hiện đang được trưng bày tại Bảo tàng Quân đội Quốc gia.

Pegasus: Chú Ngựa Bay Trong Truyền Thuyết Hy Lạp

Là một nhân vật thần thoại khác, Pegasus là chú ngựa có cánh trong thần thoại Hy Lạp, nổi tiếng với khả năng bay lượn trên bầu trời. Sinh ra từ dòng máu của Medusa, Pegasus gắn liền với những câu chuyện anh hùng, đặc biệt là những câu chuyện về người anh hùng Bellerophon, người đã thuần hóa nó bằng một chiếc cương vàng. Pegasus tiếp tục là biểu tượng của nguồn cảm hứng và những chuyến bay đầy chất thơ trong nghệ thuật và văn học.

Traveler: Chiến mã đáng tin cậy của Robert E. Lee

Traveler là chú ngựa được Tướng Liên minh miền Nam Robert E. Lee tôn sùng trong Nội chiến Hoa Kỳ. Nổi tiếng với lòng dũng cảm và dáng đi uyển chuyển, Traveler là một chú ngựa Saddlebred màu xám của Mỹ đã đồng hành cùng Lee trong nhiều chiến dịch quan trọng. Được ngưỡng mộ bởi trí thông minh và tính cách, Traveler đã trở thành biểu tượng trường tồn của lòng trung thành và sức bền bỉ trong thời kỳ hỗn loạn.

Con ngựa thành Troy - Cổ Sử Hy Lạp:

Bên trời Âu có câu chuyện về con ngựa thành Troy. Trong thần thoại Hy Lạp, Con ngựa thành Troy (tiếng Hy Lạp cổ: δούρειος ἵππος, doúreios híppos) là một công trình bằng gỗ được quân Hy Lạp sử dụng để giành chiến thắng quyết định trong Chiến tranh thành Troy. Đây là một trong những câu chuyện nổi tiếng nhất về sự kết hợp giữa mưu trí và lừa dối trong chiến tranh, một biểu tượng đỉnh cao của chiến lược quân sự Hy Lạp.

Câu chuyện không xuất hiện trong sử thi Iliad của Homer (vốn kết thúc trước khi thành Troy sụp đổ) khi quân Hy Lạp đã thực hiện một kế hoạch táo bạo do Odysseus vạch ra: họ đóng một con ngựa gỗ khổng lồ, giấu một đội quân tinh nhuệ bên trong, và giả vờ rút quân. Người Troia, sau khi bị thuyết phục rằng đây là một vật hiến tế cho các vị thần, đã kéo con ngựa vào bên trong thành lũy bất khả xâm phạm của mình. Hành động này đã định đoạt số phận của họ, dẫn đến sự hủy diệt hoàn toàn của thành Troy trong một đêm.

Câu chuyện về Con ngựa thành Troy đã vượt ra khỏi phạm vi thần thoại để trở thành một ẩn dụ phổ quát. Thành ngữ "con ngựa Troy" ngày nay được dùng để chỉ bất kỳ mưu kế nào cài cắm một mối đe dọa vào một hệ thống an toàn bằng cách ngụy trang thành một thứ vô hại hoặc đáng mong đợi.

Theo Bách khoa toàn thư (Wikipedia), Ngựa là một loài động vật có vú trong họ Equidae, bộ Perissodactyla. Theo Tự điển Việt Nam thì Ngựa là loài thú to, móng cao và cứng, đầu dài, bờm dài, đuôi dài và chạy rất nhanh. Còn tự điển "Petit Larousse", mấy ông Tây định nghĩa: Ngựa là loài có vú, có móng, có chân dài và rất khoái chạy.

Trong ca dao, tục ngữ Việt Nam cũng có khá nhiều câu nói về ngựa, như:

"*Thay ngựa giữa dòng*". *Nói về sự phản bội.*
"*Một con ngựa đau cả tàu bỏ cỏ*".
Nói về việc đối nhân xử thế, tương thân tương ái đùm bọc lẫn nhau.
"*Được đầu voi, đòi đầu ngựa*".
Nói về lòng tham vô đáy của con người.
"*Đường dài mới biết ngựa hay*".
Nói về việc dùng người, có thử thách mới biết người tài giỏi.
Hàm chó, vó ngựa, cựa gà, ngà voi".
Nói về họa phúc ở đời.

"Gái có chồng như ngựa có cương", hay: *"Ngựa nào gác được hai yên"*. Nói về hạnh phúc gia đình, về vấn đề chung thủy vợ chồng.

"Chữ tốt xem tay, ngựa hay xem xoáy". Nói về việc đoán người tốt xấu.

"Ngựa quen đường cũ". Hay: "Ngưu tầm ngưu, mã tầm mã". Nói về thói quen xấu, khó bỏ.

"Mã đáo thành công". Đó là câu người ta hay chúc nhau, nhất là vào dịp tết con ngựa như năm nay.

Dưới đây là những câu chuyện thú vị xung quanh câu chúc "Mã đáo thành công".

Câu chúc "Mã đáo thành công".

"Mã đáo thành công" dịch nôm có nghĩa là "ngựa về ắt sẽ thành công" hay "có ngựa ắt sẽ thành công". Ý nghĩa của câu chúc trên gắn liền với những lý giải như sau:

Xưa kia, ngựa là phương tiện đi lại thuận lợi nhất vì ngựa chạy nhanh, sức bền, thông minh, trung thành. Cuộc sống con người khi xưa rất gần gũi với loài ngựa. Ngựa cùng con người đồng cam cộng khổ trong cuộc sống hàng ngày, trong lao động, đi lại buôn bán và cả khi ra trận.

Năm Ngọ nói chuyện Ngựa.

Năm mới nên chúc nhau: Mã Thượng Phong Hầu

– Khỉ chữ nho là Hầu (đồng âm với một trong năm tước quan cao quý là : Công, Hầu, Bá, Tử, Nam), mã thượng Phong hầu được dùng với ý nghĩa thăng quan tiến chức, có ngựa xe đưa rước… Với biểu tượng một con khỉ và một con ngựa, ở đây chữ Hầu của con khỉ cùng âm với chữ Vương Hầu, trong khi khỉ ngồi trên lưng ngựa nên biểu tượng có tên Phong Hầu trên Ngựa (hay Mã thượng phong hầu). Đã thấy trong cái lạnh giá buốt mùi hương nếp thơm, đã thấy lá dong xốn xang bày bán… Tết cận kề và năm mới sắp sang. Chúc Tết được xem là một trong những nét văn hóa đẹp nhất của người Việt. Đón năm Giáp Ngọ, lời chúc nào sẽ là hay nhất?

Theo dân gian, với năm Ngựa, câu chúc “Mã đáo thành công” sẽ là câu chúc Tết hay nhất. Câu chúc “Mã đáo thành công” phù hợp với cả người làm kinh doanh, lẫn người chinh phục con đường quan lộ. Như vậy, Tết năm nay, bên cạnh lời chúc sức khỏe, bạn có thể gửi đến bạn bè, người thân, gia đình, câu chúc “Mã đáo thành công” cho một năm mới 2026 đầy hứa hẹn.

Kết luận:

Ngựa mang nhiều ý nghĩa đối với nhiều nền văn hóa. Chúng tượng trưng cho sức mạnh, tự do, trí tuệ, và thậm chí cả sự thiêng liêng. Từ những huyền thoại cổ đại đến cuộc sống hiện đại, chúng tiếp tục truyền cảm hứng và tượng trưng cho sức mạnh và sự bền bỉ. Dù là chiến binh cao quý, người dẫn đường tâm linh hay người bạn đồng hành trung thành, ngựa luôn giữ một vị trí đặc biệt trong lịch sử nhân loại. Biểu tượng của chúng trường tồn, vượt qua mọi biên giới và thế hệ. Ngay cả ngày nay, chúng vẫn gợi nhắc chúng ta về sự kiên cường, lòng dũng cảm và phiêu lưu. Dù thế giới có thay đổi thế nào, ngựa vẫn là biểu tượng mạnh mẽ của sức mạnh và tinh thần. (*)

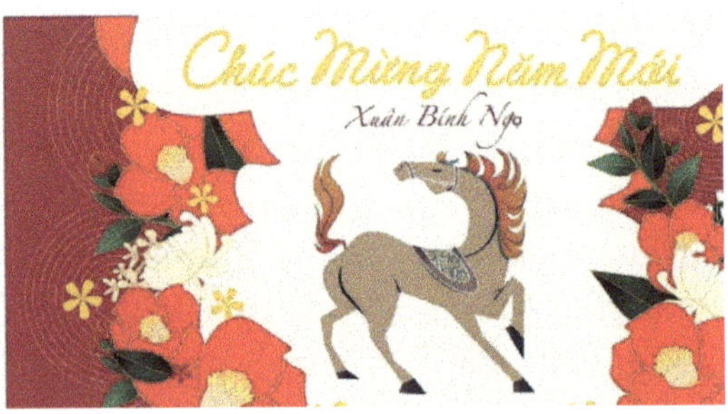

Xuân Bính Ngọ 2026 – Chúc Mừng Năm Mới.

(*): Hoàng Nam gởi Hà Nguyên Du và độc giả Văn Học Mới như lời chúc mừng dầu năm.

TRẦN VIỆT HẢI

(VHLA)

TRẦN VIỆT HẢI
Kỷ Niệm Chuyện Kể Của GS Dương Ngọc Sum

Khi tôi thu bài làm một tuyển tập văn học, GS. Dương Ngọc Sum có gửi bài dăng, ông kể về: Chuyện Tình Buồn Geoge Sand và Frédéric Chopin. Sau dây tôi xin thuật lại ý tưởng trong bài ông đã viết. Bài này cũng để kỷ niệm một tuyển tập chúc mừng ông được 90 niên tuế.

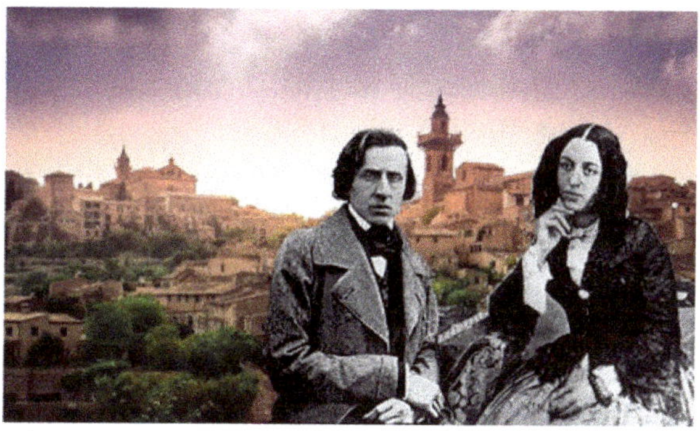

Chuyện tình George Sand (1804-1876) và Frédéric Chopin (1810-1849).

Mối tương quan tình ái giữa nhà soạn nhạc Frédéric Chopin và nhà văn George Sand luôn khơi mào sự tò mò cho công chúng. Khi Sand lần đầu gặp Chopin vào năm 1836, các tiểu thuyết của bà đã gây tiếng vang vì những tư tưởng xã hội tiên tiến, đặc biệt là về sự giải phóng phụ nữ. Bà mặc trang phục nam giới và hút xì gà những biểu tượng như sự nam nữ bình quyền.Theo những nhà viết tiểu sử đã coi George Sand là một người có ảnh hưởng hoàn toàn tiêu cực đến Chopin. Nhưng bà đã tạo cho ông một môi trường gia đình hoàn hảo để sáng tác và bà đã chăm sóc ông tận tình vào thời điểm căn bệnh nan y của ông đã bắt đầu ăn sói mòn buồng phổi.

Khi Sand sắp xếp việc đi nghỉ dưỡng tại quần đảo Mallorca

vào mùa đông năm 1838-39, bà chỉ nghĩ đến việc thoát khỏi cái khắc nghiệt của khí hậu Paris và cho Chopin được tiếp xúc với ánh nắng ấm áp của Địa Trung Hải. Bà biết rất ít về hòn đảo, cư dân, khí hậu của nó, nhưng chính sự bí ẩn của nó lại là một phần sức hấp dẫn của nó, vô hình chung cho sự sáng tác âm nhạc của Chopin. Đây là một trong những chuyện tình lãng mạn nhất trong lịch sử âm nhạc: nữ tiểu thuyết gia George Sand quyến rũ và sau đó quyến rũ nghệ sĩ piano kiêm nhà soạn nhạc mắc bệnh lao phổi Frédéric Chopin. Những danh khúc dương câm sonate đáng nhớ như: Chopin's Etude in C sharp minor, Op. 10 No. 4, Chopin's Prelude in D flat major Op. 28 No. 15, Chopin's Sonata B flat minor Op. 35,...

Nhân chuyến nghỉ mát ở đảo thơ mộng Baléares (thuộc nhóm dảo Palma de Mallorca), và để tránh sự dèm pha của người đời, George Sand đã khôn khéo dẫn theo hai con của mình là Maurice và Solange để "tĩnh dưỡng". Tại hòn đảo thơ mộng, nhiều đêm Sand ngồi mơ màng nghe Chopin dạo những bản đàn êm ái. Nhà họ luôn chật khách bởi cả hai đều là những tên tuổi được công chúng đón nhận nồng hậu thuở ấy.

Mặc dù trong suốt cuộc đời mình, Chopin không có tác phẩm nào chính thức để tặng George Sand (như ông từng đề tặng Marie Wodzinska hay Konstancja, những cô gái có tình cảm sâu nặng với ông thuở đầu đời), song theo các nhà nghiên cứu thì nếu phải chọn ra một người phụ nữ có ảnh hưởng nhất trong cuộc đời và sự nghiệp của Chopin thì đó không phải ai khác mà chính là George Sand. 10 năm chung sống với bà chính là 10 năm Chopin đạt tới đỉnh cao trong sáng tạo. Có thể nói, không ai hiểu Chopin hơn Sand.

Nữ sĩ George Sand rơi vào sự thăng hoa tình yêu, do vậy George Sand (1804-1876) là một gương mặt độc đáo trên văn đàn Pháp thế kỷ XIX. Cùng thời với những cây bút nổi tiếng như: Alphonse de Lamartine, Victor Hugo, Alfred de Vigny, Alfred de Musset... nữ sĩ vẫn tạo cho mình một tầm vóc riêng biệt, trội nổi. George Sand đi vào thế giới nghệ thuật bằng một thái độ lạc quan, tự tin và với một sức sáng tạo văn chương sung mãn. Với hơn hai mươi cuốn tiểu thuyết đồ sộ, George Sand đã trở thành một tên tuổi lừng danh ngay từ đương thời. Dĩ nhiên, bà lừng danh còn bởi nhiều mối tình bất tử, trong đó có nhà thơ Pháp nổi tiếng như Fréderic Chopin.

George Sand là kết quả hôn phối của hai dòng máu quí tộc và bình dân. Cha là một sĩ quan danh giá trong quân đội hoàng đế Napoléon. George Sand lớn lên trong lâu đài Nohant thơ mộng, tràn ngập hương thơm cỏ cây bông hoa thiên nhiên lãng mạn, bà được thụ giáo bởi những chuẩn mực đạo đức của tầng lớp quí tộc, nhưng George Sand lại thiên về khuynh hướng bình dân có tư tưởng tự do. Tôn thờ lý tưởng tiến bộ của Leroux - nhà chủ nghĩa xã hội không tưởng, Sand luôn khao khát một thế giới đầy tình thương yêu và lòng bác ái. George Sand và Frédéric Chopin: Họ đã lấy cảm hứng sâu sắc từ nhau trong các tác phẩm nghệ thuật của mình, có lẽ đến mức họ nhận ra và hiểu nhau rõ hơn trong thế giới tưởng tượng hơn là ngoài đời thực. Một niềm đam mê sáng tạo.

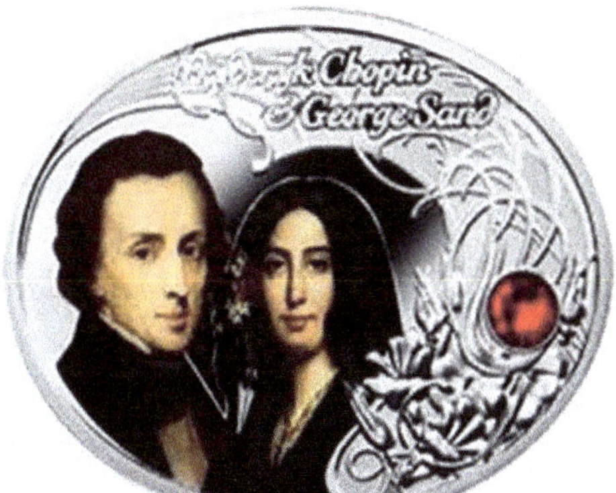

Chuyện tình George Sand và Frédéric Chopin.

Hãy tự hỏi ai mà chưa từng nghe về chuyện tình giữa George Sand và Frédéric Chopin? Và ai mà chưa từng nghe về thời gian họ chung sống ở hải đảo Balearic nhỉ? Tuy nhiên, có lẽ ít người lưu ý đến ảnh hưởng sáng tạo tương tác giữa mối liên hệ này đối với các tác phẩm âm nhạc của Chopin và các tác phẩm văn học của George Sand. Bằng cách lắng nghe các tác phẩm của Chopin từ mối tương quan lứa đôi của họ, từ năm 1838 đến năm 1847, và đọc các tác phẩm của George Sand sau khi nhà soạn nhạc qua đời, cũng như thư từ của họ, chúng ta sẽ thấy rằng hai vắn nghệ sĩ này đã dựa rất nhiều vào tác phẩm của nhau, có lẽ đến mức họ nhận ra và hiểu nhau rõ hơn trong thế giới tưởng tượng hơn là ngoài thực tế của đời sống. Cuộc đời của nữ sĩ George Sand là một bài giao hưởng về khát vọng yêu đương, khát vọng được sống do bản năng tự nhiên và khát vọng sáng tạo nghệ thuật văn học. Ở nơi bà không có điểm dừng chân, nó như một chuỗi những cơn cuồng phong cuốn vào ý tưởng với mọi đam mê, mọi khát vọng.

Tôi nhớ GS. Dương Ngọc Sum trong bài viết về chuyện tình Frédéric Chopin và George Sand này, ông cho kết luận mối duyên tình bất hạnh giữa hai danh nhân có những xung khắc về tính tình, về lối sống tư duy của thực tế đồng sàng dị mộng. Chopin mất đi trong nghèo khó, và Sand chia tay trong nỗi cô đơn, buồn bã.

TRẦN VIỆT HẢI
VHLA, 25/10/2025.

HOÀNG XUÂN SƠN
THỦ ẤN HỌA

Anh đi vào bên trong gam màu lạnh
Nhớ em. những tia tranh len lén mặt trời
Xưa ta yêu nhau từng sắc tình đổ vãi
Trên vùng miền nồng nhiệt thủ ấn mắt môi

Họa từng liếp vàng quỳ nụ hôn rực rỡ
Đêm giam ta vào khe lạnh múi giờ
Có thể những con chữ bắt đầu nhốn nháo thư pháp
Anh thèm triện son em đóng
xuống bài thơ

Khi liếp cửa phá vỡ khung rào định mệnh
Tiếng vĩ cầm nâng sóng tranh bấp bênh
Em trên một lá thuyền vu vi định hướng
Vêu vao ta từng nỗi thác ghềnh

Bất cứ lúc nào cũng nghe tiếng nước
Kéo chạy nhau vào thủy triều mù
Bức họa bùn non sau cơn đại lũ
Cuống sen hồng vết dấu hàn cơ

h o à n g x u â n s ơ n
15 novembre 25
Tranh Bùi Xuân Phái

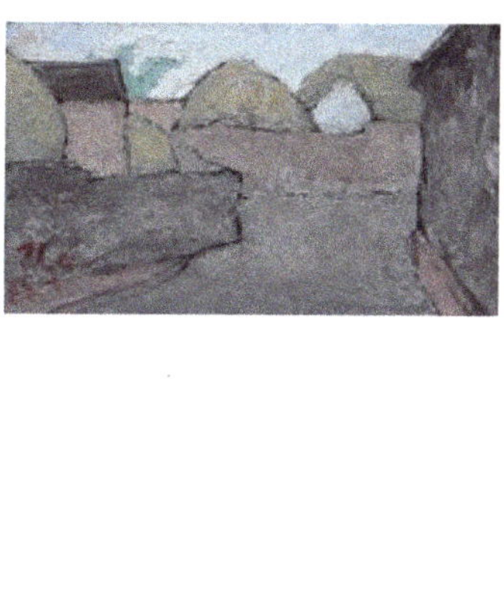

NGÀY QUA NẾP NGÀY*

Cơn lốc dọn nhà thổi mù những con đinh tán
Ta giữ rịt bấy lâu nếp đời như mùi hương thân quen
Bồ hôi của sự lười biếng đôi khi là chốn ẩn nấp hoang đàng
Ta thuộc giờ giấc đi về những con chữ
Níu kéo nhau vào biến tấu sinh linh
Nơi dòng chảy thơ cuồn cuộn
Vật vã tình cầm khôn nguôi

Sống sót ở đây
Vui buồn đó
Thời gian và cuộc vong thân không ngừng trôi
Bến bờ mãi là bờ bến
Trên đất lành đã cưu mang một chuỗi đời hưng phấn
Tự do tự do phơi phới
Nhiều khi ngậm ngùi

Khi những chiếc vẩy nến tay bắt đầu dựng lên cơn ngứa
Cuộc trường chinh vẫn giẫm đạp những lề quen thói cũ
Căn nhà mới sẽ lưu ta về hướng nào
Đông tây mặt trời mọc mặt trời lặn
Hay chỉ là cơn mê sảng giữa chừng
Của gã ngựa già
Từ bắc phương lộng hí

•

h o à n g x u â n s ơ n
Ngày 2 tháng 1, năm 2026
* TCS, Chiếc Lá Thu Phai

QUYÊN DI
CÁI TẾT ĐẦU TIÊN Ở SÀI GÒN

Đó là một ngày cuối tháng Tám năm 1954.

Buổi sáng tinh mơ, anh chị em chúng tôi còn nằm ngủ trong màn, yên chí vì không còn phải đi học.

Ánh đèn bên ngoài làm cho chói mắt, tôi hé mắt nhìn ra. Trên cái sập gụ, bố mẹ tôi đang mở rộng tờ nhật báo đọc tin tức rồi thì thầm bàn tán. Tôi nghe loáng thoáng tiếng còn tiếng mất, nào là *di cư, hiệp định Giơ-neo, Uỷ Hội Quốc Tế Kiểm Soát Đình Chiến, Gia Lâm, Tân Sơn Nhất, Sài Gòn…* Đầu óc non nớt của tôi không hiểu gì cả. Tôi nhắm mắt, sung sướng vì được ngủ đẫy giấc, không bị mẹ gọi dậy rửa mặt mũi tay chân, ăn bát cháo trắng với cà muối rồi đi bộ đến trường. Tuy nhiên, tôi nhớ con Hà, con bé nhà giàu thỉnh thoảng giúi cho tôi năm hào mua cái bánh rán của bà bán bánh trước cổng trường. Không biết hôm nay nghỉ ở nhà, nó làm gì. Tôi cũng nhớ chị Bích Khuê, bà chị "nhận vơ" mà gia đình đã ở chung một nếp nhà người ta cho ngụ tạm với gia đình tôi trong những ngày tản cư, rồi sau đó cũng lại hồi cư Hà Nội như gia đình tôi vậy. Tuần trước tôi thấy chị trên đường phố. Tôi gọi nhưng hình như chị không nghe thấy. Ôi, chị Bích Khuê, chị xuất hiện trong cuộc đời tôi như một cô tiên xinh đẹp tuyệt trần.

Thế rồi, những ngày sau đó dần dà tôi cũng hiểu. Gia đình chúng tôi sẽ di cư vào Nam, mà lại đáp máy bay kia đấy! Sau hơn một tuần bán tống bán tháo hoặc cho đi ai muốn lấy gì thì lấy tất cả đồ đạc trong nhà, bố mẹ tôi đưa cả gia đình ra toà Thị Chính Hà Nội. Ở đó một vài hôm, chúng tôi được xe nhà binh đưa ra phi trường Gia Lâm. Lại ở đó một đêm, sáng sớm hôm sau lúc trời còn tối đen, đom đóm bay đầy trời, xe nhà binh chở chúng tôi ra phi đạo Mọi người lần lượt lên máy bay, kẻ đứng người ngồi chật cả mấy khoang.

Máy bay hạ cánh xuống phi trường Tân Sơn Nhất. Đoàn người di cư lại được xe nhà binh chở về bệnh viện Bình Dân, gần Cư Xá Đô Thành. Ban tiếp nhận đồng bào di cư xem danh sách rồi chia cho mỗi gia đình một chỗ lớn bằng hai vuông chiếu trên hành lang bệnh viện. Người lớn lo lắng, bàn tán chuyện ăn ở, chuyện tương lai. Bọn trẻ con chúng tôi vốn hồn nhiên vô tư, chạy chơi, đuổi bắt nhau trong sân bệnh viện, lúc ấy cỏ mọc cao quá đầu gối người lớn.

Không biết lo liệu, vay mượn cách nào mà chỉ hơn một tháng sau, bố mẹ tôi đã mua được một "căn nhà cây" ở cuối chợ Vườn Chuối. Từ bệnh viện Bình Dân đi bộ đến chỗ này người ta chỉ mất chừng 15 phút.

Hồi đó, bà con miền Nam gọi thứ nhà này là "nhà cây" vì nó làm bằng ván gỗ, thứ ván mỏng và rẻ tiền chứ không phải là gỗ quý. Nhà nọ sát vách nhà kia. Những tấm ván gỗ theo năm tháng dầm mưa dãi nắng co rút lại tạo thành những khe hở, người nhà bên này có thể nhìn thấy (khá rõ) nhà bên kia. Tôi nghe nói đã có những cuộc tình, những buổi hẹn hò bằng những lá thư nhét qua kẽ hở vách ván.

"Nhà cây" của gia đình tôi oai ra phết! Nó có hai tầng. Chuyện tức cười là cầu thang lên tầng trên không nằm ở trong nhà mà là ở ngoài đường. Hình như trước đây có hai gia đình ở căn nhà này, một gia đỉnh ở tầng dưới, gia đình kia ở tầng trên. Thế là gia đình ở tầng trên có "lối đi riêng" như thế đó.

Vì nhà chỉ cách nhau bằng mấy tấm ván gỗ có khe hở nên chúng tôi, người Bắc di cư, và gia đình chị Lượng bên cạnh, người Nam chính cống, tha hồ cười nhau. Sáng sớm, bên này chúng tôi nghe bên kia, má chị Lượng sai bảo chị: "Con Hai, kêu ba mày xuống ăn đồ!" Giời ạ! Sáng sớm mời nhau "ăn đồ" nghĩa là làm sao! Và chúng tôi không nhịn được cười. Thế nhưng người bên nhà chị Lượng cũng tròn mắt rồi sau đó lăn ra cười khi thấy mẹ tôi bảo chị Liên: "Con lấy cho bà nội cái cùi-dìa chứ đũa trơn lắm, bà nội không gắp được!" Buổi chiều, chị Lượng thấy tôi đứng thơ thẩn trước cửa, mới hỏi: "Nè em, cái cùi-dìa là cái chi dzậy?"

Lật bật chúng tôi cư ngụ trong "căn nhà cây" cuối chợ Vườn Chuối đã bốn, năm tháng. Tết đến! Năm ấy, Tết Ất Mùi đến sớm, mới 24 tháng 1, 1955 đã Tết. Đêm 29 Tết, cả nhà chúng tôi bùi ngùi ngồi nhớ quê cha đất tổ. Mọi năm từ 23 tháng Chạp mọi người đã xôn xao sắm Tết, kể cả trong những năm tản cư, và những năm hồi cư Hà Nội cuộc sống chưa ổn định. Rồi bánh chưng, dưa hành. Rồi đánh đụng chia nhau cân thịt. Rồi tranh Tết, câu đối Tết. Rồi pháo chuột, pháo đùng… Năm nay gia đình mình sẽ ăn Tết ra sao?

Đêm giao thừa, bố mẹ tôi dọn bàn thờ. Bên trên có tượng Thánh Giá với Chúa Giê-su chịu nạn và ảnh Đức Mẹ Maria. Bên dưới là ba khung di ảnh của ông nội và ông bà ngoại tôi. Chúng tôi đọc kinh cầu nguyện, xin Chúa ban ơn lành và dẫn dắt chúng tôi trên đoạn đường lưu lạc viễn phương. Xong xuôi, chúng tôi ngồi chung quanh mâm cơm trắng, có món thịt gà luộc chấm muối tiêu, chanh. Trên mặt đĩa thịt gà, mẹ tôi rắc mấy sợi lá chanh non xắt nhỏ như tơ. Bữa ăn giao thừa như vậy là sang lắm rồi.

Mồng Một Tết năm ấy cũng là Chủ nhật. Cả gia đình chúng tôi đi bộ dọc theo đường rầy xe lửa lên đến nhà thờ Chợ Đũi dâng lễ đầu năm. Giọng đọc kinh, thưa kinh của bà con miền Nam, chúng tôi nghe vẫn chưa quen tai, còn đọc theo thì không đọc được. Mấy tiếng "Thánh tai! Thánh tai" (*) bà con đọc vang lên trong tiếng lắc chuông rộn rã nghe thật lạ tai.

Đi bộ về nhà, chúng tôi thấy chị Lượng đã đứng trước cửa, hai tay bưng một cái khay. Thấy mẹ tôi, chị cười ngỏn ngoẻn: "Má tui biểu tui đem dưng mấy thứ nầy để bà và cô chú cùng mấy đứa nhỏ ăn Tết!" Mẹ tôi nhìn vào khay, thấy có miếng thịt heo quay lớn và một đĩa bánh hỏi cũng lớn. Bà cảm động rớm nước mắt.

Chị Lượng lại nói: "Nếu cô chú ưng, giấc chiều tui dắt mất đứa nhỏ vô Chợ Lớn coi người ta múa lân, múa rồng. Ngộ lắm!"

Mẹ tôi còn đang lưỡng lự thì bỗng nghe tiếng la rần rần vang dội. Chúng tôi nhìn lên: một "cô" đẹp lắm, má đỏ môi hồng, mà người trông lực lưỡng như đàn ông đang cưỡi ngựa tiến tới, theo sau là trẻ con, người lớn nói cười vui vẻ. "Cô" ngồi trên lưng ngựa mà vừa múa vừa hát, lâu lâu lại tung một mớ tiền cắc xuống đất, con nít tranh nhau lượm. Chị Lượng la lên: "Uý! Sao bữa nay mới mồng Một Tết mà "cô" đã ra oai dzậy nè! Phải rằm tháng Ba, tháng Tư "cô" mới xuất hiện như mọi năm chớ!" "Cô" liếc chị Lượng một cái bằng ánh mắt sắc như dao làm chị sợ hãi cúi gằm mặt xuống. Sau này tôi mới biết "cô" đây là một người đàn ông làm nghề "cô bóng." "Cô" này là đàn ông nhưng thích ăn mặc loè loẹt, múa may rất giỏi. "Cô" không hề mặc cảm về giới tính và công việc của mình, trái lại còn lấy làm hãnh diện. Hôm ấy tôi cũng biết thêm là chính vì cái gia đình "Bắc Kỳ di cư" chúng tôi đến cư ngụ ở xóm này mà "cô" xuất hiện sớm cho biết oai cô. Chả thế mà từ trên mình ngựa, cô vời mấy chị em, chúng tôi lại, hạ cố ban cho mỗi đứa mấy hào, không phải tranh nhau nhặt như mấy đứa con nít khác.

Buổi chiều, chị Lượng chưa kịp dắt chúng tôi vào Chợ Lớn coi múa lân thì có bà trong xóm, mẹ con Lan, đem qua cho chúng tôi một trái sầu riêng, nói là trái này quý lắm, rất là thơm ngon mỹ vị, đủ cả năm mùi. Chúng tôi hít hà, chờ đợi lúc mẹ tôi bửa trái sầu riêng ra. Thế nhưng chúng tôi chạy té ra hết vì khi trái được bửa ra, không ai chịu được cái mùi lạ lùng và hình dạng "quái lạ" của múi sầu riêng. Chúng tôi đâu biết má con Lan quý chúng tôi lắm mới cho trái này, vì đây là trái sầu riêng ra trái mùa, hiếm lắm. (Về sau chúng tôi mê sầu riêng không ai cản nổi!)

Hơn bảy mươi năm qua, hôm nay ngồi nhớ lại cái Tết đầu tiên của gia đình tôi ở Sài Gòn, lòng tôi thấy bùi ngùi, xúc động. Gia đình chị Lượng bây giờ ra sao? "Cô" chắc đã về miền tiên cảnh. Con Lan như thế nào rồi? Hồi đó má nó nói nó là con Tiên con Phật, không biết ăn thức ăn như con người ta, chỉ ăn toàn trái cây thôi nên da mặt mịn màng, đỏ hồng. Sau tháng Tư 1975, nó đói không có gì ăn, ai cho gì nó ăn nấy, chẳng còn kén chọn "chỉ ăn trái cây" vì là con Tiên con Phật.

Tôi nhớ cái bàn thờ đơn sơ của một gia đình Bắc Kỳ di cư, nhớ bữa cơm giao thừa có món gà luộc, nhớ miếng thịt quay và đĩa bánh hỏi, nhớ trái sầu riêng.

Tôi nhớ tiếng "Thánh tai! Thánh tai" trong nhà thờ Chợ Đũi…

QUYÊN DI

(*) Thánh tai: Trong Hán tự, chữ "Tai" (哉) có nghĩa là "rất, quá." Thánh tai có nghĩa là "rất thánh." Cũng thế, "thiện tai" có nghĩa là rất tốt lành, chí thiện.

NGUYỄN SAO MAI
KHE SANH HOÀI CỔ

Gió mưa thê thiết cõi đi về,
Mây nổi trăng chìm dưới đáy khe.
Nọ đất thần linh sân cụ Thượng, [1]
Đây hồn manh lệ dốc bà Đề. [2]
Chân trần móng đá trai nương bắp,
Má tuyết tay sương gái rẫy chè.
Người cũ trăm năm hồn đã mỏi,
Giòng Sanh núi Phụng chữ trên bia. [3]

Nguyễn Sao Mai, 1962

Ghi chú:

[1] Thượng Văn, tên tự của tri huyện Tuy Phong Nguyễn Hữu Châu. Ông Nguyễn Hữu Châu, 1880–1937, tự Thượng Văn, hiệu Phụng Cương, nguyên là tri huyện Tuy Phong tỉnh Bình Thuận. Vì bất bình quan lại phong kiến nhà Nguyễn, và luôn xung đột với viên chức thống trị người Pháp, ông bị giáng chức Đề lại, lưu đày đến vùng rừng thiêng nước độc Khe Sanh trên quốc lộ 9 Đông Hà - Lao Bão. Năm 1907, ông chiêu mộ một số dân phu lục lộ và những người đói khổ không nhà đang sinh sống cùng các bộ tộc Vân Kiều, Pa Kô tại khu Suối Cạn cầu Khe Sanh dựng lập làng Thượng Văn, dùng tự Thượng Văn đặt tên làng, và hiệu Phụng Cương cho một ngọn núi trong khu vực. Làng Thượng Văn nay thuộc trung tâm trị trấn Khe Sanh, huyện Hướng Hoá, tỉnh Quảng Trị.

[2] Phu nhân của ông Nguyễn Hữu Châu, bà Chế Thị Xuân Võ, cũng sát cánh chồng trong việc dựng làng. Dân làng nhớ ơn bà, đặt tên một con dốc làng là dốc Bà Đề.

[3] Khe suối tên Sanh. Khe Sanh được lập danh do tên khe suối này.

THÁP CỔ

(hoài niệm Thượng Văn Tiền Hiền Khai Khẩn Nguyễn Hữu Châu phu nhân Chế Thị Xuân Võ, và Vương quốc Chiêm Thành)

Tháp cổ chơ vơ đỉnh gió mù
Sông mòn núi lở đất vua xưa.
Cửa thành Phật Thệ treo cung Hán,
Vạt áo Huyền Trân đổi đất Hồ,
Tiếng khóc Mỵ Ê hờn vận nước, (1)
Nắm tro Sạ Đẩu nhớ cơ đồ. (2)
Còn đây một chút tình vôi mật (3)
Thiêm thiếp sông dài cõi gió mưa.

Nguyễn Sao Mai, 1962

Ghi chú:

(1) (2) Sạ Đẩu là vua nước Chiêm Thành. Mỵ Ê, vợ vua Sạ Đẩu. Năm 1044 vua Việt Nam Lý Thái Tông đánh Chiêm Thành, Sạ Đẩu tử trận. Quân Việt chiếm kinh đô Phật Thệ, bắt Mỵ Ê cùng một số vương phi cung nữ mang về. Mỵ Ê tự tử ở sông Châu Giang.

(3) Đền-tháp Champa của người Chiêm Thành thờ thần Ấn giáo và thần bản xứ dọc đồng bằng Trung Việt là những công trình nghệ thuật toàn bích về cấu trúc, huyền bí về kỷ thuật. Tương truyền người Chiêm Thành dùng mật ong trộn vôi làm chất keo dính để gắn kết những viên gạch. Tháp xây với gạch sống, và toàn bộ tháp được nung chín đỏ bằng lửa củi và rơm khi công trình hoàn tất. Những nhà nghiên cứu hiện đại cũng đưa ra những suy đoán, giả thuyết về kỹ thuật xây tháp của người Chiêm Thành, về cách chế biến gạch, về cách gắn kết gạch bằng dầu cây Dipterocarpus Alatus.

NGUYỄN SAO MAI

English language

KHẾ IÊM
THE BLACK CAT
For my children Brielle & Riley

The black cat with my soul and a piece of
my rib, wakes up every morning not
washing its face, every morning not
brushing its teeth; the black cat with clay-like

eyes, opening and closing, or open-
ing and never closing, as it climbs up
and down the stairs, dragging with it my soul
and a piece of my rib, forgetting that

i had lived much darker days, since when and
why it was i had buried them in my
pocket full of notes gathered from
many different tales, strung together

to make up this story about the black
cat with my soul and a piece of my rib;
of course, that is the black cat with clay-like

eyes, not any other kind of eyes; even
as the black cat climbs up and down the stairs.

FOOTNOTES
"The Black Cat" is one of three very fine poems in the December 2007 edition of Poetry.about Forum (http://poetry.about.com).

Vietnamese language

CON MÈO ĐEN

Cho các cháu Brielle & Riley

Con mèo đen có linh hồn và chiếc
xương sườn của tôi, mỗi buổi sáng thức
dậy không bao giờ rửa mặt, mỗi buổi
sáng thức dậy không bao giờ đánh răng;

con mèo đen có đôi mắt bằng đất
sét, mở ra và nhắm lại, hay cứ
mở ra và không bao giờ nhắm lại,
trong lúc lên thang xuống thang, mang theo

linh hồn và chiếc xương sườn của tôi,
mà quên rằng, tôi đã sống những ngày
hôn ám biết bao, tự thuở nào và
tại sao thì tôi đành chôn kín, trong

cái túi đựng đầy những đoạn chú thích,
được lượm lặt từ rất nhiều mẩu chuyện,
để cấu thành câu chuyện về con mèo
đen, mang linh hồn và chiếc xương sườn

của tôi; dĩ nhiên, đó là con mèo
đen có đôi mắt bằng đất sét, chứ
không phải bất cứ đôi mắt nào khác;
mù đặc, trong lúc lên thang xuống thang.

CHÚ THÍCH
"Con Mèo Đen" là một trong ba bài thơ hay nhất trong tháng 12 – 2007 của Diễn đàn thơ Mỹ Poetry.about (http://poetry.about.com)

Polish language

CZARNY KOT

Moim dzieciom – dla Brielle i Riley

czarny kot z moją duszą i kawałkiem mojego żebra
budzi się każdego ranka nie myjąc pyszczka,
każdego ranka nie myjąc zębów;
czarny kot z gliniastymi oczami,

otwierającymi się i zamykającymi,
lub otwierającymi się i nigdy nie zamykającymi, gdy wspina się
i schodzi po schodach, ciągnąc za sobą moją duszę
i kawałek mojego żebra, zapomina, że

przeżyłem o wiele mroczniejsze dni, od kiedy
i dlaczego tak się stało, zakopałem je w mojej
kieszeni pełnej notatek zebranych
z wielu różnych opowieści, połączonych

aby stworzyd tę historię o czarnym
kocie z moją duszą i kawałkiem mojego żebra;
oczywiście, czarny kot pozostanie tym samym czarnym kotem
z gliniastymi oczami, a nie jakimikolwiek innymi; nawet wtedy

gdy ten czarny kot będzie wspinad się i schodzid po schodach,
ciągnąc za sobą moją duszę i kawałek mojego żebra.

Chú thích:

Bài thơ được dịch ra tiếng Ba Lan (Polish Language), do ***Danuta Bartosz.***

Danuta Bartosz sinh ra tại Kiev, Ba lan. Danuta Bartosz tốt nghiệp Khoa Luật và Hành chính tại Đại học Adam Mickiewicz ở Poznań. Tại Hoa Kỳ, Danuta Bartosz đã lấy được bằng Công chứng viên của thành phố New York. Thành viên của Hiệp hội Roman Brandstaetter. Nhà báo của Hiệp hội Báo chí Giáo xứ Quốc gia. Phó Chủ tịch của Chi hội Giải thưởng Văn học Witek Wincenty Różański. Tác giả của 18 tập thơ. Các tập đầu tiên mang tên "Błażej", "Justyna & Cezary", "Written with a Heart", "Agnieszka B." ...

TRẦN VĂN TÍCH

TỪ "QUỐC GIA" TRONG PHÁP, MỸ, VÀ VIỆT NGỮ

Mở

Ngày 11/11/2018, trước một số đông các quốc trưởng từ khắp thế giới tề tựu về Paris, Tổng thống Pháp Emmanuel Macron trịnh trọng và trầm tĩnh tuyên án nationalisme, chủ nghĩa quốc gia. Tổng thống nói nguyên văn: Chủ nghĩa ái quốc chính là sự trái ngược của chủ nghĩa quốc gia. Chủ nghĩa quốc gia chính là sự phản bội của chủ nghĩa ái quốc. (Le patriotisme est l'exact contraire dunationalisme. Le nationalisme en est sa trahison.) Ngày 18/11/2018, đọc diễn văn tại Quốc hội Cộng Hòa Liên bang Đức, Tổng thống Pháp lại nhắc đến tính tiêu cực của chủ nghĩa quốc gia.

Ngày 22/10/2018, tại Houston, Texas, trước một trăm ngàn khán thính giả, Tổng thống Hoa Kỳ Donald Trump tự hào và sôi nổi khẳng định mình là một người theo chủ nghĩa quốc gia. Tổng thống nói nguyên văn: Quý vị có biết tôi là ai không? Tôi là một người quốc gia, được không? Tôi là một người quốc gia. Người quốc gia. Không có gì hơn. Hãy sử dụng từ ngữ đó đi, hãy sử dụng từ ngữ đó đi! (You know what I am? I'm a nationalist, okay? I'm a nationalist. Nationalist. Nothing more. Use that word, use that word!).

Mới nghe qua và mới đọc qua rồi bước đầu so sánh, thấy Tổng thống Pháp nói với cái đầu còn Tổng thống Hoa Kỳ nói với con tim. Nhưng thật ra còn nhiều hơn nữa...

Nationalisme trong văn hoá Tây Âu

Đừng nói đến trọn chữ nationalisme. Người dân Liên Âu chỉ cần nghe "na" là nghĩ ngay đến Nazi. Từ điển quan phương tiếng Đức Duden giảng rằng Nazi là viết tắt Nationalsozialist mà Nationalsozialismus là ý thức hệ của chế độ quốc gia cực đoan, mang tính đế quốc chủ nghĩa và phân biệt chủng tộc dưới triều đại phát–xít Hitler, kéo dài từ 1933 đến 1945. Nào là quốc gia cực đoan, nào là chủ nghĩa đế quốc, nào là phân biệt chủng tộc, nào là phát–xít, còn thiếu gì nữa? Cho nên người dân Liên Âu và nhất là người dân Đức kỵ chữ nationalist dữ lắm. Nghe chữ này là họ lên cơn sốc dị ứng. Khi tôi theo học khoá tiếng Đức để chuẩn bị cho tiến trình hội nhập vào quê hương thứ hai, tôi tự xưng là nationalist, người quốc gia. Tôi chẳng phải là người quốc gia thì là người gì, xét trên bình diện chính trị? Nhưng các cô giáo thầy giáo người Đức đều đồng thanh khuyên tôi chớ tự xưng như vậy, họ bảo nếu cần thì hãy tự xưng mình là patriot. Như Mel Gibson trong phim The Patriot rất nổi tiếng! Tôi thấm đòn nationalism, nationalisme, nationalismus ngay từ những ngày đầu tiên hít thở bầu khí quyển Đức quốc. Bài quốc ca Đức nguyên mở đầu bằng câu Deutschlandüber alles, Nước Đức trên tất cả; nay lời ca đó đã bị thay thế.

Theo văn hoá văn học Pháp, chủ nghĩa quốc gia cực đoan dễ đưa đến chủ nghĩa sô–vanh nước lớn, nó có thể dẫn tới chủ nghĩa cuồng tín, chủ nghĩa đế quốc, thậm chí gây ra chiến tranh (tỷ như chủ nghĩa Đại Đức, chủ nghĩa Liên hiệp Nhật nhĩ man, pangermanisme khởi đầu Đệ nhị Thế chiến) hoặc hoá thành chủ nghĩa biệt lập, tự cô lập. R. Rolland, Anatole France, Martin du Gard, Jules Romains, Proust, Breton, Sartre, v.v. đã từng đứng lên chống chủ nghĩa quốc gia. Lamartine, trữ tình là thế, lãng mạn là thế vậy mà khi nghe thi sĩ Đức Nikolaus Becker làm bài thơ khiêu chiến và gây hấn Der deutsche Rhein (Sông Rhein của Đức) với những câu như:

Sie sollen ihn nicht haben,
Den freien deutschen Rhein...
(Họ sẽ không có nó đâu,
Con sông Rhein tự do của Đức), đã sáng tác một bản tụng ca hùng hồn tha thiết với đầu đề La Marseillaise de la Paix (Quốc ca Hòa bình) kêu gọi mọi quốc gia liên kết lại để góp phần xây dựng tiến bộ xã hội:

Je suis concitoyen de toute âme qui pense:
La vérité, c'est mon pays!
(Tôi là đồng hương của mọi tâm hồn biết suy tư:

Tổ quốc tôi là Chân lý!)
I'am a nationalist!

Tổng thống Hoa Kỳ tự nhận mình là một người theo chủ nghĩa quốc gia. Trước đám đông, Tổng thống công khai nhấn mạnh mấy lần suy tư cá nhân đó. Cả thế giới đều biết Tổng thống chủ trương America first, Nước Mỹ trước tiên. Tổng thống dành ưu tiên cho nước Mỹ của Tổng thống trong mọi vấn đề. Một phần quốc dân Hoa Kỳ chia sẻ quan điểm này. Tổng thống chê bai NATO là obsolete, lạc hậu. Tổng thống ngỡ rằng Belgique là một tỉnh bên trời Âu. Tổng thống lẫn lộn vùng Balkan với ba quốc gia Baltique. Tổng thống có bao giờ khoe mình giỏi địa lý đâu! Tình yêu Tổ quốc trong tim Tổng thống mang sắc thái trữ tình, Tổng thống nói về người nationalist với giọng đầy thi cảm. Thực ra Tổng thống không có nói, Tổng thống tâm tình. Nhưng ngôn ngữ diễn dịch của Tổng thống đượm chất sử thi, Tổng thống nói nhưng nói với giọng hùng dũng, hùng tráng; câu nói của Tổng thống mang tính anh hùng ca. Tuy nhiên bối cảnh của bài diễn văn phảng phất tính bi kịch. Đồng bào nghe đây nhé. Họ thiết lập một liên minh quân sự để bảo vệ họ nhưng họ tỉnh queo để chúng mình è cổ đóng góp nặng gấp bội (và như vậy từ bảy mươi năm rồi, TVT chú thêm). Họ kêu gọi mình ký kết một hiệp ước quốc tế bảo vệ môi trường nhưng mình phải đóng tỷ này tỷ khác còn kẻ xả khí độc nhiều nhất thế giới thì lại được tài trợ (để tiếp tục xả thêm!).

Chủ nghĩa quốc gia nơi vị nguyên thủ dân cử Hoa Kỳ có nền tảng cao quý là lòng ái quốc. Cơ sở của lòng ái quốc xây dựng trên niềm tự hào dân tộc, trên danh dự đất nước. Lòng ái quốc của Tổng thống nặng nghĩa tình với lãnh thổ Hoa Kỳ, nó gắn bó với tính thống nhất quốc gia, nó quảng bá lý tưởng lập quốc và vệ quốc. Tự nhận mình là một nationalist, Tổng thống động viên lòng vị tha, đức hy sinh, tình đoàn kết, và cả tính anh hùng. Tổng thống thu hút quần chúng đi tìm một lý tưởng, đi tìm một chủ nghĩa vị Mỹ, duy Mỹ, một americanism.

Họa sĩ John McNaughton vẽ một bức tranh màu trình bày

Tổng thống Donald Trump trân trọng nâng một lá quốc kỳ Hoa Kỳ ướt sũng nước mưa, một tay Tổng thống cầm một mảnh vải nhỏ và dày dường như để lau chùi các vết nhơ trên lá cờ. Trong bức họa, Tổng thống trông đẹp hơn ở ngoài đời. Nét mặt phảng phất buồn nhè nhẹ và tỏ ra lo nghĩ nhiều. Phần giải thích cho giới thưởng ngoạn hiểu ý nghĩa thành quả nghệ thuật của họa sĩ viết nguyên văn:

John McNaughton painted this picture of President Trump and named it "Respect The Flag." The painter says, "I painted President Trump picking up a shredded and trampled flag off the football field. He holds a wet cloth in his right hand, as he attempts to clean it. I respect America. I respect the flag, the anthem, and the President; because he doesn't back down to those who do not."

Đại khái chúng ta được biết rằng toàn cảnh của bức danh họa là một sân vận động sau một trận mưa hay trong một trận mưa. Nhiều vũng nước nhỏ còn đọng trên sân cỏ. Viễn cảnh cho thấy một đám đông tập trung xúm xít sát nhau tạo bức phông cho chân dung Tổng thống đứng một mình với lá cờ stars and stripes, các ngôi sao và những sọc thẳng hiện rất rõ trên nền họa. Lá cờ vô tội đã bị xé rách tả tơi và giẫm đạp tàn nhẫn. Tổng thống mặc âu phục xanh sẫm với cà–vạt đỏ tươi. Tay trái nâng lá quốc kỳ một cách tôn nghiêm, ép sát nó vào ngực như muốn truyền cho nó bầu nhiệt huyết nóng hổi, hầu giúp nó mau khô ráo. Tấm vải trên bàn tay phải sẵn sàng chùi sạch những vết dơ làm vấy bẩn quốc kỳ. Họa sĩ xác định thái độ dứt khoát của bản thân: tôn trọng quốc kỳ, tôn trọng quốc ca, tôn trong Hoa kỳ, tôn trọng Tổng thống. Tên gọi bức tranh là "Tôn trọng Lá cờ". Chữ "Flag" viết hoa và đi kèm với quán từ xác định "The" cũng viết hoa nốt. Nhìn chung bức họa rất có thần. Thành quả trí tuệ và mỹ học đã góp phần vào việc bảo vệ lá cờ biểu tượng của Tổ quốc mà người quốc gia Donald Trump tôn quý vô cùng. Không chỉ tâm tình bằng ngôn ngữ, Tổng thống biểu lộ trên khung ảnh tinh thần ái quốc bằng hành động.

Rộng hơn nữa, người nationalist Donald Trump, trong tư cách một lãnh tụ, ý thức rõ trách nhiệm lãnh đạo công dân. Tổng thống chỉ đường cho người dân tham gia sinh hoạt chính trị. Hãy vì đất nước này mà hành động, mà dấn thân. Thầy giáo đang giảng bài công dân giáo dục.

Đó là tâm sự trước sau không đổi của lãnh tụ, nó bàng bạc trong tất cả những lời phát biểu của Ông, nó xuất hiện một cách tự phát gần như phản xạ trong những câu Ông tweet. Tấm lòng son của người quốc gia Donald Trump tạo nên những hình tượng độc đáo, tấm lòng đó tác động lên đôi thần kinh số II, khiến cặp mắt Tổng thống mở to trong những đêm dài không ngủ, mất ngủ. Tất cả những hình tượng vừa trình bày và liệt kê chung đúc thành một con người mang tầm suy nghĩ sâu rộng, khó lẫn lộn với bất cứ một con người nào trong lịch sử Hoa Kỳ; một con người nationalist.

Người Việt quốc gia

Chúng ta rất ưa chuộng hai chữ *"quốc gia"*. Hiến pháp Đệ nhất Cộng Hòa mở đầu bằng câu: "Tin tưởng ở tương lai huy hoàng bất diệt của Quốc Gia và Dân Tộc Việt Nam...". Chúng ta có Ủy ban Lãnh đạo Quốc gia, có Bộ Quốc gia Giáo dục, có Quốc gia Nghĩa tử cuộc, có Ngân hàng Quốc gia, có Thư viện Quốc gia. Quân lực Việt Nam Cộng Hòa đôi khi được gọi là Quân đội Quốc gia. Văn bằng cấp phát cho người bác sĩ tốt nghiệp có tên Bằng Tiến sĩ Y khoa Quốc gia (cho dẫu hai chữ "quốc gia" ở đây nhằm để chỉ văn bằng do Nhà nước cấp phát chứ không phải do một Viện Đại học tư thục cấp phát, theo kiểu phân biệt giữa diplôme d'état và diplôme d'université trong tiếng Pháp). Đó là thời chúng ta còn có quốc gia, lãnh thổ, chính quyền.

Ra nước ngoài, có lẽ chịu ảnh hưởng nền văn hoá Tây phương, chúng ta bỗng dưng có thiên hướng tránh hai chữ "quốc gia" khi sử dụng ngoại ngữ.

Xin liệt kê vài ví dụ cụ thể về tên gọi các hội đoàn văn hoá–xã hội–chính trị:

– Cộng đồng Người Việt Quốc gia Hoa Kỳ (Ông Đoàn Trọng Hiếu), The Vietnamese American Community of USA.

– Cộng đồng Người Việt Quốc gia Hoa Kỳ (Ông Đỗ Văn Phúc), The Vietnamese American Community of the USA.

– Cộng đồng Người Việt Quốc gia Liên bang Hoa Kỳ (BS Võ Đình Hữu), Federation of Vietnamese American Communities of the USA.

– Cộng đồng Người Việt Quốc gia Nam California, Vietnamese American Federation of Southern California (LS Nguyễn Xuân Nghĩa).

– Cộng đồng Người Việt Quốc gia Houston và Phụ cận, Vietnamese Community of Houston and Vicinities.

– Cộng đồng Người Việt Quốc gia Tự do tại Pháp, Communauté des Vietnamiens Libres de France (BS Phan Khắc Tường).

– Tại Thụy Sĩ có Hội Người Việt Quốc gia Lausanne (KS Trần Xuân Sơn), Association des Vietnamiens Libres de Lausanne.

Nhận xét: Khi chuyển sang Anh ngữ, hai chữ "quốc gia" bị xoá bỏ và trong một số trường hợp, khái niệm "Người Việt Quốc gia" hoá thành "Người Mỹ gốc Việt". Riêng ở Nam Cali và ở Houston, nếu nay mai Vi–xi thành lập cộng đồng và chúng cũng dùng tên gọi Vietnamese Community of Southern California và/hoặc Vietnamese Community of Houston and Vicinities thì chúng sẽ "chính danh" hơn, vì các tổ chức của chúng quả đang tập hợp những người Việt 100%, dẫu là người Việt đang chịu theo hay đang bị theo cộng sản. Còn tại Pháp và Thụy sĩ thì Người Việt Quốc gia Tự do hoá thân thành Vietnamiens Libres, mất hẳn chất quốc gia!

Kết

Người Việt ly hương tỵ nạn cộng sản là người Việt quốc gia. Hai chữ "quốc gia" là khắc tinh của hai chữ "cộng sản". Người Việt quốc gia là người chống cộng. Chúng ta có thể mượn lời

Tổng thống Pháp để nêu cao tuyên ngôn: Le nationalisme est l'ennemi juré du communisme, Chủ nghĩa quốc gia là kẻ tử thù của chủ nghĩa cộng sản. Chúng ta cũng có thể hô theo Tổng thống Hoa Kỳ: We are nationalists, okay? Chúng ta là những người quốc gia, biết chưa?

Những người quốc gia chúng ta, những người nationalists, khẳng định chúng ta có Quốc gia, có Tổ quốc, có nước Việt, có Dân tộc Việt của chúng ta. Chúng ta đanh thép và hào hùng bác bỏ luận điểm của bá quyền phương Bắc cho rằng nước ta là một bộ phận, một địa phương (châu, quận...) của nước Tàu.

Bình Ngô Đại cáo viết:

"*niệm quốc bộ chi do truân*" (nghĩ thế nước còn gian truân),

"Triệu, Đinh, Lý, Trần chi triệu tạo ngã quốc" (Triệu, Đinh, Lý, Trần mở đầu dựng nên nước ta),

"Duy ngã Đại Việt chi quốc, thực vi văn hiến chi bang" (Nay nước Đại Việt chúng ta thật là một nước văn hiến)...thì chữ quốc (và chữ bang) đều nghĩa là nước, là nation, là patrie, là Land.

Chủ nghĩa ái quốc của chúng ta không có gì mâu thuẫn với chủ nghĩa quốc gia cả.

TRẦN VĂN TÍCH

HÀ BẠCH QUYÊN
GIỮ NỤ MÔI HÔN!

Lát mỏng câu thơ
Đào sâu thi tứ
Trầm hương bay
Âu yếm ngọc
trăng vàng

Nhụy tình thơ
Con chữ đẹp thênh thang
Từng mạch máu
Như tơ đàn êm ái

Ngón mê ly
Âm giai vàng nhân ngãi
Nhịp môi em
tan chảy khối băng tình

Sợi tóc mềm
Như quấn cột tâm linh!
Anh trùng biệt
vẫn xâu thành chuỗi kết!

Vạch nỗi oan khiên
Tìm nguyên lý chết
Nguồn yêu tung
Dư chấn động ngôi tình

Em kỳ hoa
hậu kiếp vẫn lung linh!
Anh chiến mã
Sa trường sao ngăn vó ?

Kiếm cung quăng
Phế đời trai một xó!!
Anh tạ ơn em
Cứu rỗi linh hồn
Ơi hạnh ngộ
sẽ khâu lành bao vết

Lối đi nào
Lâu tắt nắng CHIỀU HÔM??
Và chúng mình luôn giữ nụ môi HÔN

HÀ BẠCH QUYÊN
3/26/18

HÀ BẠCH QUYÊN
CHUỖI TRÀNG HẠT.

Em ngất đi hơn một giờ lúc cao
điểm đại dịch ma quái đó dàn dựng
lúc loài sa tăng soạn kịch bản tung
chưởng tiêu diệt nhân loại em tỉnh dậy

em nhìn tượng phật tượng chúa như chỉ
là xi măng trời ơi thế giới trở
thành rừng hoang dã em hầu như không
tin vào con tim và khối óc anh

nữa rồi anh ơi anh ơi phương trời
xa anh sao khỏi sa lưới vướng rọ
anh ơi anh ơi dù hận tình nhưng
cũng xót tâm nát can vì em tín

nữ vì em là tín nữ kể từ
ngày anh đi tàu anh khuất bóng nhưng
em mãi một đời nhìn mây đen bay
mây đen vần vũ khiến em khôn nguôi
hận anh dù tay lần chuỗi tràng hạt !!

HÀ BẠCH QUYÊN

NGUYỄN MINH TRIẾT

Tản mạn về ngựa trong ngày Tết Bính Ngọ

Người Á Đông dùng hình tượng Ngựa hay Ngọ làm con giáp thứ 7 trong 12 con Giáp. Theo quan niệm của người phương Đông, ngựa là con vật có bản tính mau lẹ, hăng hái, sung mãn và có tính dương nên ngựa đại diện cho hành Hỏa trong Ngũ hành. Ngựa còn là biểu tượng cho sự trung thành và tận tụy đồng thời là biểu tượng cho tài lộc, thành công. Hình ảnh con ngựa tung vó hý vang biểu tượng cho sự kiêu hãnh, tự do và thanh khiết.

Về nhân tướng theo quan niệm của Phương Đông thì những người sinh năm con ngựa thường có cá tính phóng khoáng, rộng rãi, thông minh, nhanh nhẹn, có năng lực suy nghĩ độc lập và ít để bụng. Gặp việc gì họ cũng thường bắt tay làm ngay, không chần chừ do dự. Nhưng chính sự nhanh nhẹn đó lại cấu thành nên điểm yếu của họ: nóng vội và thiếu kiên nhẫn.

Khi nghĩ về ngựa, người ta thường nhớ đến vó câu tung bụi, đến những cánh đồng mênh mông nơi bóng ngựa lao đi như một mũi tên. Ngựa không chỉ là phương tiện, mà còn là biểu tượng của sự tự do, của khát vọng vươn tới những chân trời mới. Trong văn hóa Á Đông, ngựa còn mang trong mình tinh thần mạnh mẽ, trung thành và không ngừng tiến bước.

Ngựa là loài sinh ra để đi. Từ thuở con người còn chưa biết đến bánh xe, chưa biết đặt tên cho những con đường ngựa đã là đôi chân thứ hai của các nền văn minh, ngựa đã băng qua những cánh đồng, những triền núi, những thảo nguyên dài đến tận chân trời.

Trong đôi mắt đen sâu của nó, dường như luôn có một nỗi buồn lặng lẽ – nỗi buồn của kẻ hiểu rằng tự do luôn phải đánh đổi bằng những vết xước trên da, bằng những ngày dong ruổi không biết điểm dừng. Ngựa trong văn học luôn mang hai mặt: sức mạnh và nỗi buồn. Nó chạy nhanh, nhưng cũng dễ kiệt sức; nó trung thành, nhưng cũng dễ bị con người lợi dụng. Chính sự đối lập ấy khiến hình tượng ngựa trở nên giàu chiều sâu. Với người phương Đông, ngựa gắn với nhiều truyền thuyết về trận mạc, giữ gìn bờ cõi, bảo vệ non sông. Trong truyền thuyết Việt Nam nổi tiếng và đặc sắc về ngựa là hình ảnh Thánh Giống cỡi ngựa sắt sau khi đánh thắng giặc Ân đã bay lên trời, để lại sau lưng những dấu chân hóa thành ao hồ, đồi núi. Con ngựa ấy không chỉ là chiến mã, mà là biểu tượng của sức mạnh dân tộc, của tinh thần đứng dậy khi đất nước lâm nguy, tượng trưng cho sự tự do, bất khuất, lòng dũng cảm, ý chí kiên cường của tuổi trẻ Việt Nam. Trong chánh sử từ thời Hai Bà Trưng, Bà Triệu đến các triều đại phong kiến, hình ảnh tướng sĩ cưỡi ngựa ra trận đã trở thành một phần ký ức dân tộc.

Trong lịch sử của đế chế Mông Cổ vó ngựa các đoàn kỵ binh thiện chiến của Thành Cát Tư Hãn đã dẫm nát các thành trì khắp từ thảo nguyên Á – Âu đến tận Trung Đông. Người Mông Cổ xem ngựa như linh hồn dân tộc, đến mức trẻ con lên ba đã biết cưỡi ngựa.

Đối với văn hóa phương Tây, ngựa gắn liền với nhiều biểu tượng thần thoại và gắn liền với cung Nhân Mã. - cung thứ 9 trong 12 cung Hoàng đạo. Về cung này, truyền thuyết kể rằng những chiến binh huyền thoại xưa kia sau khi hoàn tất sứ mệnh của mình sẽ bay lên trời, hóa thân vào chòm sao Nhân Mã có hình một cung thủ nửa người nửa ngựa, tay giương cung tên được cho là tượng trưng cho sự dũng mạnh, thiện chiến. Nổi tiếng nhứt trong truyền thuyết phương Tây là hình ảnh "Con ngựa thành Troy" của thần thoại Hy Lạp - con ngựa gỗ đã giúp quân Hy Lạp dành chiến thắng trước đội quân thiện chiến của thành Troy (ngày nay là đất nước Thổ Nhĩ Kỳ).

Dưới thời của Alexander Đại đế những đội kỵ binh tinh nhuệ của Hy Lạp đã chinh phục từ Âu sang Á tiếp theo những đội kỵ binh mạnh mẽ của Ả Rập cũng đã làm mưa làm gió ở khắp vùng Trung Đông. Có lẽ chính nhờ hình ảnh này mà người phương Tây thường gắn loài ngựa với những điều đẹp đẽ như khả năng chinh phục, vinh quang, chiến thắng. Những người sinh ra dưới chòm sao Nhân Mã vì vậy được cho rằng thiên bẩm là người có khả năng tác chiến, giàu tính sáng tạo, thể lực - trí lực dồi dào, dễ đạt tới đỉnh cao.

Ngựa không chỉ là phương tiện chiến tranh góp phần định hình thế giới, nó còn là biểu tượng của sự giao thương. Con đường Tơ Lụa – tuyến thương mại huyền thoại – cũng được dệt nên từ những bước chân ngựa vượt đồi núi, sa mạc, mang theo lụa, trà, gốm, và cả những câu chuyện văn hóa.

Ở cả hai nền văn hóa Đông Tây, người ta đều coi ngựa là biểu tượng của lòng trung thành, sự phóng khoáng, vượt ra khỏi những giới hạn kiềm tỏa để vươn tới những điều lớn lao, ý nghĩa. Ngựa cũng là chủ đề khơi gợi nhiều nguồn cảm hứng trong thơ ca, nghệ thuật. Ở cả phương Đông và phương Tây, người ta có thể thấy có nhiều thơ phú, nhạc họa sáng tác dựa trên hình ảnh ngựa.

Từ con vật đời thường, với bản tính tốt đẹp mà con người đã gán cho nó, thần thánh nó, huyền thoại nó, do đó ngựa đã trở thành hình tượng nghệ thuật, trở thành con vật linh thiêng, hoá thân vào đời sống văn hoá tâm linh.

Về phương diện văn hóa hình ảnh Ngựa cũng bước vào văn chương với nhiều dáng vẻ: khi hào hùng, khi bi tráng, khi lãng mạn, khi cô độc.

Trong văn học Việt Nam bóng dáng người lính cưỡi ngựa không xuất hiện trực tiếp, nhưng tinh thần "kỵ binh" – sự xông pha, phóng khoáng – lại hiện lên rất rõ. Truyện Kiều có câu: "Ngựa xe như nước, áo quần như nêm", gợi cảnh phồn hoa đô hội. Trong thơ Đường luật Việt Nam, ngựa thường gắn với hình ảnh quan lại đi sứ, đi thi, đi nhậm chức – biểu tượng của con đường công danh. Ngựa trong truyện cổ văn Lục Súc Tranh Công là một trong lục súc, là biểu tượng của sự bứt phá, tốc độ, sự trung thành và thành công trong hoạn lộ.

Ở Việt Nam ngày Tết đến, người ta treo những bức tranh Đông Hồ "Mã đáo thành công" trong đó, con ngựa hiện lên với dáng vẻ thanh thoát, bờm bay trong gió, đôi mắt sáng như biết nói. Người xưa tin rằng treo tranh ngựa trong nhà là rước may mắn, rước sự hanh thông vào năm mới. Ngựa "đáo" trở về nhà sau chuyến đi dài là điềm lành, có nghĩa là bình an trở về, báo hiệu sự viên mãn. Nhưng ít ai để ý rằng để "đáo", con ngựa đã phải đi qua bao nhiêu dặm đường, bao nhiêu đêm dài gió lạnh.

Sự trở về ấy không phải là điều hiển nhiên; nó là phần thưởng cho sự kiên trì, cho lòng trung thành, cho những bước chân không bỏ cuộc.

Trong văn học thế giới, hình ảnh ngựa cũng được nhắc đến như Homer trong Iliad mô tả những chiến mã kéo xe của Achilles như những sinh linh thần thánh; Don Quixote cỡi con ngựa còm Rocinante, tạo nên hình ảnh vừa hài hước vừa bi tráng của một kẻ mộng mơ giữa đời thực; Tolstoy trong Anna Karenina dùng hình ảnh ngựa để phản chiếu số phận con người – mạnh mẽ nhưng mong manh.

Trong nghệ thuật, rất nhiều nhà điêu khắc tài hoa, họa sĩ nổi tiếng đã tạc tượng, vẽ tranh ngựa trên sách báo, đền đài, lăng tẩm. Nhiều nơi còn có tượng danh nhân ngồi trên lưng ngựa được đặt trang trọng ở các quảng trường, công viên.

Riêng đối với người dân Việt Nam trong nửa đầu những thập niên của thế kỷ 20, những chiếc xe ngựa đặc trưng có tên gọi là xe thổ mộ đã trở nên rất gần gũi, thân thuộc bởi nó là phương tiên đi lại chủ yếu của thời kỳ đó. Đặc biệt ở phương Nam, hình ảnh những chiếc xe thổ mộ đi trên những lối mòn xưa, giữa cánh đồng mênh mông có hoa nở rộ đã trở thành nét đẹp rất đặc trưng của mảnh đất miền Tây. Giờ đây, những hình ảnh đó chỉ còn trong hoài niệm, nhưng những chiếc xe thổ mộ luôn gợi cho người ta nhớ đến một dấu ấn của thời gian.

Hình ảnh chiếc xe thổ một chạy kêu lóc cóc do móng sắt ngựa nhịp đều trên đường, cùng với tiếng leng keng của chuông và lục lạc là một trong những hình ảnh tiêu biểu cuộc sống bình dị của người dân miền Nam xưa kia. Xe thổ mộ chạy khắp nơi ở Sài-gòn, trên phố chợ thị trấn, trên đường làng, kể cả trong hang cùng ngõ hẹp, trong lễ hội đám cưới, trong những buổi đưa các cô, các bà đi chợ hay đưa trẻ nhỏ đến trường. Đó là hình ảnh thân thương, mang nhiều kỷ niệm không thể xóa nhòa trong tâm trí những người lớn tuổi đã từng sống qua thời gian từ những năm 50 và 60 của thế kỷ 20.

Khi đặt tất cả những lớp ý nghĩa và hình ảnh ấy vào Tết Bính Ngọ, ta thấy năm Ngọ không chỉ là một mốc thời gian, mà là lời nhắc về Tết, giống như một lời thì thầm: hãy sống như conngựa – chân thành, mạnh mẽ, và biết lắng nghe nhịp đập của chính mình. Đừng sợ những đoạn đường dài. Đừng ngại những ngày gió ngược. Nó cũng nhắc ta rằng cuộc đời không cần phải lúc nào cũng vội vã. Có những hành trình chỉ có thể đi bằng sự kiên nhẫn, bằng lòng tin, bằng sự bình thản trong tâm. Đừng quên rằng ngay cả con ngựa dũng mãnh nhứt cũng có lúc dừng lại để uống nước, để thở, để nhìn trời.

Tết Bính Ngọ đến như tiếng vó ngựa vọng từ quá khứ xa xăm. Từ những cánh đồng Đông Sơn, nơi tổ tiên ta cỡi ngựa đánh giặc; từ thảo nguyên Mông Cổ, nơi vó ngựa từng làm rung chuyển cả lục địa; từ những trang sách cũ, nơi chiến mã của Achilles hay Rocinante của Don Quixote vẫn miệt mài chạy giữa dòng chữ.

Ngựa của lịch sử, ngựa của văn chương, ngựa của tâm linh – tất cả hòa vào nhau, tạo thành một biểu tượng vừa mạnh mẽ vừa nhân hậu.

Tết Bính Ngọ vì thế mang một sắc thái rất riêng, nó mang theo hơi thở của sự chuyển động. Nó nhắc ta rằng cuộc sống không đứng yên; mỗi năm mới là một chặng đường mới, một hành trình mà ta – như con ngựa – cần giữ vững nhịp bước, giữ vững hướng đi, và đôi khi phải dám bứt phá. Nó khiến ta nghĩ đến những chuyến đi xa, nhưng cũng nhắc ta về sự trở về – trở về với gia đình, với cội nguồn, với chính mình.

Trong khoảnh khắc giao mùa, khi pháo hoa chưa kịp nở, khi lòng người còn lẫn lộn giữa tiếc nuối và hy vọng, ta tưởng như nghe thấy tiếng hí vang lên đâu đó giữa trời đêm. Một tiếng hí không thúc giục, không vội vàng, chỉ như một lời nhắc rằng cuộc đời là một hành trình dài, năm mới rồi, hãy tiếp tục bước đi, giống như con ngựa sau một năm rong ruổi, ta cần nghỉ ngơi để rồi lại phi tiếp, mạnh mẽ hơn, tự do hơn. Hãy tiếp tục bước đi bằng tất cả những gì chân thật nhứt trong tim với tâm thế nhẹ nhàng hơn, vững vàng hơn – như người nắm dây cương của chính cuộc đời mình.

NGUYỄN MINH TRIẾT

SA CHI LỆ
HY VỌNG

Hy vọng nhai mềm câu niệm Phật
Lẽ nào nước mắt cứ lên men
Trầm tư đứng đó cười như khóc
Cỏ mộ chiêm bao nứt mọng thiền…
Hy vọng đời xoay nghiền giác ngộ
Tưởng chừng bất tận nở miên man
Ta nghe đâu đó trong hi thở
Lời mẹ ru con nở ngọc trầm

Kỷ niệm chiều rơi dội gót khuya
Dường như vướng níu tiếc thời xưa
Theo vạt áo quê sương lãng đãng
Mắt em ươn ướt lạnh bóng dừa
Hy vọng chập chờn hôn sợi tóc
Lòa xòa hương ngọc tỏa quỳnh hương
Tiếc nuối miên man buồn ngơ ngác
Vỗ cánh tương tư nhớ dị thường

YÊU NỒNG NÀN

Mộng rớt xuống đời thơm gối trăng
Khuya sương thở nhẹ giấc thơm nồng
Dáng nằm tình sử mê điên dại
Trở giấc giật mình khói bên sông
Lạc bước sao hồng lên đôi má
Mắt em len lén giấu thẹn thùng
Mười ngón tay khuya thèm muốn đậu
Thuyền mê gờn gợn sóng mênh mông
Chập chùng mây ngủ sau làn tóc
Yêu thương nhỏ giọt ngất ngây say
Xưa môi em nứt hồn nguyệt bạch
Ta hóa sao rơi đẫm trời tây

SA CHI LỆ

VŨ HOÀNG THƯ

Ngày Mới

một ngày mới
        hoa soi hoa
gợn lung linh
bóng nước hòa dung nhan
em tuyết bạch
        mở tâm vàng
tôi xanh khơi
ngày nhịp nhàng vận thơ
                        ưu phiền chi?
        mở khép hờ
từ trong tận tuyệt
cửa chờ thong dong
éo le bỡn chút phiêu bồng
sương sa núi gọi rạng đông triều chào
                        có hay không?
        gió thì thào
một âm quen
tiếng chiêm bao cựa cùng
triền suối mộng
        lời riêng chung
nghe trái rụng
khởi duyên trùng lỉ liên
                        em nụ hoa
        nở đầu tiên
về đơm hạt
mầm như nhiên cõi người
tôi ngày mới
        dựng viễn khơi
chào hoa sớm
dậy buổi ngời hôm nay

VŨ HOÀNG THƯ
2015

SAN PHI
Phím Sương
[từ Ngày Mới của anh Vũ Hoàng Thư]

Nương huyễn diệu
        Tẩm hư vô
Quỳnh chi gầy guộc
Vây đồ họa diên

Trầm kinh
        Tận tuyệt u minh
Hạc huyền soi
Bóng nguyệt kinh hãi lần

Người đi…
        Giũ lớp phong trần
Phím sương kết đọng
Phân vân giọt rời

Cạn chén
        Hóa hư ảo người
Tìm nhành xuân ngậm phím trôi băng huyền

SAN PHI
0901262153

VIÊN DUNG
KHẤP KHỞI

Sương đông rợp
vệt gió trườn
lúm khúm nhà
úm lạnh ươm
em mường tượng rướn
bóng hường trông mau

trông khoe vóc
lụa nõn màu
áo mới thêu dáng chim sâu
che ngang yếm thắm
giấu mầm hương trinh

vừa xuân
bướm hớp hương tình
trông gieo điềm mộng
dáng xinh
trầm ngôn trai ngưỡng
trộm tình thức riêng

vóc mầm núng nẩy khoe nghiêng

VIÊN DUNG

VIÊN DUNG

NGÕ YÊU, BIẾT ĐÂU LẦN

tay em thon
ngửa, xòe ngoan
nọ
duyên tình phựt, ngỡ ngàng
chừng tay anh ụp
bàng hoàng ngõ yêu

nắng xiên
thắp ngọn vườn chiều
thắp tay nắm
thèm dan díu
thắp môi mắt thẹn
những điều gái trai

yêu
dường bất biết một mai
hương sắc dục
triều hoang dại
con mắt luyến láy
thốt dại khờ anh

chim gọi
lòng chiều long lanh
biết lần đâu
anh sáng ánh
biết đâu lần
yêu, lóng lánh nuông chìu

VIÊN DUNG
06012026

LÂM CHƯƠNG
Lỗi tại tôi mọi đàng

Mùa xuân năm 85, tôi về quê. Quê tôi ở Gò Chùa, nằm trên quốc lộ nhưng vẫn là nhà quê. Tôi bốn mươi ba tuổi, tóc đã có nhiều sợi bạc. Tôi không có tiền, không nghề nghiệp, sống nương tựa vào ba tôi.

Ba tôi bảy mươi hai tuổi, là người tàn phế. Ông mất cánh tay phải trong thời kỳ chiến tranh. Hiện nay, ông sống nhờ vào tiền của anh tôi, gởi về từ Canada. Số tiền này chỉ đủ ăn tiện tặn. Muốn mua sắm những thứ lặt vặt trong gia đình, ba tôi nuôi con heo nái, và nấu rượu. Nấu rượu không có lời, nhưng có hèm trộn chung với cám làm thức ăn cho heo. Mỗi năm, bán được mấy lứa heo con cũng được đồng ra đồng vào.

Hàng ngày, tôi đi quanh quẩn lối xóm, mặt mày ủ dột. Không nghĩ ra việc gì làm để khỏi bám vào ba tôi. Tôi đói lắm. Đói nhiều năm trước khi về đây. Tôi cần ăn mà mỗi lần bưng chén cơm, tôi như mắc nghẹn. Tôi còn đầy đủ tay chân, làm sao thanh thản nuốt miếng cơm của người cha già tàn tật?

Một ngày, tôi đi ra đồng, lủi vào rẫy mía hái những thứ rau sam, rau dệu mọc hoang. Gió lay cờ mía bay trắng đồng, vương cả trên đầu, trên áo tôi. Loài chim sâu luýt chuýt kiếm ăn trong mía, thấy có người bay vụt lên. Lúc tôi chui ra, gặp ông cụ vác cuốc đi tới.

Cụ hỏi: "Làm gì trong ấy?"

Tôi cầm bó rau giơ lên.

Cụ nói: "Rau dại ư? Đứng đó."

Cụ lủi ngay vào rẫy mía, lối tôi vừa chui ra. Cụ không tin tôi, muốn kiểm soát xem có cây mía nào bị bẻ trộm. Mặt tôi ra sao mà ai cũng nghi ngờ trộm vặt? Tôi nghĩ, con người có cái vận. Khi vận mạt thì khí sắc bệ rạc, che lấp cái vẻ đường hoàng khả tín. Có phải mặt tôi tôi bây giờ như thế?

Cụ già chui ra, dịu giọng: "Lần sau đừng vào rẫy."

Tôi nín thinh bỏ đi.

Tôi đem rau về, giấu sau hè. Lúc ba tôi đi khỏi, tôi luộc rau ăn thêm bù dắp vào phần cơm thiếu hụt. Nhiều lần như thế. Có lần ba tôi về bất ngờ, thấy tôi đang ngồi với rổ rau. Không giấu được nữa, tôi gượng cười. Ba tôi đứng sững nhìn tôi, rồi quay đi không nói gì.

Buổi tối. Dưới ngọn đèn dầu, ba tôi ngồi quấn thuốc rê. Ông xe tròn điếu thuốc trên mặt bàn bằng bàn tay còn lại. Tôi ngồi trong góc tối, nhìn sự thiếu hụt một phần thân thể của ông. Tôi nghĩ, không phải chỉ có thế. Nó còn ảnh hưởng rất lớn đến sự thiếu hụt của tâm hồn, đưa đến buồn chán an phận một kiếp người.

Dì tôi đi ngủ rất sớm. Dì ngủ và thức cùng giờ với gà. Trời chưa chạng vạng, gà đã vào chuồng. Mới bốn năm giờ sáng, gà gáy báo hiệu bình minh. Dì thức dậy, không để làm gì cả. Dì chong đèn ngồi lặng cho đến khi trời sáng. Tôi gọi mẹ kế bằng dì. Mẹ ruột tôi mất. Năm năm sau, ba tôi rước dì về làm vợ. Lúc đó, tôi mười ba tuổi. Dì ở với ba tôi, ba mươi năm không có con. Miệng đời xoi mói rằng trước khi về với ba tôi, dì đã lang chạ với nhiều đàn ông. Dì ít nói đến độ tôi không biết tình cảm của dì ra sao. Dì không nói câu gì làm tôi buồn, cũng không tỏ thiện cảm với tôi.

Tôi về hai mươi mốt ngày, ba tôi bán lứa heo con. Tiền bán heo cất trong tủ. Xâu chìa khóa treo ở cây đinh, khuất sau tủ.

Mấy ngày sau, ba tôi nói: “Tiền bán heo mất sạch rồi.”

Dì nhìn tôi, dò xét.

Tôi không biết nói sao, bỏ ra ngoài hiên ngồi hút thuốc. Dưới chân tôi, những con kiến đen đi tìm mồi. Nắng xế chiều xuân gay gắt lắm. Trời cao và xanh, gợn vài cụm mây nhỏ. Nỗi đời hốt biến như mây chó.

Một bà quảy gánh đi ngoài đường, hỏi vọng vào: “Có đồ gì cũ, bán không?”

Tôi nói: “Có tôi. Mua tôi không?”

Bà nhìn tôi: “Mặt không đáng đồng xu.”

Tôi chợt nhớ có mấy cái muỗng nĩa bằng inox, và đôi dép nhựa đứt quai.

Tôi gọi: "Bà ơi, vào đây."
Bà cầm muỗng nĩa lên coi: "Tất cả mười đồng."
Tôi nói: "Mười lăm."
Bà quảy gánh lên vai.
Tôi nói: "Mười đồng, lấy đi. Còn đôi dép?"
Bà nói: "Cho thì lấy. Không mua."

Tôi cất tiền trong túi, bâng quơ nhìn đàn gà bươi dưới gốc hàng rào cây dâm bụt. Nhà đang dọn cơm chiều. Tôi bỏ đi lang thang. Chiều tối mịt, tôi ghé quán cà phê. Cà phê sữa, mười hai đồng. Cà phê đen, tám đồng. Tôi uống cà phê đen. Dư hai đồng, tặng luôn cho cô gái chạy bàn. Quán vắng. Bóng đèn nhỏ bằng đầu ngón tay, dùng điện bình acquy, ánh sáng mờ mờ buồn thảm. Tôi ngồi im lặng. Ly cà phê đã hết từ lâu. Tôi ngồi im lặng như thế, thật lâu. Buồn tay, tôi quậy chiếc muỗng chạm lanh canh trong cái ly không.

Cô gái hỏi: "Chú dùng thêm gì?"
Tôi lắc đầu.
Cô lại hỏi: "Có phải chú là cái chú gì cải tạo mới về đó không?"
Tôi nói: "Phải rồi."
"Được về thì mừng. Sao chú buồn?"
Tôi nói một câu rẻ tiền: "Đời chẳng có gì vui."
Nói xong, tôi chào cô gái và ra khỏi quán.
Ba tôi ngồi ngoài hiên chờ tôi về. Đèn trong nhà hắt sáng yếu ớt sau lưng làm khuôn mặt ông tối hẳn, như cái bóng đen in trên nền phông hư ảo.
Ba tôi nói: "Còn chừa phần cơm cho con."
Tôi đói lắm, nhưng nói: "Con không đói."
Ba tôi nói: "Con đừng làm thế. Ba không nghi cho ai cả."
Tôi nghĩ, thân phận tôi, ai cũng nghi ngờ là kẻ gian. Chỉ có ba tôi tin tôi.
Ba tôi nói tiếp: "Ba đã biết người lấy tiền."
Tôi nghĩ, ba tôi hiểu tôi là đủ rồi.

Ba tôi kể: "Ba dời cái ổ gà đẻ, phát giác ra số tiền cất giấu dưới đáy ổ gà. Dì con nói ăn ở với ba không có con. Sợ khi chết không ai lo nên tự lo trước cho mình. Dì con muốn mua bộ táng đá xây mả."

Tôi gục đầu. Xót cho ba tôi. Xót cho Dì. Xót cho tôi. Ai cũng muốn làm người tốt, hoàn cảnh cứ xô vào ngõ cụt.

Ba tôi và tôi ngồi đấy. Đêm xuân mà đất trời mờ mịt, oi bức. Muỗi bay vo ve bên tai. Ngoài đường, toán du kích xã đi tuần ngang qua. Họ cười nói oang oang. Súng đạn khua lách cách. Bên nhà hàng xóm có tiếng chó sủa.

Tôi nói: "Con muốn gặp Minh, giải quyết vấn đề một lần cho xong."

Ba tôi nói: "Đừng. Thằng bồ của nó sẽ đưa con vào tù đấy."

"Con không làm điều gì rắc rối."

"Cũng đừng. Ngày con đi tù, nó còn trẻ quá không chờ được. Không phải lỗi tại nó đâu."

Không phải lỗi tại nó đâu. Lỗi tại ai? Tôi hỏi lòng tôi như thế. Đêm xuân mà đất trời mờ mịt. Tôi dõi mắt nhìn xa hơn, chỉ thấy mờ mờ như ảo giác. Tất cả đều là ảo giác, là phù du, kể cả đời này.

Ngày mồng tám tháng ba, Dì tôi làm bữa ăn ngon. Thịt cá rau cải chiên xào đầy đủ. Dì không tuyên bố một lời.

Ba tôi nói: "Hôm nay, mừng tuổi sáu mươi tư cho dì của con."

Tôi nắm hai bàn tay đưa lên trán rất trịnh trọng: "Con chúc dì sức khỏe tốt, sống lâu trăm tuổi."

Dì nói: "Già quá, chỉ khổ thân. Lúc nào mắt lòa tai điếc, chết đi là vừa."

Tôi ăn. Và nghĩ đến những điều giả dối. Mọi người rõ mặt nhau mà không rõ lòng nhau. Tội nghiệp dì tôi. Sáu mươi tư tuổi, dì vẫn cô đơn khép kín trong nhà này. Ba tôi cũng cô đơn bên người đàn bà khép kín. Tôi thì quá đau khổ hận đời. Bộ mặt lầm lì, còn gần gũi được với ai?

Chúng tôi đang ăn, có anh du kích đứng trước cửa, hỏi lớn: "Ở đây có ai tên Lâm?"

Ba tôi buông đũa đi ra: "Nó là con tôi. Có chuyện gì không?"

Du kích chìa tờ giấy: "Có giấy mời lên xã."

Ba tôi cầm tờ giấy quay vào, thắc mắc: "Không biết chuyện gì?"
Tôi nói: "Chuyện gì cũng vậy thôi."
Ba tôi nói: "Đụng tới bọn này phiền lắm."
Từ lúc nhận giấy mời, bữa ăn mất ngon. Dì tôi không nói câu gì.
Tôi lên xã, được lệnh chuẩn bị ngày mai đi công tác thủy lợi.
Ba tôi hỏi: "Tù mới về, còn trong thời hạn quản chế. Sao bắt đi thủy lợi?"
Tôi nói: "Mỗi địa phương có một ông vua con, áp dụng luật rừng xanh."
Ba tôi than: "Toàn là luật lệ chết người."
Tôi nói: "Trong tù lao động, có cơm tù. Về đây lao động, lấy gì ăn?"
Ba tôi lặng lẽ vào nhà bếp xúc cho tôi bọc gạo, gói vài con cá khô, nhét chút tiền đi xe.

Tôi ngồi xe Lam đi Bến Mương, lội bộ hơn cây số đường đất là vào tới chỗ công tác thủy lợi. Nhiều người đến trước đang dọn chỗ trong căn nhà trống. Có lẽ xưa là nhà hội của dân Bến Mương. Phía trái cách căn nhà vài chục bước có cây đa già, độ tuổi trăm năm. Tàng cây cao rộng, phủ một vùng bóng lớn. Trên nhánh cây thòng xuống những rễ phụ, đâm xuống đất. Nhiều rễ lâu năm, to bằng cột nhà.

Toán thủy lợi gồm hai mươi tám người. Đàn ông đàn bà, già trẻ đủ mặt. Toán chia làm hai nhóm. Mỗi nhóm có một nhóm trưởng. Tôi bốn mươi ba tuổi, già nhất, được chỉ định làm toán trưởng coi hai nhóm trưởng. Làm toán trưởng cũng là làm chơi thôi. Mọi sự đôn đốc kiểm soát đã có đốc công. Bốn đốc công, coi hai mươi tám người. Lại có thêm một đốc công trưởng, coi bốn đốc công. Ông này có súng K54, mang bên hông rất oai. Tổ chức chặt chẽ qua nhiều tầng lớp kiểm soát, nhưng khi bắt đầu làm việc thì tất cả đốc công đều vắng mặt. Họ vào xóm Bến Mương ăn nhậu, hoặc tán gái. Chúng tôi cầm xẻng cuốc đứng dưới lòng kênh, thỉnh thoảng hất một xẻng đất lên vá những chỗ đê vỡ. Làm việc ầu ơ lấy có. Phần lớn thì giờ là nói chuyện tầm phào, kể chuyện tiếu lâm. Mấy chị đàn bà rất thích nghe chuyện tục. Họ cười nhiều nhất.

Đến trưa, mọi người tự động ngưng làm, vào nấu ăn. Gạo để chung, đồ ăn chung. Đàn bà lo nấu nướng. Đàn ông ngồi hút thuốc tán gẫu, chờ cơm.

Tôi mắc võng vào hai chiếc rễ phụ của cây đa, tránh sự ồn ào trong căn nhà trống.
Một chị nói: "Nằm đây nguy lắm. Cây này có nhiều rắn lục."
Tôi nói: "Chỉ nằm nghỉ trưa."
Chị nói: "Ừ. Ban đêm thì không nên."
Buổi chiều. Hai mươi tám người ra đê, chống cuốc xẻng phơi nắng vài tiếng đồng hồ, lại vào nghỉ.
Sau một ngày rong chơi, các đốc công trở về. Có người nồng hơi rượu. Họ ra đê kiểm soát công việc.
Lúc trở vào, có người nói: "Thời gian có hạn. Bà con làm thế thì bao giờ cho xong? Mai cố gắng lên nhé."
Một chị trẻ bĩu môi, nói: "Đợt này không xong. Đợt sau làm tiếp."
Anh đốc công đi lại, vỗ vào đít chị trẻ: "Lắm lời chanh chua cong cớn này!"
Chị trẻ vênh mặt : "Thì sao?"
Anh đốc công cười hì hì, cúi sát mặt chị trẻ: "Tối nay phạt cái tội lười biếng."
Chị khác xía vào chuyện: "Mười người như anh, nó cũng không sợ."
Anh đốc công hỏi: "Em sợ không?"
Chị nói: "Cỡ anh, tôi chấp hai chục."
Bọn đàn ông vỗ tay cười đùa.
Cơm chiều xong. Những anh đốc công theo ve vãn mấy chị đàn bà. Vài chị đi với họ suốt đêm. Số còn lại, ngủ trong căn nhà trống.

Nhiều đêm khó ngủ, tôi thấy có kẻ lén chui vào mùng người khác. Có một cặp, đêm nào cũng dìu nhau ra gốc cây đa.

Vài hôm sau, tôi biết chị đàn bà dọa tôi có rắn lục là người được dìu ra gốc cây đa, lúc nửa khuya. Chị không sợ rắn lục.

Gần sáng. Tiếng gà gáy vẳng lại từ xóm Bến Mương là lúc những kẻ lộn sòng trở về đúng vị trí của mình. Công việc thủy lợi lại bắt đầu như mọi ngày bình thường.

Ngày thứ mười lăm, ông đốc công trưởng tuyên bố: "Hôm nay là ngày cuối cùng, tôi cho bà con nghỉ việc buổi chiều. Trước khi chia tay, tôi đề nghị bà con tùy khả năng mỗi người, đóng góp chút tiền hùn mua vài con gà và lít đế làm tiệc liên hoan mừng công tác tu sửa hệ thống thủy lợi đã tiến hành thuận lợi và hoàn tất tốt đẹp. Có ai có ý kiến gì không?"

Mọi người vỗ tay tán thành lời đề nghị văn hoa của ông đốc công trưởng.

Kiểm lại số tiền đóng góp xong, ông chỉ định: "Anh toán trưởng đi mua gà với tôi."

Tôi nói: "Vâng."

Trên đường vào xóm Bến Mương, ông đốc công trưởng nói: "Anh ít nói nhỉ?"

Tôi trả lời: "Tôi không có gì để nói."

Chúng tôi hỏi mua gà nơi nhà của một người quen với ông đốc công trưởng. Ông gọi người này là anh Sáu Lự. Anh chịu bán và bảo vợ lo bắt gà. Chị Sáu Lự ra sân rải thóc, chu miệng gọi gà: "Chúc chúc chúc..."

Đàn gà đang kiếm ăn rải rác ngoài vườn, nghe tiếng gọi chạy về mổ thóc trên sân. Có con gà trống lớn không lo ăn, chỉ lo dụ khị mấy con gà mái tơ để đạp mái. Sau khi thỏa mãn, nó vỗ cánh vươn cổ gáy ò ó o ò o...

Ông đốc công trưởng cười nhìn chị Sáu Lự, và bắt chước giọng gà: " Ò ó o ò o... Đời có thế mà thôi..!"

Chị Sáu Lự cũng cười, mắng: "Đồ quỷ quái!"

Quả thật là đồ quỷ quái. Đời có thế mà thôi. Sao tôi cứ loay hoay buồn rầu khốn khổ với đời?

Sau đợt công tác thủy lợi. Tôi về vẫn y như tình trạng cũ. Buồn nản. Quẫn trí.

Ba tôi đưa bộ truyện Tiếu Ngạo Giang Hồ của Kim Dung, bảo: "Đọc đi."

Tôi nói: "Còn tâm trí đâu mà đọc."

Ba tôi nói: "Thằng Lệnh Hồ Xung bị cả hai phái hắc bạch giang hồ chối bỏ, đến nỗi phải than trời đất mênh mông mà ta không còn chỗ dung thân, nhưng cuối cùng nó cũng đâu có chết."

Tôi nói: "Chuyện hư tưởng, đọc để mua vui. Không thể lẫn lộn giữa thực và mộng."

Ba tôi nói: "Không sống với thực được thì trốn vào mộng. Đau khổ mãi ích gì?"

Tôi nói: "Con đang suy tính một việc làm."

Ba tôi bảo: "Hãy viết thư sang Canada cho anh con."

Tôi nói: "Người ta chỉ giúp ngặt, không giúp nghèo."

Ba tôi nói: "Đây là lúc ngặt của con."

Ông đưa giấy bút cho tôi. Tôi viết:

Ấp Gò Chùa ngày... tháng... năm...

Kính gởi anh chị Hai,

Trước tiên, em có lời thăm anh chị và chúc sức khỏe.

Ở nhà, Ba và Dì vẫn khỏe. Vẫn nuôi heo, nấu rượu bình thường.

Sau đây, em xin nói về phần em. Em đi cải tạo mười năm, có tiến bộ về mặt tư tưởng. Được Đảng và nhà nước khoan hồng cho về với gia đình, góp phần xây dựng xã hội mới. Hiện tại, em chưa được bố trí việc làm. Vì vậy, đời sống chưa được đảm bảo tốt. Em mong anh chị vì chút tình ruột thịt mà giúp cho em một số tiền để sống, và chờ đợi...

Một lần nữa, em xin chúc anh chị bình yên, vui tươi, hạnh phúc.

Giấy ngắn tình dài, em xin dừng bút tại đây.

Em của anh chị.

(Ký tên)

Tái bút: Vợ em thì coi như diều đứt dây rồi. Không còn gì để nói.

Tôi đưa lá thư cho ba tôi đọc lại. Đọc xong, ông vò lá thư

ném vào lò nấu cám heo.

Ba tôi nói: "Nó sợ Đảng và nhà nước mà bỏ chạy. Viết thế này thì một xu cũng không được."

Tôi lặng người. Có một nỗi gì thấm thía của gã ăn mày bị từ khước.

Lúc ấy, dì tôi đi đâu bên ngoài vừa về tới.

Dì nói: "Cô Bảy Mỹ Quang nhắn con sang nhà, bàn chuyện gì đấy."

Cô Bảy là em họ của ba tôi. Trước kia, cô là chủ tiệm Mỹ Quang buôn bán đồ điện ở Sài Gòn. Sau hai đợt đánh tư sản mại bản, cô sạt nghiệp phải lui về Gò Chùa, làm bún kiếm ăn qua ngày. Con trai của cô làm ở Phủ Đặc Ủy Trung Ương Tình Báo, đi cải tạo chưa về. Còn đứa con gái theo chồng vượt biên, biệt tăm luôn. Nhiều người cho rằng, vợ chồng con gái của cô đã chui vào bụng cá mập.

Cơm chiều xong, tôi sang nhà cô Bảy. Dượng Bảy lúi húi nấu nước pha cà phê.

Cô Bảy nói: "Con được về là gia đình mừng. Nhưng ba và dì của con cho biết, con mặc cảm có ăn mà không có làm. Cô có công việc cho con."

Tôi mừng, đợi nghe cô nói tiếp. Dượng Bảy đem hai ly cà phê đặt lên bàn. Dượng cười. Hàm răng cửa chỉ còn mấy chiếc chơ vơ thảm hại.

Dượng nói: "Con phụ làm bún với dượng."

Tôi nhận lời ngay. Đối với tôi bây giờ, việc gì cũng được.

Buổi sáng. Cô Bảy ngồi bán bún ở chợ. Tan chợ, cô gánh bún đi lòng vòng lối xóm đổi gạo. Dượng Bảy và tôi ở nhà xay bột, bồng bột.

Buổi chiều. Cô Bảy về nhà, Dượng và tôi lại nhồi bột, nắn lại từng khối tròn như trái banh. Luộc bột trong một cái trã lớn. Cô Bảy vớt khối bột ra, cho vào cối. Dượng và tôi chèo bột, dùng sức đến đổ mồ hôi. Rồi nắn bột thành những khối hình trụ, cho vào cối ép thành sợi. Việc này cần sức nặng mà Dượng và tôi đều ốm nhom, phải bê thêm cái cối dằn lên cho tăng phần trọng lượng. Sợi bún chảy xuống nồi nước đang sôi. Lại trút bún ra, cho vào nước lạnh. Cô Bảy vớt con bún rê thành từng lọn là lúc dượng và tôi ngồi thở. Sau đó, tôi gánh nước luộc bột về cho ba tôi nuôi heo. Ít ra, trong nước luộc cũng còn vương chút bột, góp phần làm con heo mau lớn. Công việc loay hoay mệt nhọc như thế, xong xuôi vào lúc nhà lên đèn.

Cô dượng làm bún chỉ đủ ăn. Tôi làm bún để có miếng ăn hàng ngày, không có lương. Lâu lâu, cô Bảy cho bánh thuốc rê và cuộn giấy quyến.

Mấy hôm nay, có gánh hát Cải Lương Hồ Quảng ghé xã. Cô Bảy cho tiền bảo tôi đi coi. Tôi đi trong màu trăng. Trời trong và trăng sáng lắm. Bóng tôi in trải trên đường. Chỉ mình tôi với bóng. Buồn và cô đơn khủng khiếp. Tôi đi đến chỗ có ánh đèn điện sáng choang, người người đông đảo lao xao. Hội trường được che chắn chung quanh làm rạp hát. Phía trước, dựng lều căng bạt bán cà phê, nước giải khát, bánh kẹo, thuốc lá và thức ăn. Người ta chen chân nhau vào cửa rạp. Tôi không muốn vào. Tôi đi loanh quanh. Lòng tôi nguội lạnh, lẻ loi. Cuối cùng, tôi ngồi dưới một mái lều bán cà phê. Cô bán hàng là người quen, tên Giang. Giang là bạn của vợ tôi. Trước kia, Giang làm ở Ngân Hàng Quốc Gia Việt Nam. Thời thế thay đổi, Giang đem con về sống ở quê. Chồng vượt biên sang Mỹ, nghe đâu đã có vợ khác rồi.

Giang bưng cà phê cho tôi, rồi ngồi ở phía sau chiếc bàn bày hàng.
Giang hỏi: "Anh về có khỏe không?"
Tôi nói: "Khỏe."
Giang lại hỏi: "Có gặp chị Minh không?"
Tôi lắc đầu: "Thuộc về quá khứ rồi. Gặp làm gì nữa."
Giang nói: "Chị Minh cũng vì hoàn cảnh."
Tôi nói: "Một trăm người đàn bà phụ bạc cũng đổ thừa hoàn cảnh. Chồng em có liên lạc về không?"
Mắt Giang thoáng chút xa xôi buồn bã: "Coi như nước xuôi ra biển, không trở lại nguồn."
Tự nhiên tôi thấy tội nghiệp Giang hết sức. Tôi nghĩ, tôi với Giang là người đồng cảnh, dễ tội nghiệp cho nhau.

Tôi hỏi: "Em dọn hàng về lúc nào?"

Giang nói: "Thưa người là em dọn."

Tôi hỏi: "Đồ đạc nhiều quá, làm sao một mình em đem hết?"

Giang nói: "Em đi làm hai lần."

Tôi nói: "Anh sẽ phụ với em. Một lần là xong."

Giang ngại: "Có phiền anh không?"

Tôi nói: "Phiền gì? Anh cũng đang rỗi rảnh."

Có mấy người khách ngồi vào bàn cà phê. Giang lo tiếp khách. Tôi đứng dậy bỏ đi. Tôi đi vòng ra phía sau hội trường. Có những cặp tình nhân đứng nép vào nhau, dưới bóng tối những vòm cây. Tôi nghĩ, ở đâu người ta cũng có thể nói chuyện tình yêu. Cái thứ tình cảm quỷ quái này, nó đánh lừa tất cả. Mới đầu tưởng nó là hạnh phúc, nhưng sau đấy là những thất vọng chán chường đau khổ. Tôi cũng thế, tôi cũng bị lừa.

Khi tôi quay lại chỗ Giang. Giang nói: "Tối nay em nghỉ sớm."

Tôi phụ Giang xếp những đồ đạc lên xe ba gác. Một xe cồng kềnh đầy nhóc.

Tôi hỏi: "Còn cái bàn, chắc phải đi thêm chuyến nữa?"

Giang nói: "Để lại. Ngày cuối cùng dỡ lều sẽ đem về luôn."

Giang cầm càng xe. Tôi đẩy ở phía sau. Trên đường về, trăng sáng lắm. Dọc đường, Giang kể về cuộc sống vất vả sau ngày chồng bỏ đi. Tôi kể chuyện làm bún. Giang đùa rằng tôi có cái tướng của ông chủ lò bún tương lai. Giang và tôi cùng cười. Nói chuyện với Giang, tôi nghe nhẹ cả lòng.

Đến nhà, Giang bảo: "Để nguyên như thế, cho cả chiếc xe vào nhà. Mai lại đem đi."

Tôi đứng tần ngần. Nửa muốn nán lại, nửa muốn về.

Giang đến gần tôi, hỏi nhỏ: "Có ai chờ anh ở nhà không?"

Tôi nói: "Không."

Giang nói như nói thầm: "Thế thì nghỉ lại đây với em."

Tôi quàng vai Giang.

Giang vùng ra: "Cho em đi tắm."

Tôi ra đứng ngoài sân, nghe tiếng giội nước sau hè. Tôi hình dung ra thân thể nở nang của người đàn bà một con, da thịt trắng ngần loang loáng nước dưới trăng. Tôi háo hức đợi chờ. Lúc sau, tôi bước vào nhà. Giang mặc áo cánh mỏng, đang lúi húi khêu tim đèn. Tôi ôm ghì lấy Giang.

Giang nói: "Từ từ, anh..."

Tôi thổi tắt phụt ngọn đèn, dìu Giang đến chiếc giường, nơi có ánh trăng mờ mờ xuyên qua đầu hồi. Tôi ôm Giang, vuốt ve hôn hít. Giang thở dồn dập. Tôi cũng thở dồn dập. Bao nhiêu rạo rực dục tình căng thẳng dồn nén trong mười năm trời, bỗng tuôn ra tháo đổ khi chưa kịp cổi áo quần. Tôi xấu hổ, cố giấu Giang. Tôi lặng đi một lúc, rồi tiếp tục vuốt ve hôn hít, mong mau chóng hâm nóng lại dục tình. Nhưng bất ngờ Giang sờ tay xuống dưới, đụng phải vật mầm nhũn.

Giang xô tôi ra, kêu lên: "Em biết tại sao chị Minh bỏ anh rồi."

Tôi hoảng hốt: "Không phải thế đâu."

Giang vùng dậy, thắp đèn: "Em xin lỗi. Anh về đi."

Tôi đi về trong đêm trăng sáng. Khuya vắng đến rợn người. Tôi nghe tim mình đang lay lắt trong lồng ngực, nghe rõ cả bên ngoài tiếng côn trùng rên rỉ. Buồn và cô đơn khủng khiếp. Tôi nghĩ, đời vẫn dành cho tôi nhiều ưu ái. Tại tôi làm hư việc. Lỗi tại tôi mọi đàng. Tôi đi. Bóng tôi in trải trên đường. Chỉ mình tôi với bóng.

LÂM CHƯƠNG

LÂM CHƯƠNG
Đời ta rất tầm thường

Ta ở nhà thuê. Nghèo. Thất nghiệp
ít bạn bè lui tới làm thân
lấy trà rượu một mình khuây khoả
dù không vui cũng tiếng cười khan.

Ta ốm yếu. Thường hay bệnh vặt
mưa nắng nhiều, sổ mũi ho hen
trời trở gió, đau xương thấp khớp
sức trói gà nên ngại bon chen.

Đêm ngủ muộn. Nhà un khói thuốc
mắt nhập nhoè chữ nghĩa. Đèn soi
bài thơ viết nửa chừng, cạn ý
vợ buồng trong ngái ngủ. Khuya rồi.

Mai thức dậy thấy mình vẫn thế
vẫn rong rêu, râu tóc bờm xờm
thân cũ quá dường như đóng bụi
trong cái vòng lẩn quẩn áo cơm.

Ta biết ta bất tài vô tướng
lại chây lười, lêu lổng rong chơi
tri thiên mệnh đâu cần năm chục
thuở đầu xanh ta đã biết rồi.

Cũng có lúc buồn tình ngẫm nghĩ
muốn vô chùa, cạo trọc, đi tu
nhưng còn tiếc cái mùi tục lụy
dứt không đành nên khó làm sư.

Người xưa lánh đời lên núi ẩn
ta lánh đời chẳng biết đi đâu
thôi, đóng cửa ngồi nhà uống rượu
túy ngoạ trên giường… quắc cần câu.

Chẳng lý chuyện yêu đời hay chán
sống tàng tàng nhưng cứ sống chơi
có kẻ chê rằng vô tích sự
lời thị phi ta bỏ ngoài tai.

Người quân tử ăn chẳng cầu no
ta phàm phu quen thói hàm hồ
lấy dĩ thực vi tiên làm trọng
và giữ lòng thanh thản nhàn cư.

Ai chí lớn bao đồng thiên hạ
ta trí cùn lo việc tu thân
không làm thiện cũng không làm ác
chỉ làm người đi đứng hai chân

LÂM CHƯƠNG

NGUYỄN ĐẠI DUẪN
KÝ ỨC VỀ MỘT LOÀI CHIM BÁO HIỆU MÙA XUÂN VỀ

Bình minh vừa hé, biển Nha Trang bừng lên sức sống dịu dàng mà rực rỡ. Mặt trời nhô lên sau đường chân trời, vẽ lên trên mặt biển những dải ánh sáng óng ánh như rót mật. Sóng rì rào vỗ nhẹ bờ cát như đón chào một ngày mới. Những chiếc thuyền câu lấp lánh trong nắng sớm, in bóng lên làn nước trong xanh. Trên bãi cát trắng mịn, tôi đang dắt tay đứa cháu thong thả tản bộ đón ánh nắng xuân ấm áp, ngắm nhìn những dòng người ngược xuôi trên con đường Trần Phú. Gió sớm mang theo hơi thở tinh khôi của biển. Lòng tôi như thấy nhẹ bẵng, thanh thản lạ thường. Nha Trang buổi sớm không chỉ đẹp bằng cảnh sắc, cái vẻ đẹp còn bừng dậy bởi nhịp sống hiền hòa, bình yên đang hòa vào tiếng sóng vỗ và ánh bình minh rạng rỡ.

Dưới nắng xuân, một đàn chim trên mái nhà cao tầng phía trước bay vào, bay ra nhộn nhịp từ những lỗ nhỏ. Những tiếng kêu ríu ran vọng ra như một bản nhạc mang âm hưởng đồng quê buổi sáng. Đứa cháu chỉ về hướng có đàn chim cất tiếng: "Ông xem kìa hình như chim én! Có phải chim én đang về với mùa xuân?". Tôi nhìn cháu xoa đầu: "Không phải chim én mà đó là chim yến cháu ạ". Vừa nói, tôi lặng đứng nhìn đàn chim đang bay ra từ các lỗ trên mái nhà gọi nhau ríu rít, liên hồi lúc trầm, lúc bổng như một bản hòa âm quen thuộc của thành phố biển. Từng cặp yến chao lượn nhanh nhẹn, lao vút lên cao rồi bất chợt sà xuống tìm mồi giữa làn sương còn sót lại. Buổi sáng Nha Trang trở nên sinh động hơn, bắt đầu một ngày mới tràn đầy sức sống của vùng biển đang vào xuân. Bất chợt đứa cháu níu tay tôi hỏi: "Vậy chim én và chim yến khác nhau như thế nào hả ông? Mà sao cháu thấy chúng giống nhau đến vậy?". Tôi dẫn cháu đến ngồi trên chiếc ghế đá bên gốc dừa vài năm tuổi đang vươn tán lá bao trùm bóng râm mát, giải thích: "Nghe ra chim yến và chim én tên gọi gần giống nhau, đều là một loài chim nhỏ, bay nhanh và gắn liền với bầu trời mùa xuân. Thoạt nhìn bên ngoài khó để phân biệt chúng. Nhưng chúng khác nhau về đặc điểm sinh học, tập tính và môi trường sống. Về nơi sống chim yến sống ở đảo đá ven biển, ưa khí hậu ẩm và tối. Chúng làm tổ bằng nước bọt. Còn chim én làm tổ bằng cỏ, bùn đất. Chúng sống nơi làng quê, nơi có đồng ruộng yên bình, có cánh ngắn hơn chim yến. Chim yến bay nhanh hơn chim én, và gần như không bao giờ đậu". Tôi quay sang đứa cháu thấy nó nhìn tôi há hốc mồm. Tôi hỏi: "Vậy cháu có biết vì sao ở đây người ta lại nuôi được chim yến không, và không để cháu kịp suy nghĩ tôi trả lời luôn. Là vì khí hậu nơi đây rất thuận lợi cho sự phát triển của chim yến. Người ta nuôi chim để lấy tổ bán vì tổ chúng có giá trị dinh dưỡng cao, được xem là thực phẩm cao cấp".

Tôi vừa nói dứt lời, đứa cháu đã chạy ra xa để ngắm nhìn đàn chim, để lại tôi ngồi một mình với nỗi bâng khuâng nhớ lại một thời tuổi thơ với đàn chim én. Hình ảnh loài chim báo hiệu mùa xuân ùa về trong tôi.

Một buổi sáng, bầu trời quê trong vắt như ai vừa quét sạch những đám mây u ám, nắng ấm dịu nhẹ xua tan những ngọn gió giá buốt của tiết mùa đông. Từ xa, những cánh én đầu mùa bay về chao liệng trên cánh đồng làng, vẽ lên không trung những vòng cung mềm mại như nét bút của tạo hóa. Lũ trẻ chúng tôi ngước nhìn lên trời mà reo hò: "Én về rồi! Mùa xuân đến rồi!". Thời kỳ ấy chẳng có lịch, cũng chẳng cần báo hiệu gì khác mà mọi người đều biết mùa đã chuyển.

Tuổi thơ tôi gắn liền với bầu trời làng quê. Khi mùa xuân về từng đàn én rẽ gió bay là đà trên ruộng lúa vừa nhú những lá non xanh sau đợt rét. Chúng đang mãi miết săn mồi. Con trước nối con sau chao liệng, thỉnh thoảng sà thấp xuống mặt nước rồi vút lên cao, nhẹ tênh như không hề biết mỏi. Dưới ánh nắng non, đôi cánh nhỏ lấp lánh như mảnh gương trời. Mỗi mùa én về làng, đất trời cũng như dịu dàng hơn, lòng người như được gột rửa sau những ngày đông dài lê thê. Ngày ấy lũ trẻ con chúng tôi đứa nào cũng nghịch ngợm. Lũ trẻ đâu có để cho đàn én được bình yên. Có hôm, nghe các anh lớn tuổi bày cho cách bẫy chimvề nuôi. Tôi cùng lũ bạn háo hức vót tre, xin chỉ may nón của các mẹ hay một đoạn cước câu về làm bẫy. Bẫy làm xong chúng tôi men theo ruộng lúa bắt một con ruồi găm vào bẫy để làm mồi, mong sao sẽ có một chú chim én nhỏ xíu để về nuôi, và khoe với mọi người như có một vật báu.

Buổi chiều ra đồng xem, quả thật đã có một con én sa vào bẫy. Con chim nhỏ xíu, đôi cánh run rẩy, mắt ngơ ngác nhìn tôi như van lơn. Nhưng lúc ấy tôi có biết gì về cảm xúc của nó, chỉ chạy thật nhanh về nhà nhốt vào lồng và khoe với bạn bè, khoe với mẹ. Hằng ngày đi chăn trâu tôi bắt cào cào, ruồi về cho chim ăn. Được ít hôm nhìn con chim mẹ tôi chau mày, bảo: "Chim én là một loại chim hiền, nó ăn ruồi muỗi, sâu bọ phá hoại mùa màng. Bắt nó về nuôi, nó không quen cảnh tù nhốt, nó chết mất. Tội lắm con ơi!". Suy nghĩ mãi rồi tôi tự nhủ: "Mẹ nói đúng, con chim bé nhỏ có ích kia phải cho nó được tự do giữa mùa xuân tươi đẹp". Tôi thả chim én về lại với bầu trời tự do và tôi bỗng thấy an lòng. Mỗi lần thấy đàn én sà xuống cánh đồng là tôi lại nhớ đến con chim bé nhỏ. Không biết giữa bầy én kia có con nào là con mà mình vừa trả lại tự do cho nó!

Đang miên man với cảm xúc tuổi thơ, đứa cháu đã chạy lại ngồi bên thủ thỉ: "Ông ơi! Cháu thấy chim yến đẹp và giống chim én mà ông đã từng kể cho cháu. Khi nào về nhà ông làm chuồng mua chim về nuôi ông nhé". "Cháu ơi! Nơi quê mình không nuôi được chim yến vì khí hậu gió Lào nắng nóng khắc nghiệt không thích hợp cho chúng. Hơn nữa nuôi chim yến khó lắm, phải nắm về kỹ thuật chăm sóc nữa". Như hiểu ra, đứa cháu cắt lời tôi: "Dạ! Cháu hiểu rồi. Nhưng ông ơi, sao dạo này ở quê cháu chả thấy bóng dáng con chim én nào nhỉ?". "Cháu à! Hiện một số vùng vẫn còn chim én, nhưng số lượng ít. Chúng tập trung vùng miền núi, trung du là nhiều. Ở quê ta giờ ruộng đồng thuốc hóa học nhiều đã làm ô nhiễm môi trường sinh sống của nó, thức ăn ít đi, khói bụi ô nhiễm, tiếng ồn ào của đô thị khiến chúng khó sinh sống". Đứa cháu nhìn tôi, mắt nó như ươn ướt:

"Ông ơi! Tội nghiệp cho loài chim én nhỏ bé ông nhỉ. Vậy nên chúng cháu bây giờ ít thấy cảnh chim én chao liệng báo mùa xuân nữa" . Nghe cháu nói vậy lòng tôi cũng như nghẹn lại.Có những ký ức không bao giờ cũ - như cánh én chao nghiêng trong nắng sớm mỗi độ xuân về. Ngày ấy, khi bầu trời còn trong và đồng quê còn rợp bóng tre, ta từng ngẩng lên, nhìn thấy đàn én mà lòng rộn rã.

Giờ đây, giữa phố xá đông đúc, giữa những cánh đồng làng quê không còn yên ả, với những tiếng máy ầm ỉ và bụi thời gian, đôi cánh én mùa xuân hầu như chỉ còn đâu đó!. Nhưng trong sâu thẳm mỗi người, hình ảnh chim én xưa vẫn còn đó, như gợi về một thời sắc nắng và dư âm của tuổi thơ, gợi về một miền quê yên bình. Và cả những ước mơ tuổi thơ đã bay theo ký tự thời gian. Với những cảm xúc ùa về lòng tôi trào lên một nhịp thơ như kết lại ký ức về một loài chim báo mùa xuân:

Nỗi niềm gửi gió bay cao
Thương con én nhỏ năm nào về đây
Tôi giờ tóc nhuốm màu mây
Mùa xuân vẫn đến … én bay phương nào?

Đôi khi giữa chốn lao xao
Nghe trong ký ức dạt dào hương quê
Một thời trong trẻo say mê
Chao nghiêng cánh én vỗ về mùa xuân!

NGUYỄN ĐẠI DUẪN

LÊ HỮU MINH TOÁN
NÍU GIỮ TÌNH THƠ

Trăng lả lướt
say mềm theo gió hát
Mặt trời khuya đồng vọng tiếng mê cuồng
Ta ôm ghì cuộc tình thơ vẫy gọi
Hai phương trời khép kín nỗi niềm riêng

Mây trắng bay
tim ta hoài lảng đảng
Mịt mù quay điên loạn giữa thinh không
Ôi! Đắm đuối chảy từng dòng hư huyễn
Giọt đam mê mặn đắng khóc đêm buồn

Đừng uỷ mị
gối mềm đan tóc rối
Đừng thở than trăn trở cuộc tình đau
Hãy tha thiết nhìn sâu trong giếng mắt
Đốm khuya tàn đuối mộng níu đời nhau

Đêm, từng đêm
mắt vương sầu ngấn lệ
Cơn mê dài sương khói ngợp trời mây
Đèn hiu hắt nghe tiếng buồn kể lể
Chuyện tình mình khoé mắt đọng mưa ngâu

Viên đá tảng
vẫn lăn hoài dốc đứng
Và đôi khi trăng quay mặt hững hờ
Thương biết mấy, cánh chim trời lơ lửng
Mây nghiêng đầu
cố níu giữ
tình
thơ ….
@ LÊ HỮU MINH TOÁN.

QUẢNG XUÂN

XUÂN HOÀNG LÊN NGÔI

Chợt đâu nở rộ cánh hoa
Ồ ra ! là thế nàng là mùa xuân
Nàng về ấm nhẹ lâng lâng
Triền non khoe sắc gió vầng bóng em

Én tung cánh lượn êm đềm
Vẽ làn môi thắm tô lên đại ngàn
Tóc nàng tiếng suối nhạc vang
Chim đôi nhả tiếng thiên đàng yêu đương

Nôn nao làm rộn phố phường
Từ quê tỉnh lỵ mang hương đợi chờ
Cùng thắp sáng một ước mơ…
Đón mừng xuân đẹp nhạc thơ sum vầy
Tinh hoa trời đất hòa đầy
Ngựa tung vó hí làn mây thiên thần
Mã đáo sáng chốn quan san
Hiên ngang nước kiệu chói tràn giấc mơ…
Chuông ngân kinh niệm… đền thờ…
Đoàn lân bay bổng trẻ thơ tuổi vàng
Pháo rềnh..hoa sáng.. nhịp nhàng
Nhà nhà yên ấm xuân hoàng… LÊN NGÔI

XUÂN BAO LA

Ngựa hí vang rền thoát cảnh đông
Bờm tung nước kiệu sáng mai hồng
Người đi gặt hái nhiều hưng thịnh
Đáo mã danh thành lắm chuyện thông
Nếp sống vần xoay mừng hợp ngộ
Yên bình lộng sáng khúc hoàn môn
Ngàn hoa rộ nở nàng xuân đẹp
Vạn nẻo hòa an… trọn cát tường .

QUẢNG XUÂN

January 9th 2026

TRẦN QUÝ TRUNG

TÂM SỰ LÚC ĐÔNG VỀ
HAY TÂM TƯ DƯỚI MÀN TRỜI ĐÔNG GIÁ

Hôm nay nhìn cảnh mùa Đông
Bầu trời xám ngắt phủ núi sông
Trông ra biển vắng lòng cô quạnh
Vắng bóng người xưa nhỏ lệ hồng
Tuổi dời đã tới miền biên ải
Nước mắt không còn trong mắt trong
Bạn bè đi hết về cõi Phật
Kỷ niệm vàng son mủi mủi lòng

Một mình sống giữa đời mưa gió
Gió lạnh luồng qua cửa chấn song
Thời gian vun vút như tên bắn
Phút chốc tàn phai mất tuổi hồng

Mong sao ép hết dòng dư lệ
Nhỏ xuống vô thường khăp thiên nhiên
Rồi cũng có ngày thân tím lạnh
Cạn dần sinh lực dưới trời đông

TRẦN QUÝ TRUNG
4:30 AM December 16, 2024

NGÃ PHƯƠNG HUYỀN
NGỦ ĐI EM!!

Rồi ta như chim không còn
bộ lông mượt và tắt
tiếng hót trên bầu trời xanh!!

Những biến tấu gây
sốc có âm vực em ru
đá phải đơm hoa chờ hôn phối!!

Võng tình ta nhịp đưa
cùng điệu ca dao thơ ta
cũng tác chế tác nên Ngọc !!

Ta & em hành giả
chân ngôn thi ca trị
liệu dạ cầm môi em môi ta…

“Hồn bướm mơ tiên” * ơi nỗi
niềm sáo diều thổi
trăng ta yêu em tình núi!!

Ước nắm tay em cùng
người nhảy điệu luân vũ cùng
trăng hát khúc thanh bình!!

Phép mầu ơi cho hai
phương thành đôi đũa
nạm Ngọc hình vòng nguyệt quế!!

Màn ảnh cuộc đời ơi
vẫn mãi chiếu kịch
bản của loài đỉa đội lốp!!

Về đi em và ngủ
để quên để quên
và để quên những điều ta sợ nhớ !!

NGÃ PHƯƠNG HUYỀN
Sep/02-23 / 4h45 PM-
*(tên tiểu thuyết của Nhà văn Khái Hưng/tlvđ)

TUỆ TRUNG

Một Chút Phiếm và Lạm Bàn Về Thơ

Thơ, rất nhiều người đã nói và viết về thơ, vẽ ra một hình ảnh vô cùng đẹp về thơ với muôn màu, muôn vẻ và muôn sắc hương, với vô vàn hình thức thể hiện cho một bài thơ. Và theo sự phát triển về mọi mặt của con người, thơ cũng phát triển theo với sự sáng tạo thêm những thể loại thơ khác nhau, nhưng cũng không ngoài ý muốn được nói lên tâm hồn của mỗi nhà thơ.

Rất nhiều bài viết trong Văn Học Mới, thi sĩ Hà nguyên Du cũng phác hoạ ra chân dung của thơ với rất nhiều những góc cạnh của nó, thiết tưởng cũng đã quá đầy đủ cho những người làm thơ muốn tìm cho mình một nét riêng tư nào đó để làm thơ, hoặc để cho thơ của mình đẹp hơn.

Tôi có làm thơ, nhưng không dám tự nhận mình là một thi sĩ mà chỉ là một người thích làm thơ mà thôi, tôi cũng không dám làm chuyện bình thơ vì chưa đủ trình độ, cho nên trong bài này, tôi xin phép chỉ lạm bàn, bầy tỏ ý kiến cá nhân về thơ, thêm một chút tản mạn về thơ, về một bài thơ cũ và cơ duyên đưa tôi đến với thơ, như một câu chuyện phiếm bình thường.

Tôi không nhớ mình bắt đầu làm thơ từ lúc nào, nhưng có điều chắc chắn rằng tôi đã yêu thơ từ năm tôi 16 tuổi, vì nhờ một bài thơ.

Năm ấy, 1962, tôi may mắn được nhận vào học lớp đệ nhị ở trường Chu văn An, sau khi chuyển từ trường Trung học Vũng Tàu về. Khoảng đầu tháng 12, các đàn anh của tôi, tức là các anh học lớp đệ nhất, ban Văn chương (C), trong số[1] đó tôi nhớ được một vài tên như Bùi bảo Trúc, Nguyễn đức Nam…, cùng nhau xuất bản đặc san mùa Xuân của Trường. Hồi đó, các trường Trung học và Đại học nổi tiếng ở Sài gòn như Petrus Ký, Trưng Vương, Gia Long…, Đại học Luật, Khoa học, Y khoa… hàng năm gần đến Tết, đều ra báo Xuân, rồi hàng ngày, từng đoàn đem báo tới các trường bạn để bán, cũng là dịp cho các đàn anh,

---

1

đànchị làm quen với nhau, cũng đã có nhiều anh chị nên duyên qua văn thơ tuổi học trò.

Tôi để dành tiền tiêu vặt mua một cuốn báo Xuân của Trường, đem về đọc, đọc mê man những câu chuyện tình, những bài thơ tình của lứa tuổi bắt đầu biết mộng mơ.

Tôi chú ý đến một bài thơ, đọc đi đọc lại không chán, đọc đến nỗi thuộc lòng và nhớ mãi cho tới bây giờ. Đó là bài thơ Mimosa của đàn anh Y Dịch, tôi không biết tên thật của anh, nhưng cái bút hiệu đó cũng có hơi một chút đặc biệt nên tôi càng có cảm tình với bài thơ hơn.

MIMOSA

Người đã yêu chưa, mười lăm hay mười sáu?
Muốn ngỏ lời bằng lưu bút ngày xanh
Bằng trang thư màu tím, giấy mong manh
Nhưng vẫn ngại, vẫn run hay vẫn thẹn
Ôi đắm say tuổi yêu đương hò hẹn
Xin mách người hãy thổ lộ bằng hoa
Xin mách người một đoá Mimosa
Tình thứ nhất và từ lâu câm nín
Nhưng người ơi, trái mùa xuân chưa chín
Đừng vội vàng hái sớm lúc còn xanh
Giấc ân tình chỉ một thoáng mong manh
Như câu chuyện người tình nhân ngồi khóc.
Người đã yêu chưa, mười lăm hay mười sáu?
Yêu là gì, ôi chỉ chuyện dưng không
Vì thế nhân là bạc bẽo vô cùng
Yêu một thuở để trọn đời cô độc
Khi mười tám xuân về trên mái tóc
Chàng đi theo nào biết đi về đâu
Lá mùa thu đã rắc úa trên đầu
Khi cửa khép mới thẫn thờ trở lại
Lối cô đơn bước chân buồn cỏ dại
Những chiều sau, nối tiếp áo vàng xanh
Màu trắng tương tư, màu tím si tình
Ta yêu hết viết thành câu thi tứ

Cuối mùa xuân và cuối trang tình sử
Mimosa chưa héo nửa bông đầu
Đường hoa xưa bướm lạc biết tìm đâu
Tình thứ nhất, tháng ba vào kỷ niệm.

Thơ chỉ có vậy mà tôi rất yêu, yêu cái thơ ngây trong tình yêu của tuổi học trò, chỉ biết yêu mà không thù hận, chỉ biết đưa tình yêu vào kỷ niệm mà không lãng quên. Và từ đấy tôi bắt đầu tập làm thơ.

Tôi bắt đầu đọc thơ Nguyên Sa, ông Nguyên Sa cũng là một giáo sư Triết học của trường CVA, nhưng ông dậy ban Văn chương C, tôi thì học ban B nhưng nghe danh tiếng của ông tôi hay mò qua lớp mà ông đang giảng dạy để được nghe lén những bài giảng triết học nhưng lại có pha rất nhiều những câu chuyện dí dỏm và tình tứ như trong thơ của ông.

Tôi đã nhớ và tìm đọc lại những thơ trong chương trình Việt văn bậc trung học, mê Chinh phụ ngâm, say sưa Bích câu kỳ ngộ, đặc biệt là truyện Kiều,

Trăm năm trong cõi người ta
Chữ tài chữ mênh khéo là ghét nhau
Trải qua một cuộc bể dâu
...

Thậm chí thuộc cả bài tựa truyện Kiều của Chu Mạnh Trinh:

"*Giả sử ngay khi trước Liêu Dương cách trở, duyên chàng Kim đừng dở việc ma chay, án Viên ngoại tỏ ngay tình oan uổng, thì đâu đến nỗi son phấn mấy năm lưu lạc, đem thân cho thiên hạ mua cười, mà chắc rằng biên thuỳ một cõi nghênh ngang, ai xui được anh hùng cởi giáp. Thế mới biết người khôn thì hay gặp gian truân, chuyện đời khéo lắm trò quanh quẩn...*".

Tôi đọc thơ tiền chiến, những Tây tiến, đôi mắt người Sơn Tây.. của Quang Dũng, Những đồi hoa sim của Hữu Loan, Hai sắc hoa tigôn của TTKH..., rồi trở lại tính lãng mạn trong thơ của Đinh Hùng, Vũ Hoàng Chương..., tiếp theo là những vần thơ mới, thơ tự do của Thanh Tâm Tuyền, Tô Thuỳ Yên...

Cứ thế, đọc thơ và tập làm thơ, tập làm thơ một thời gian dài mà thơ cũng chẳng tới đâu, buồn lắm chứ, tôi cho là mình chưa đủ tố chất của một người làm thơ, trong đó đòi hỏi trí tưởng tượng, óc sáng tạo và một tâm hồn lãng mạn và dĩ nhiên có lẽ là tôi chưa sống thực với con người của chính mình.

Tất nhiên, một bài thơ hay, không hay hoặc là gì chăng nữa cũng là tuỳ thuộc vào cảm quan của người đọc nó, thưởng thức nó, giống như người nghe nhạc, người ngắm tranh và các bộ môn nghệ thuật khác, như ca hát, kịch nghệ, phim ảnh…, tôi cũng vậy mà thôi.

Cũng là lẽ đương nhiên, không có người làm thơ nào tự nhận rằng thơ của mình là hay hoặc không hay, họ bằng lòng với thơ của mình dù biết rằng có người không đồng ý kiểu như thơ con cóc trong truyện xưa, thậm chí Nguyễn Du còn than rằng "không biết ba trăm năm sau, còn có ai khóc Tố Như nữa hay không?".

Gần đây, là trường hợp bài thơ "Ta Về" của Tô thuỳ Yên. Tôi may mắn là một trong số khoảng 10 người khác, tôi chỉ nhớ được trong số đó có thi sĩ Hà Thượng Nhân, nhạc sĩ Vũ đức Nghiêm, Trung tá Đỗ duy Chương, Nguyễn thượng Dực (đang ở San Jose)…, được nghe lần đầu tiên bài thơ đó do chính tác giả đọc lên, tại trại tù Nghệ Tĩnh vào khoảng năm 1980, vào một buổi chiều, trước khi bọn quản giáo điểm danh và khoá cửa các nhà nhốt tù nhân.

Bài thơ như thấm vào hồn, vào tim óc người nghe, những người biết thưởng thức nó:

Ta về như lá rơi về cội
Bếp lửa nhân quần ấm tối nay
Chút rượu hồng đây xin rưới xuống
Giải oan cho cuộc biến dâu này

Cho đến khi thi sĩ được định cư tại Hoa Kỳ mới cho phổ biến bài thơ ấy, và tức khắc được hầu hết mọi người ca tụng và chấp nhận. Có lẽ đây là một trong số khá hiếm hoi trường hợp về thơ.

Tại hải ngoại, người đọc thơ ngày càng hiếm, làm ra một

bài thơ, được đăng lên báo hay tạp chí, là một may mắn, được một đôc giả nào đó để mắt đọc tới, thì may mắn hơn, nếu được một lời phê bình dù chê hay khen thì càng may mắn hơn nhiều, thêm một chút mãn nguyện cho bản thân.

Ngoài ra, nếu có một nhạc sĩ nào đó phổ thơ của mình vào nhạc, rồi bản nhạc được hát lên, được phổ biến trên các sóng truyền thanh hoặc truyền hình thì càng thú vị hơn.

Thơ, không vì thế mà tàn lụi mà ngược lại, càng ngày càng có nhiều người làm thơ hơn, từ trong nước ra đến ngoài nước, khắp nơi đều có người làm thơ, phần lớn vì tâm hồn người Việt là những tâm hồn thơ, phần vì nhu cầu muốn nói ra những sâu kín trong lòng, mà thơ là cách tốt nhất để thể hiện những sâu kín đó dưới vô vàn hình thức, từ lục bát, song thất lục bát, tứ tuyệt, ngũ ngôn, thất ngôn, 4, 5, 6, 7, 8 … chữ, thơ mới, thơ tự do , thơ haiku, …và mới nhất, hình như là tản thơ, tên gọi của một hình thức thơ khá mới mẻ, mà người mở đầu khai phá và ứng dụng, nếu tôi không lầm thì có lẽ đó là nữ sĩ San Phi.

Thơ tình thì nhiều lắm, nhưng thơ về những sự kiện hay tâm tình đặc biệt thì ít hơn. Có một bài thơ của Huyền Kiêu khiến tôi đã mang nhiều cảm hứng cho cá nhân tôi khi chập chững làm thơ:

Xuân hồng có chàng đến hỏi
Em thơ, chị đẹp em đâu
Chị tôi hoa trắng cài đầu
Đi hái hoa tươi ngoài nội
. . . . .
Đông xám có chàng đến hỏi
Em thơ, chị đẹp em đâu
Chị tôi khăn trắng phủ đầu
Đã ngủ trong lòng mộ tối

Người yêu thơ không thể không biết đến bài thơ thời chiến của Trần Mộng Tú với tính cách nhân bản của nó "Quà tặng trong chiến tranh", năm 1969:

Anh tặng em mùi máu
Trên áo trận sa trường
Máu anh và máu địch
Xin em cùng xót thương

Hoặc một bài thơ về cuộc chiến tại miền Nam Việt Nam, da diết hơn, làm nhỏ máu tim người đọc của Lê thị Ý:

Ngày mai đi nhận xác chồng
Say đi để thấy mình không là mình
Ngày mai đi nhận xác anh
Cuồng si thuở ấy, hiển linh bây giờ

Thơ của người lính và viết về lính thì nhiều lắm không kể xiết, có người đọc phải rưng rưng nước mắt vì cảm động, nhất là những bài viết về tình đồng đội, như thơ của Lê tấn Dương, viết cho một người bạn đã qua đời, nhắc lại những kỷ niệm chiến trường:

Còn nhớ Trâm vàng, ngôi trường nhỏ
Tao dừng quân gọi điện cho mầy
Mầy nói đường đi đang có địch
Thôi hẹn mầy quán rượu ở Truông Mây

Nhớ lần gặp nhau trên đất Trảng
Mầy hỏi tao -Hậu Nghĩa có yên không?
Mầy hỏi lạ -Miền Đông chiến thuật
Chỉ thấy mìn, chông với đạn đồng.

Bài thơ viết về địa danh Pleiku của Vũ Hữu Định, khiến người đọc phải bồi hồi tưởng nhớ và muốn về thăm lại, muốn gặp lại cô em nào đó để thi sĩ phải thốt lên "may mà có em đời còn dễ thương":

Phố núi cao, phố núi trời gần,
Phố xá không xa nên phố tình thân
Đi dăm phút đã về chốn cũ

Một buổi chiều nao lòng bỗng bâng khuâng

Cũng không ít người quên được bài thơ viết về Mẹ của Trần trung Đạo, đọc rồi thì không thể quên:

Ví như con đổi thời gian được
Đổi cả thiên thu tiếng Mẹ cười

Cũng có những bài thơ với những ngôn ngữ khó hiểu như thơ của Thiền sư Tuệ Sỹ, khiến người đọc nếu muốn hiểu được phải nằm vắt trán mà suy nghĩ, như một Thiền sinh suy tư về một công án hóc búa của Sư phụ:

Đôi mắt ướt tuổi vàng khung trời hội cũ
Áo màu xanh không xanh mãi trên đồi hoang
Phút vội vã bỗng thấy mình du thủ
Thắp đèn khuya ngồi kể chuyện trăng tàn

Nhưng cũng có thơ, khi đọc lên chẳng cần mất công suy nghĩ cũng hiểu được tác giả muốn nói gì, nó đơn giản như một cộng một là hai, trong bài Người hàng xóm của Nguyễn Bính:

Nhà nàng ở cạnh nhà tôi
Cách nhau cái dậu mồng tơi xanh dờn
Hai người sống giữa cô đơn
Nàng như cũng có nỗi buồn giống tôi

Thơ của Việt Nam ta đã vậy, nói chi đến thơ của thế giới. Ôi thôi, đúng là cả một đại dương thơ. Tuy nhiên, có người đã cho rằng Người Việt Nam ai cũng là một thi sĩ, nói ra là thành thơ, chuyện gì kể ra cũng thành thơ, nhưng còn thế giới, chắc là không được vậy vì người làm thơ rất là chọn lọc, không phải ai cũng làm thơ được đâu, nhất là thơ được nhiều người đọc, hiểu rồi ca tụng và phổ biến dưới nhiều hình thức.

Điển hình là bài thơ của Apollinaire được ông Phạm Duy dịch và phổ thành bản nhạc Mùa thu chết:

Ta ngắt đi một cụm hoa thạch thảo
Em nhớ cho mùa thu đã chết rồi
Mùa thu đã chết, Em nhớ cho
. . .

Trở lại bài thơ Mimosa trên đây, với độ tuổi 16, 17 của tôi hồi đó thì tính chất lãng mạn của bài thơ đã ghi lại trong tâm hồn tôi một chuỗi những mộng mơ về tình yêu và tuổi trẻ cùng những ước vọng cao vời trong tình yêu tưởng như không thể với tới.

Đối với tôi, đây là một thí dụ cho thơ tình tuổi học trò, mở ra cánh cửa cho những thơ tình của lứa tuổi tạm gọi là người lớn, có thất tình, có đớn đau, có hận thù. Chính vì thế nên tôi muốn biến tâm hồn vốn khô khan của tôi thành một tâm hồn lãng mạn hơn để làm thơ, nhất là thơ tình, nhưng chưa có một mối tình nào vắt vai để tưởng tượng ra những khía cạnh và những hệ luỵ của tình yêu thì làm sao mà làm thơ?, đành phải bắt chước, nhưng bắt chước thì sao còn gọi là thơ?.

Có ai mà không yêu, không nhớ mối tình đầu của mình, dù kết quả ra sao, phải không thưa quý vị?.

Phiếm, lạm bàn hay cũng chỉ là một chút tản mạn ngắn về thơ, xin mạo muội vài hàng tới đây, dài nữa thì không biết bao giờ mới chấm dứt được.

TUỆ TRUNG

NGUYỄN ĐÌNH TỪ LAM
THÁNG MƯỜI MÙA THU

Lúc nầy là tháng mười
Thu vàng về khắp nẻo
Từng cơn gió quẩn quanh
Tiêu sơ lời của biển.

Lúc nầy là tháng mười
Cây trời vội trút lá
Lát đầy phía hoàng hôn
Cành trơ đứng chờ nắng
Nắng dầm trong mưa khuya
Suối than từng ngõ ngách
Vách đá dựng cheo leo.

Lúc nầy là tháng mười
Poto dòng trong vắt
Chìm nổi lá xuôi dòng
Cát sỏi nằm ôm nhau
Gió vờn đưa con nước
Người tôi soi bóng sông
Dập dờn phân làm ba
Một phần theo con sóng
Chìm nổi với ba đào
Lênh đênh dòng oan nghiệt
Phần kia ngược biển Đông
Vói nhìn quê hương cũ
Bão rớt tan phần đời
Phận người tan theo sóng
Gào thét giữa thinh không
Khan cổ tôi gọi mãi

Xin mẹ hãy về quê
Cho con còn đoàn tụ
Sao mẹ đi đi mãi?
Từ dạo con mất cha.

úc nẩy là tháng mười
Mùa thu đà chín vội
nước Poto trong vắt
Người tôi soi bóng sông
Dập dờn phân làm ba
Phần nẩy ở với tôi
Cùng con tim thương tích
Tôi phiêu bạt xứ người
Những sợi nắng hư hao
Vội vào đêm ủ kín.

Mặt trời mọc giữa khuya
Trên cao gió quần thảo
Dưới sông con nước ròng
Lòng sông trơ cát sỏi
Tay tôi vốc một nắm
Đưa lên, đưa lên cao
Năm que sè gầy guộc
Cát sỏi qua kẽ tay
Chảy rơi, rơi rơi tuột
Tiếng ong ong thở dài
Vì sao tôi bật khóc?
-Tôi khóc một dòng sông

Mùa thu vàng rụng nốt
Khi tháng mười chưa qua.

NGUYỄN ĐÌNH TỪ LAM

MINH NGUYỄN
Lâm Chương Trong Mắt Tôi

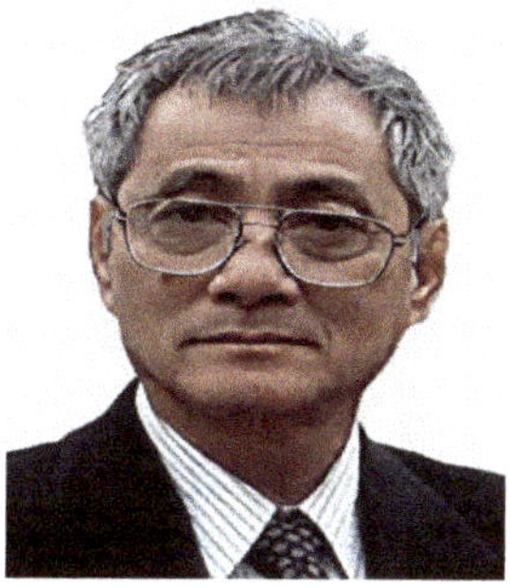

Nhà văn Lâm Chương

Trước năm 70, tôi được đọc thơ của Lâm Chương đăng trên các tạp chí *Văn, Văn Học, Bách Khoa, Khởi Hành, Nghệ Thuật*... nhưng ở vào thời buổi ly loạn, tuổi trẻ chúng tôi ít có dịp gặp gỡ nhau để hàn huyên tâm sự. Vì thế, chỉ cần đọc một bài thơ hay cái truyện ngắn mà mình thích, coi như đã có sự quen biết, đâu cần đến phải gặp mặt. Cho dù, mãi tới năm 1971 qua giao tiếp với anh em trong nhóm chủ trương tạp chí và nhà xuất bản *Khai Phá*, tôi nhận được tập thơ *"Loài Cây Nhớ Gió"* của anh từ tay nhà thơ họ Ngô Nguyên Nghiễm gửi cho.

Tập thơ đầu tay *"Loài Cây Nhớ Gió"* của Lâm Chương gồm tất cả 29 bài thơ, 64 trang, phụ bản 1 tranh Charles Blachman, phụ bản 2 tranh Allen David, bìa lấy từ tranh của nhà danh họa Picasso. Ngoài những bản in trên giấy croquis thường, còn in thêm 50 bản giấy croquis đặc biệt, 7 bản hồng phấn, 5 bản couché dành cho tác giả và NXB tặng bạn bè. Trong một lần bù khú cùng bạn bè bên bàn rượu, nhân nhắc về tập thơ LCNG của Lâm Chương, nhà thơ Ngô Nguyên Nghiễm tiết lộ, giấy phép tập thơ do chính tay nhà thơ Phạm Nhã Dự đứng tên xin giấy phép, vì thời gian đó Lâm Chương đang bận nhiều việc ở miền Trung. Nhân dịp đó tôi còn được nghe kể, Lâm Chương sinh năm 1942, tại làng Phước Trạch, huyện Gò Dầu Hạ, tỉnh Tây Ninh. Mồ côi mẹ từ nhỏ, cha lấy vợ kế, thường bỏ học đuổi theo tiếng chim, tiếng dế bên những vườn cây hay bên những vạt ruộng quê nhà khô cháy. Lớn lên trong đời sống luôn thiếu thốn, anh phải vật lộn với cuộc sống để tồn tại. Vì thế, khi mới 16 tuổi anh đã phải nếm trải mùi đời ở hang cùng ngõ hẹp của cái gọi là Sài gòn hoa lệ. Sau miền Trung lập nghiệp. Trên đương đi, định mệnh đã giữ chân anh lại thành phố biển Nha Trang. Tại đây, tuy phải mưu sinh vất vả nhưng anh may mắn nhận được những tấm lòng bao dung, sẵn lòng giúp đở anh trong mọi công việc. Vốn là người yêu thơ văn, anh có dịp tiếp xúc với nhiều nhà văn, nhà thơ tên tuổi tại đây, qua đó giúp anh có thêm cảm hứng để sáng tác.

Bài thơ đầu tiên trong tập *"Loài Cây Nhớ Gió"* có tựa đề «Tuổi Đời Băng Giá», bài thứ hai mới là bài mà tác giả chọn làm tựa đề cho cả tập thơ.

"Từ buổi đến rừng cao như mắt nhớ
Áo sương che lá ngủ ướt lệ người
Chiều lên đứng đồi xa trông bốn hướng
Hồn mơ bay cánh én liệng ngang trời...
Từ buổi đến rừng cao cây nhớ gió
Mình nhớ đời đêm nhớ gối trên tay
Mong trở lại một ngày thương tóc đó
Có tình người trên vầng trán mây bay."

Nhiều người gọi đây là tập thơ tình vì trong đó có những bài: Hai Bàn Tay Lạnh, Nhớ, Nhìn Về, Như Kẻ Hành Hương, Nhện chờ Mối Ai, Đêm Giáng Sinh Và Cô Bé...?

Sau tập thơ *Loài Cây Nhớ Gió*, tôi được đọc Lâm Chương qua nhiều bài thơ khác, *Dắt Tay Vào Địa Ngục, Mùa Hạ, Đời Ta Rất Tầm Thường, Tình Ơi*... nhưng bài thơ để lại trong tôi nhiều xúc cảm nhất vẫn là bài: *"Những Năm Đi Xa Trở Về, Viết Bài Thơ Giỗ Má"*. Giọng thơ nghe thật cảm động và buồn đến nẩu ruột:

Má tôi mất năm tôi mười hai tuổi
Tôi ra ngoài hiên đứng khóc
Ngó lên cây me già buồn hiu trước ngõ
Mây trắng bay qua tàn cây lá nhỏ
Nắng xế chiều héo hắt trên sông
Đàn gà con kiếm ăn trong hàng dâm bụt
Tôi biết từ đây tôi như con gà côi cút

Phải tập bươi tập sống một mình..."

Không chỉ có bấy nhiêu, đọc hết bài thơ gồm 11 khổ, dài 110 câu, tôi thấy đây đó hình ảnh anh lầm lũi đưa tang má trong đám dân nghèo chân đất, hình ảnh người con rất thương mẹ nhưng mắt không dám nhìn cảnh người ta hạ huyệt chôn mẹ; thấy hình ảnh người cha mang thân gà trống đi tha về từng hạt gạo nuôi đàn con ốm; thấy hình ảnh anh-chị phải bỏ học đi ra đồng mót lúa; thấy hình ảnh đàn em thò lò mũi đứng vô tư nhìn mọi người, thấy hình ảnh ngôi nhà trống trước trống sau, trơ lại chiếc ấm sứt vòi, chén sành mẻ miệng, bàn gỗ mọt ăn, giường sắp làm củi chụm. Đau đớn hơn, đêm tháng 7 chứng kiến thằng em bị chết, nhà nghèo không có gì chôn, may có lối xóm cho chiếc hòm gỗ tạp, đưa em trên chiếc xe trâu về nằm cạnh mẹ. Đọc hết bài thơ, tôi nghe hai mắt mình như bị ai hong khói để rồi hình dung ra sự tủi cực của tác giả trong thuở thiếu thời.

Bạn bè văn nghệ cùng thời của Lâm Chương rất nhiều, nhưng tai nạn tại cầu Tân Cảng năm 1970 không chỉ để lại trong anh nỗi buồn mà là câu chuyện thời sự văn nghệ, khiến bạn bè cùng nhiều đọc giả bị bất ngờ và vô cùng thương tiếc cho cái chết của nhà thơ Tô Đình Sự. Sau tai nạn thương tâm xảy ra, nhà thơ Phạm Nhã Dự có thuật lại:

"*... Sáng hôm sau tôi xuống quán sách cô Nga. Vừa gặp tôi Nga xanh mặt hỏi tôi có nghe tin gì chưa. Chưa kịp phản ứng, Nga bảo đêm qua Sự, Lâm Chương, Yên Bằng và tài xế đi chơi về khuya lật xe, hình như bị thương nặng, đang nằm ở Tổng Y Viện Cộng Hòa, vào thăm ngay đi. Tôi thật không thể tin điều gì, nhưng nhìn mặt Nga, tôi lặng người. Yên Bằng tương đối nhẹ hơn hết. Lâm Chương khá nặng nhưng không có gì nguy hiểm, nằm phòng bên cạnh Sự. Sự trông tỉnh hơn Chương, có thể đi tới lui, nhưng phải có kèm chai nước biển...*

Hôm sau tôi xuống sớm. Chương đợi tôi tại hành lang trước cửa phòng và khóc lớn nói Sự đã chết rồi, vừa mới đưa xuống nhà xác. Chương vừa lết bết đi không vững theo sau xác Sự vừa khóc thê thiết..."

Trong một cuộc phỏng vấn văn học nghệ thuật dành cho Lâm Chương, tôi đã nghe anh bộc bạch: "Tôi cũng có thời gian mon men muốn ngồi vào chiếc chiếu dành cho các nhà thơ. Hằng đêm mất ngủ, bóp trán làm thơ. Có lúc gần đạt được danh hiệu thi sĩ, nhưng cuối cùng đành bỏ cuộc. Làm thơ thật vô cùng vất vả, phải kiên trì mới được bài thơ cho ra hồn. Tôi vốn ù lì cục mịch, tính thiếu kiên nhẫn, lại không có năng khiếu đặc biệt về thơ, thì làm sao có thể ngồi chung chiếu với những bậc thầy chữ nghĩa mà tác phẩm của họ tinh túy của ngôn ngữ?".

Trước đây tôi nghĩ Lâm Chương chỉ giỏi làm thơ, nhưng sau khi từ Nha Trang trở về Sài gòn anh kể: "Những năm về Sài gòn tôi tập viết văn xuôi. Ông Mai Thảo đăng trên *Nghệ Thuật*, trong mục *'Những Người Viết Mới'*. Tôi mắc cỡ, không gửi cho *Nghệ Thuật* nữa. Tôi gửi cho báo khác, chẳng thấy đăng. Nghệ thuật lại rằng, có một nhà văn lớn (đã mất) đọc bài bản thảo của tôi lần nào cũng kêu lên: ‹Thằng Phá Hoại. Thằng Phá Hoại› và ném vào thùng rác. Từ ấy tôi không viết văn xuôi. Sau này, nghĩ thấy thương ông Mai Thảo. Ông cho ‹Thằng Phá Hoại› vào mục ‹Những Người Viết Mới› là nâng đỡ lắm rồi».

Bẵng đi một thời gian khá lâu không thấy thơ anh xuất hiện, tôi nghĩ chắc anh đang bận nhiều việc, bỗng một hôm bạn bè cho đọc *Đoạn Đường Hốt Tất Liệt, Lò Cừ, Đi Giữa Bầy Thú Dữ, Truyện & Những Đoản Văn của Lâm Chương*. À! Ra vậy. Thời gian qua anh sở dĩ không chuyên tâm vào chuyện làm thơ mà trải lòng mình qua các tác phẩm truyện ngắn. Anh thú nhận "*... tôi không xây dựng thành một cái truyện ngắn của một người làm nghệ thuật viết văn. Tôi kể chuyện...*". Và, qua giọng văn kể chuyện bình thản, gọn gàng không chút màu mè, anh đã kể lại sự việc thật đến 90 phần trăm, về những gì mắt thấy tai nghe.

Sau này, nhờ mối duyên văn nghệ tôi đã gặp Lâm Chương và nhiều lần nữa, nhưng thực sự không nhớ lần đầu tiên đã gặp anh trong dịp nào. Có khi đi với Ngô Nguyên Nghiễm, đi với Phạm Nhã Dự, đi với Nguyễn Tôn Nhan, Mịch La Phong hay cả với Trần Hữu Dũng... song kỷ niệm đáng nhớ là, lần tôi đi cùng vợ chồng Lê Triều Điển-Phạm Thị Quí lên Gò Dầu, đến trạm xăng tên gì đó (quên tên) đối diện nhà chị ruột của Lâm Chương theo lời hẹn; mặc dù đã đứng ngay trước cổng nhà, nhưng khi hỏi thăm nhiều người sống ở các nhà cạnh bên, ai cũng lắc đầu.

Buộc lòng, tôi gọi điện thoại cho Mịch La Phong, vì Phi hẹn đi chung xe do tôi chở, có lẽ do nôn nóng gặp lại bạn nên anh đã nhảy xe đò đi từ sáng sớm. Té ra, ngôi nhà mà bọn tôi đang đi tìm, chính là nhà có cây vú sữa, nơi chúng tôi đang đứng chờ ở phía ngoài hàng rào. Và, ngoại trừ lần gặp gỡ có hẹn trước, về sau tôi cũng như bạn bè chỉ gặp được anh ở nơi này hay nơi kia một cách rất tình cờ. Vì vậy, sụ có mặt thoáng hiện thoáng biến của anh trong chốc lát, khiến cho ai đó có việc cần, muốn gặp anh xem ra cũng rất khó.

Riêng trương hợp tôi cũng vậy, nghe tin Lâm Chương từ "quê" ghé lên Sài gòn chơi, định hỏi thăm việc viết lách thế nào, nhưng anh lặn đi đâu mất tiêu. Thôi thì, tôi mượn tạm câu trả lời cửa anh dành cho nhà thơ Triều Hoa Đại:

"*... tôi không phải là người viết văn chuyên nghiệp, cũng không thích chiều theo thị hiếu của người đọc, nói thế nghe dễ mất cảm tình, nhưng đấy là sự thực. Xua nay tôi chưa từng được đồng xu cắc bạc nào từ bài viết của mình. Nhưng tôi vẫn viết, vì tôi thích và chỉ viết những gì tôi muốn viết. Tôi không hề đắn đo xem phải viết như thế nào, hành văn ra sao. Cứ nghĩ thế nào, viết thế ấy... Tôi không viết tự truyện, phần hư cấu rất ít... Tôi khó má viết khác với lòng mình. Đang sống nơi thế tục, muốn vươn lên trên những điều thế tục, không dễ... Tôi nhớ kẻ hành xác tôi hơn nhớ người yêu. Nếu tôi viết khác đi, nghĩa là viết như người cao thượng là tôi viết láo. Ai mà cảm thông với kẻ giả dối bao giờ... Tôi chỉ là chứng nhân thời đại và đang viết bản tường trình về những gì đã nghe đã thấy mà thôi*".

Tôi tin câu trả lời của Lâm Chương rất thực, thực như chính đời sống của anh đang sống và đang viết vậy.

MINH NGUYỄN

Nguồn: Tác Giả Tác Phẩm Người Đồng Hành Quanh Tôi, VI - 2014(Viên Mãn)
http://www.hocxa.com/VanHoc/TacGia-1/LamChuongTrongMatToi_MinhNguyen.html

ĐINH VĂN TUẤN

ĐỊA CHI NGỌ 午 CÓ BIỂU TƯỢNG LÀ CON NGỰA XUẤT HIỆN TỪ BAO GIỜ ?

Theo truyền thống Âm lịch của Trung Quốc, Việt Nam… vào những năm thuộc Chi thứ bảy trong 12 Địa Chi có tên gọi là Ngọ 午, từ xưa đến nay vẫn được tượng trưng bằng con ngựa, chữ Hán là mã 馬. Dân gian vẫn thường gọi là năm *ngựa*, tuổi *ngựa*. Tại sao lại như thế? Cho đến nay vấn đề này còn nhiều tranh luận [(1)], có ý kiến cho rằng tên gọi "ngựa" của Việt Nam chính là vết tích cổ xưa của "Ngọ" (cũng vậy với các con Giáp khác như chuột, trâu, cọp, mèo, rồng…) nên chứng tỏ 12 con Giáp có nguồn gốc phương Nam chứ không phải từ phương Bắc. Sự thật ra sao, là gốc Hoa hay gốc Việt? Bài viết này thử truy tìm nguồn gốc của con Giáp thứ 7 cùng biểu tượng của nó là con ngựa qua khảo cổ và thư tịch, chữ viết với hy vọng làm sáng tỏ vấn đề.

Ngọ 午 là Chi thứ 7 trong 12 Địa Chi (Thập nhị Chi) như Tý, Sửu, Dần, Mão… trong lịch pháp Trung Quốc thời cổ, 12 Địa Chi phối hợp với 10 Thiên Can (Thập Can) như Giáp, Ất, Bính, Đinh…để ghi nhớ, tính toán thời gian. Lịch pháp Trung Quốc với hệ thống Thập Can Thập nhị Chi đã xuất hiện sớm nhất từ thời nhà Thương (1766–1122 TCN) với bằng chứng khảo cổ qua Giáp cốt văn. Sau đây là chữ 午 từ Giáp cốt văn [(2)]: 12 Địa Chi ban đầu không phải là những tên gọi của 12 con thú, chúng thuần túy là tên gọi chỉ thời gian, theo sách *Kinh Dịch - Đạo của người Quân tử* [6] Học giả Nguyễn Hiến Lê đã dẫn ra một quẻ bói từ Giáp cốt văn trích trong cuốn *East Asia - The Great tradition* (Modern Asia éditions – Tokyo.1962): "ngày Tân Mão hỏi quỷ thần (bói): ngày hôm nay, ngày Tân, cũng mưa hay không mưa?". Rồi sau mới phối hợp 12 tên gọi của thú vật dùng làm biểu tượng cho 12 Địa Chi, 12 biểu tượng này được gọi là 12 Sinh Tiếu 生

肖(Trung Quốc) hay 12 con Giáp (Việt Nam). Dấu vết xưa nhất hiện còn trong thư tịch Trung Quốc liên quan đến 12 Sinh Tiếu là ở thời Tiên Tần như sách *Kinh Thi* 詩經,ở quyển Trung, *Tiểu nhã*, bài *Cát nhật* với câu: "吉日庚午，既差我馬" [3], ở đây *mã* 馬 (ngựa) ám chỉ *Ngọ* 午. Vào năm 1975, khảo cổ học Trung Quốc đã phát hiện ra ở vùng đất Thụy Hổ, huyện Vân Mộng, Tỉnh Hồ Bắc một bộ sách thẻ trúc đời Tần là *Nhật thư* 日書, trong đó ở chương *Đạo giả* 盜者 đã ghi chép về 12 con vật phối ứng với 12 Địa Chi, điều đáng ngạc nhiên là trong sách này đã ghi nhận Ngọ/lộc (con hươu) **chứ không phải là Ngọ/mã (ngựa),** Mùi/mã (ngựa) chứ không phải là Mùi/dương (dê) và Tuất/dương (dê) chứ không phải là Tuất/Khuyển (chó) như truyền thống [8] Đến đời Hán, người ta đã tìm thấy một di vật đời Tây Hán (206 TCN - năm 8 CN) là tấm gương đồng cũng có khắc 12 con Giáp theo đúng truyền thống (4) và trong sách *Luận hành* 論衡(5) của Vương Sung 王充 (27-97),ở Quyển Ba, Thiên 14 - *Vật thế*, Vương Sung đã dựa theo Âm Dương Ngũ Hành và các thuộc tính của loài vật để luận giải về 12 con thú tương ứng với 12 địa chi, trong đó cũng đã chỉ rõ "午、馬也" (Ngọ là ngựa). Như vậy, Chi *Ngọ* theo *Nhật thư* đời Tần ban đầu là biểu tượng con hươu rồi đến đời Hán mới xuất hiện cách phối ứng: Chi Ngọ có biểu tượng là con ngựa. [6]

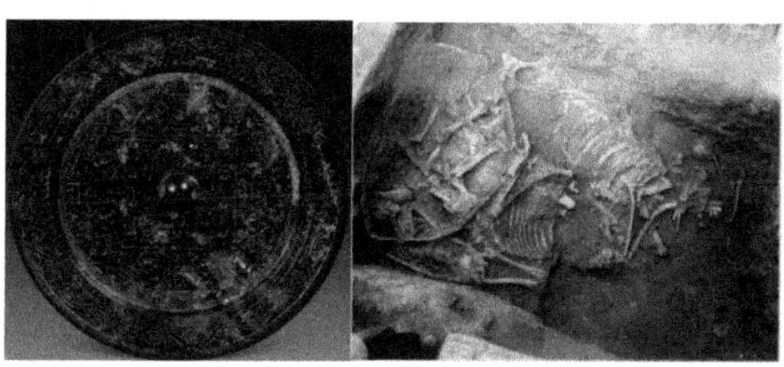

Chữ mã 馬 (ngựa) cũng đã từng xuất hiện trong Giáp cốt văn (7) đời Thương: Những lăng mộ vua nhà Thương được khai quật (8) và cho thấy các đồ vật chôn theo vua là các đồ trang sức cá nhân và những cái giáo mũi đồng ... Ngựa và xe ngựa cũng được chôn cùng với vua (hình dưới). Ngay từ đời Thương, Chi thứ 7 được viết là Ngọ 午 chứ không phải là mã 馬. Nếu ban đầu Chi thứ 7 đúng là con *ngựa* đương nhiên sẽ dùng chữ mã 馬 chứ không thể là chữ ngọ 午 và trong thư tịch Hán, ngọ 午 chưa bao giờ đồng nghĩa hay dùng thay cho 馬. Nguyên thủy, Ngọ 午 thuần túy chỉ thời gian (11 giờ sáng đến 1 giờ chiều là giờ Ngọ), và hiện nay vẫn chưa tìm thấy biểu tượng của nó là con vật nào ở thời đại này, nhưng chỉ đến đời Tần mới thấy Ngọ/lộc (hươu) rồi đời Hán mới thật sự là Ngọ/ mã (ngựa).

Tóm lại, **12 Địa Chi ban đầu không phải là những tên gọi của 12 con thú, chúng thuần túy là tên gọi chỉ thời gian. Rồi sau mới** được phối hợp với 12 tên gọi của thú vật dùng làm biểu tượng cho 12 Chi. Nhưng 12 Chi chỉ đến đời Hán mới thật sự có 12 con vật tượng trưng đối ứng hoàn chỉnh và không thay đổi cho đến ngày nay. Chi thứ 7 vào đời Tần có biểu tượng là *Lộc/ hươu* và sau vào đời Hán trở thành *Mã/ngựa*. Đây chính là chứng cứ quan trọng để có thể khẳng định 12 Địa Chi ban đầu không phải là tên gọi 12 con vật quen thuộc xưa nay như nhiều người lầm tưởng.

Cho đến nay chưa có một phát hiện khảo cổ học nào chứng minh dân tộc Việt Nam thời thượng cổ (hay ngang với thời nhà Thương của Trung Quốc) đã có *chữ viết*. Không có *chữ viết*, tư duy con người không thể phát triển và làm phát sinh, phát triển các lĩnh vực tinh thần như lịch pháp, thiên văn, triết học…nên chúng ta không thể khẳng định trước nhà Thương, hệ lịch pháp với Thập Can thập nhị Chi cùng với 12 con vật làm biểu tượng nói chung và nói riêng là Địa Chi thứ bảy là Ngọ với hình tượng con NGỰA đã từng xuất hiện tại vùng châu thổ sông Hồng, sông Mã nơi phát tích của văn minh Đông Sơn. Trên các di vật văn hóa Đông Sơn không hề thấy họa tiết 12 con giáp ứng với 12 Địa Chi và cũng vắng bóng hình tượng con ngựa. Truyền thuyết về Thánh Gióng cưỡi *ngựa* sắt chỉ có thể xác định *ngựa* là một con vật quý hiếm, quan trọng trong chiến tranh ở thời đại đồ sắt (sau thời đại đồ đồng). Theo Đại Việt sử ký toàn thư [10], vào thời Triệu Đà, vua Hán sai Lục Giả đi sứ sang Nam Việt. Triệu Đà viết thư gởi vua Hán: "Cao Hậu lên coi việc nước lại phân biệt Hoa - Di, ra lệnh không cho Nam Việt những khí cụ làm ruộng bằng sắt và đồng; *ngựa*, trâu, dê nếu cho thì cũng chỉ cho con đực, không cho con cái. Lão phu ở đất hẻo lánh, *ngựa*, trâu, dê đã già". Như vậy *ngựa* thực sự quý hiếm đối với Nam Việt, trong đó có nước Âu Lạc (bao gồm nước Việt cổ) bị thôn tính. Thư tịch cổ Việt Nam chỉ còn các truyền bản từ đời Trần trở về sau, theo (Đại)Việt sử lược (khuyết danh) [9] thì thời Trang Vương nhà Chu, nước Văn Lang của Hùng Vương chưa có chữ viết, chỉ biết dùng cách thắt nút để ghi nhớ chính sự, không nói gì về lịch pháp Can Chi, hay 12 con giáp cho đến khi nước Văn Lang biến mất để nhường chỗ cho nước Âu Lạc của An Dương Vương cai trị rồi sau bị Triệu Đà nước Nam Việt thôn tính thì lịch sử cổ đại VN đã sang trang mới. Bắt đầu từ đây, sau khi Nam Việt bị nhà Hán tiêu diệt, nước ta đã nội thuộc Trung Hoa và chịu ảnh hưởng văn hóa Hán sâu đậm, dĩ nhiên trong đó có hệ thống lịch pháp Trung Hoa cùng với biểu tượng của nó là 12 con Giáp. Vào thời thuộc Hán, ở Giao Chỉ, Giao Châu cũng không phát hiện được các bằng chứng xác thật từ thư tịch lẫn khảo cổ về hình tượng 12 con Giáp làm biểu tượng cho 12 Địa Chi.

Dấu vết xưa nhất về 12 con Giáp chỉ được ghi nhận ở các truyền bản đời Trần mà thôi. *(Đại)Việt sử lược* [9], ở quyển thứ hai, chép về vua Lý Thái Tổ đã viết: "Xưa có con chó chùa Ứng Thiên, hương Cổ Pháp đẻ 1 con chó trắng, trên lưng có lông đen thành chữ "Thiên Tử". Đến nay thấy vua đẻ năm Giáp Tuất", ở đây con Giáp thứ 11 (Chi) Tuất chính là con *chó*, tiếp đến là sách *Thiền uyển tập anh*, ở quyển Hạ, Thiền phái Tì Ni Đa lưu Chi, Trưởng lão La Quý An, có ghi chép một câu kệ kiểu "sấm vĩ" do Trưởng lão viết ra và được loan truyền trong dân gian như sau: "Thố kê thử nguyệt nội兔 雞 鼠 月 内: Thỏ gà trong tháng chuột" (Thỏ gà chuột: ngày thỏ, tháng chuột, năm gà) [5], câu thơ trên chắc hẳn được làm ra trước thời Lý, vì đã tiên đoán về chuyện Lý Công Uẩn sẽ làm vua vào năm Kỷ Dậu (con gà) là năm 1009. Đây có lẽ là các bằng chứng sớm nhất về 12 con giáp đã xuất hiện ở Việt Nam vào thế kỷ X. Chi Ngọ với tên gọi là *ngựa* đã được ghi chép vào thế kỷ XVII ở trong tự điển *Việt - Bồ - La* (1651) [1] của Alexandre de Rhodes, soạn giả đã ghi nhận Ngọ là *ngựa* và giờ *Ngọ* ứng với con *ngựa*.

Ở Việt Nam, cho đến hiện nay, chưa có các bằng chứng từ khảo cổ, thư tịch, chữ viết cho thấy hệ thống lịch 12 Địa Chi hay 12 con Giáp và dấu vết con *ngựa* đã từng xuất hiện ở Việt Nam thời cổ đại (cùng hay trước đời Thương ở Trung Quốc). Lịch sử cho biết khi Việt cổ bị nhà Triệu và nhà Hán xâm lược, thôn tính thì nước ta đã nội thuộc Trung Hoa và chịu ảnh hưởng văn hóa Hán sâu đậm, dĩ nhiên trong đó có hệ thống lịch pháp Trung Hoa cùng với biểu tượng của nó là 12 con Giáp.

Như vậy, căn cứ vào các bằng chứng khảo cổ, thư tịch, chữ viết hiện còn lại thì dù muốn hay không, chúng ta cần phải chấp nhận sự thật: Địa Chi thứ 7 là NGỌ 午 nguyên thủy là một ký hiệu ghi nhớ về thời gian theo lịch pháp Trung Quốc cổ đại chứ không phải là chữ mã 馬, tên gọi chỉ con NGỰA. Chữ 午,tiếng Hán có âm là [wǔ], Hán Việt là [ngọ] không phải bắt nguồn từ tên gọi "ngựa" của Việt Nam. Chẳng qua là một hiện tượng trùng hợp về ngữ âm mà thôi. Như trên chúng tôi đã luận chứng, con Giáp thứ 7 (Ngọ) chỉ đến đời Hán mới thật sự được định hình vĩnh viễn là hình tượng con *ngựa* mà thật ra trước đó vào đời Tần lại là con *hươu*. Cho nên, giả thuyết cho rằng con Giáp thứ 7 mang tên "ngọ" có nguồn gốc từ tiếng Việt "ngựa" và nói chung 12 con Giáp có nguồn gốc Việt Nam (phương Nam) tỏ ra là một ngộ nhận, thiếu khoa học.

ĐINH VĂN TUẤN

Chú thích:

1. Xem chẳng hạn: Nguyễn Cung Thông, *Nguồn gốc Việt Nam của tên 12 con giáp - Ngọ-*ngua-*ngựa (phần 13)* , nguồn: http://namkyluctinh.org/a-ngonngu/ncthong-Ngo-Ngu-Ngua%5B13%5D.pdf và Nguyễn Tài Cẩn, *Một số chứng tích về văn tự và văn hóa,* NXB Đại học Quốc gia Hà Nội, 2001

2. Theo: www.chineseetymology.org

3. Theo: http://ctext.org/book-of-poetry/zh

4.Theo:http://bbs.cangcn.com/viewthread php?action=printable&tid=72527

5. Theo: http://www.guoxue.com/zibu/lunheng/lhml.htm

6. Nguyên nhân tại sao đời Tần là Ngọ/Lộc (hươu) đến đời Hán là Ngọ/mã (ngựa)? Theo thiển ý, có thể xuất xứ từ giai thoại chép trong *Sử ký* (Tư Mã Thiên), *Tần Thủy Hoàng bản kỷ* kể về chuyện Triệu Cao đã chỉ con

hươu nói đây là con ngựa để xem các quan triều đình ai thuận theo mình, ai dám chống đối, sau mới có thành ngữ "chỉ lộc vi mã "指鹿爲馬" (Chỉ hươu là ngựa) ý nói người đảo lộn trắng đen, thị phi. Vậy từ đời Tần, con Giáp thứ 7 là hươu nhưng người đời vì sợ Triệu Cao nên đã gọi là ngựa và từ đó Chi Ngọ cho đến nay có hình tượng con ngựa?

7. Theo: www.chineseetymology.org

8. Nguồn: http://proj1.sinica.edu.tw/~dmuseum/pages/rebuild/main_1b_3.html#photo

Sách tham khảo

Alexandro de Rhodes (1651), *Dictionarivm Annnamiticvm Lvsitanvm et Latinvm,* bản dịch tiếng Việt của Thanh Lãng, Hoàng Xuân Việt, Đỗ Quang Chính, Nxb Khoa học Xã hội, 1991.

Đàm Gia Kiện (chủ biên), *Lịch sử văn hóa Trung Quốc,* Nxb KHXH, 1999

Đinh Văn Tuấn, *Về chữ, nghĩa THÌN* 辰, *LONG* 龍 và RỒNG, Tạp Chí Ngôn Ngữ số 7. 2012

Đinh Văn Tuấn, *Biểu tượng khởi thủy của Địa Chi Mão là tên gọi con t hỏ hay tên gọi con mèo?,* Tạp Chí Ngôn ngữ số 3. 2012

Ngô Đức Thọ – Nguyễn Thúy Nga (dịch và chú thích) *Thiền uyển tập anh,* Phân viện Nghiên cứu Phật học, NXB Văn Học, Hà Nội –1990

Nguyễn Hiến Lê, *Kinh Dịch,* **Đạo của người quân tử**, Nxb Văn Hoá, Hà Nội, 1994

Nguyễn Tài Cẩn, *Một số chứng tích về văn tự và văn hóa,* NXB Đại học Quốc gia Hà Nội, 2001

Nhiêu Tông Di, Hội Hiến Thông, *Vân Mộng Tần giản Nhật thư nghiên cứu,*Nhà xuất bản Trung Văn Đại Học,Hương Cảng .1982

Trần Quốc Vượng (dịch), *Việt sử lược,* NXB Thuận Hóa- Trung Tâm Văn Hóa Đông Tây . 2005

Viện Khoa Học Xã Hội, Đại Việt sử ký toàn thư (bản dịch), NXB KHXH Hà Nội 1993.

NGUYỄN THỊ KHÁNH MINH

NGUYỄN TRÃI

Hùng văn thiên cổ. Bình Ngô
Độc lập trời Nam ngọn cờ bất khuất
Mười năm. Nằm gai nếm mật
Vẫy vùng nhung-y. Mở mặt với giang san*
Nghìn năm. Hạt lệ sử xanh**…
11.2020

** Câu trong Bình Ngô Đại Cáo.*
*** Nguyễn Trãi bị khép tội tru di dưới triều Lê, bởi án Lệ Chi Viên.*

HAI BÀ TRƯNG

Còn ngân sông Hát đôi bờ
Tiếng cười Trưng Nữ ngẩn ngơ giặc thù
Đôi tà áo thắm anh thư
Thành con sóng vỗ nghìn thu. Sử hồng
1996

BÙI THỊ XUÂN

Hét lên trời đất như vang
Ngai vàng xám mặt. Bạo tàn hổ ngươi
Gan nữ tướng. Một mỉm cười
Ôm con. Nói nhẹ những lời như không
Bay bay cái chết lông hồng…
1996

** Theo tài liệu của giáo sĩ De La Bissachère kể rằng khi bị đem ra pháp trường hành hình, bà hét lên một tiếng khiến voi cũng sợ lùi lại, sau vua Gia Long phải cho lệnh thiêu bà. Bà đã nói với con gái cũng bị hành hình: "Hãy chết cho anh dũng."*

CAO BÁ QUÁT

Cúi đầu lạy tạ đóa mai
Ta đi lên đoạn đầu đài. Ta chơi
Vỡ dưới chân. Cục đá cười
Vỡ trời cao. Cuộc tơi bời. Nhân gian
12.2019

NGUYỄN THỊ KHÁNH MINH

Tạp bút

VŨ KHẮC TÊ
PHẨM HẠNH

Có những vấn đề xã hội không thể nhìn bằng những con số thống kê khô cứng, cũng không thể cắt nghĩa trọn vẹn bằng các lập luận lý thuyết. Chúng tồn tại âm thầm trong đời sống, trong những lựa chọn nhỏ bé của từng con người, đặc biệt là phụ nữ - những người thường phải gánh chịu nhiều hơn phần rủi ro của số phận.

Có những câu hỏi không bao giờ có con số để trả lời. Bao nhiêu phụ nữ đã rời quê hương để đi lấy chồng xa, mang theo hy vọng mong manh rằng cuộc đời sẽ "may mắn" hơn?

Bao nhiêu người trong số họ đã trở thành nô lệ tình dục cho cả một gia đình, cho những bổn phận bị cưỡng ép, cho những đêm dài không lối thoát?

Và bao nhiêu bé gái đã bị bán đi khi tuổi đời chưa kịp lớn, sống mòn trong những căn phòng không cửa sổ, nơi thân xác trở thành món hàng và tuổi thơ mơ mộng bị xóa sổ?

Bài viết này không nhằm đưa ra một chuẩn mực đạo đức, càng không có ý phán xét hay quy kết trách nhiệm cho bất kỳ ai. Đây chỉ là những suy ngẫm cá nhân, được gợi lên từ những quan sát đời sống và từ những câu chuyện rời rạc, nơi ranh giới giữa lựa chọn và bị ép buộc nhiều khi trở nên mờ nhạt.

Nhân vật Hương không đại diện cho một hình mẫu lý tưởng, cũng không đứng thay ai khác. Hương chỉ là một lát cắt - một cách nhìn - để từ đó đặt ra câu hỏi về phẩm hạnh, không như một thước đo xã hội, mà như một không gian nội tâm, nơi mỗi người tự đối diện với chính mình.

Ở đây, phẩm hạnh không được hiểu như điều để so sánh hay tôn vinh, mà như một nỗ lực giữ gìn nhân phẩm trong những hoàn cảnh khác nhau, có khi bằng lựa chọn, có khi bằng sự chịu đựng. Và trong rất nhiều trường hợp, con người thậm chí không có đủ điều kiện để lựa chọn. Tạp bút này được viết ra không để kết luận, mà để mở ra một khoảng lặng. Khoảng lặng để nhìn lại thân phận phụ nữ trong xã hội đương đại, và rộng hơn, để mỗi người tự hỏi: giữa những điều có thể và không thể chọn, ta còn giữ lại được điều gì cho mình.

**

PHẨM HẠNH

Hương bắt đầu biết rung động với một người khác phái vào cái tuổi mà lòng người vừa mở cửa. Khi đó, cảm xúc đến tự nhiên, chưa kịp phân biệt đâu là mơ mộng, đâu là thực tại. Cô không nói với ai, chỉ thường ngồi lặng, nhìn về cuối con hẻm như thể ở đó có điều gì đang chờ đợi cô.

Mẹ cô là người đầu tiên nhận ra.

Người đàn bà đã đi gần trọn đời, không qua trường lớp cao, nhưng hiểu rất rõ những lối quanh co của phận người. Mẹ không hỏi, cũng không trách. Chỉ chậm rãi nói, như nói với chính mình:

"Con gái à, rồi một ngày con sẽ yêu. Mẹ chỉ mong con biết giữ lấy giá trị của mình. Không phải để đáp ứng mong đợi của ai, mà để khi nhìn lại, con không thấy mình đã đánh mất điều gì quá sớm."

Hương nghe mà chưa hiểu hết. Nhưng từ giây phút đó, trong lòng cô hình thành một nguyên tắc âm thầm: chỉ trao đi những gì mình thật sự sẵn sàng chấp nhận hậu quả.

Cô chợt nhớ đến cái tát như trời giáng của anh Thành gần nhà, khi anh ta chửi vợ mình bằng những lời thô bạo,"Mầy là con đĩ, mày đã lừa dối tau…". Khi ấy, Hương chưa hiểu hết, chỉ cảm thấy một nỗi bất an mơ hồ về sự mong manh của thân phận phụ nữ. Về những cuộc hôn nhân thay đổi như thay áo.

**

Bước vào đời, Hương tin rằng chỉ cần chăm chỉ là đủ. Nhưng môi trường công sở dạy cô bài học đầu tiên: sự im lặng đôi khi bị hiểu sai thành sự chấp nhận.

Giám đốc công ty, một người giàu có, quyền lực, có vợ đẹp,con ngoan… không chạm vào cô ngay. Ông ta bắt đầu bằng lời khen, bằng những lời hứa hẹn về tăng lương, thăng chức, bằng chiếc điện thoại đời mới đắt tiền nhân ngày sinh nhật của cô... Những buổi tiếp khách kéo dài, rượu mạnh, những khoảng không gian riêng tư ngày càng hẹp. Đến khi cánh cửa phòng khách sạn khép lại, Hương mới hiểu: mọi điều trước đó chỉ là từng bước đẩy cô đến một tình huống khó từ chối.

Khoảnh khắc ấy, Hương đứng trước hai lựa chọn:

- im lặng chấp nhận làm bồ nhí của ông ta để giữ công việc, như một dạng nô lệ tình dục,
- hoặc rời đi để giữ quyền tự quyết với chính mình.

Cô chọn điều thứ hai.

Cô chạy, chạy khỏi khách sạn, chạy khỏi công ty, không phải vì sợ hãi, mà vì biết rằng nếu ở lại, cô sẽ bị kéo vào một con đường không do mình chọn. Đêm đó, ngồi ở bến xe, Hương hiểu ra một điều: có những giá trị không ai bảo vệ thay mình được, và đôi khi việc giữ chúng đồng nghĩa với những mất mát khác. Cô chợt nghĩ đến những đứa trẻ sơ sinh bị bỏ rơi nơi cổng chùa, bãi rác…và cô bằng lòng với quyết định của mình.

**

Hương gặp Lan ở công ty mới.

Lan từng sống ở nước ngoài, từng đi qua những ngã rẽ mà Hương chưa từng trải. Lan không che giấu quá khứ. Cô coi thân xác như một dạng vốn: đầu tư đúng chỗ thì sinh lợi. Giờ đây, Lan về Việt Nam, chuẩn bị lấy chồng, nói về đạo đức bằng giọng thản nhiên.

"Quan trọng là hiện tại. Quá khứ rồi cũng qua."

Hương lắng nghe và hiểu rằng mỗi người đều có một câu chuyện riêng, những điều người ngoài không thể biết hết. Nhưng trong suy nghĩ của mình, Hương tự hỏi: có những thứ có thể làm mới bằng tiền bạc, kể cả cơ thể, nhưng có những cảm giác bên trong thì không dễ dàng như vậy.

Cô quen Mai, Thảo… những người phụ nữ từng phải rời quê hương, từng sống trong những hoàn cảnh không hẳn do họ lựa chọn. Khi trở về, họ có tiền, có vị trí, có vẻ ngoài ổn định, tiếp tục đóng vai trò người vợ hiền. Nhưng trong những câu chuyện đứt đoạn, Hương cảm nhận được một nỗi mệt mỏi thường trực

- nỗi sợ quá khứ bất chợt bị nhắc lại.

Hương không phán xét. Cô hiểu rằng không phải ai cũng có quyền lựa chọn như nhau. Có những người bị đẩy đi rất xa trước khi kịp hiểu mình đang mất gì. Nhưng từ đó, Hương nhận ra: khi con người phải liên tục che chắn cho quá khứ của mình, sự bình an nội tâm cũng trở thành điều xa xỉ.

**

Rồi Hương gặp Hùng.

Hùng đến bằng sự quan tâm và chia sẻ. Lần đầu tiên, Hương tin rằng mình có thể yêu mà không cần phòng bị. Nhưng khi mối quan hệ trở nên gần gũi hơn… Cho đến khi Hùng đòi hỏi về xác thịt. Không bằng cưỡng ép, mà bằng tình yêu.bằng những nụ hôn say đắm… Không bằng đe dọa, mà bằng lời hứa. Hùng nói về tương lai, về sự hy sinh, về việc "yêu là cho, là dâng hiến…". Hương đứng trước lựa chọn quen thuộc nhưng khó khăn hơn:

- Giữ người đàn ông mình yêu, nhưng rồi có giữ được không khi họ đã đạt được những gì họ muốn.

- Hay giữ ranh giới cuối cùng của mình Cô từ chối. nói với Hùng 'Hãy dành những gì tốt đẹp nhất cho ngày cưới" . và rồi Hùng âm thầm chia tay cô.

Hùng gọi cô là cổ hủ.không phù hợp với thời đại, Hương im lặng. Cô hiểu: một tình yêu đòi hỏi sự đầu hàng của phẩm hạnh không phải là tình yêu, mà là sự chiếm hữu…. và khi đặt quá nhiều niềm tin vào sự chung thuỷ thì khi gặp sự phản bội sẽ càng đau đớn hơn…

**

Hương lập gia đình muộn.

Người đàn ông của cô không hỏi về quá khứ, cũng không dùng đạo đức như một thước đo. Anh chọn Hương vì sự tự trọng và bình thản toát ra từ con người cô.

Lúc này, Hương mới thật sự hiểu: phẩm hạnh không phải để được ca ngợi, mà để con người có thể sống nhẹ nhõm với chính mình.

Nhẹ nhõm khi ở một mình.

Nhẹ nhõm khi nhìn lại những con đường đã đi qua.

Hương không cho rằng mình đúng hơn ai. Cô chỉ biết mình đã chọn cách sống khiến bản thân không phải quay lưng với chính mình.

Giữa một xã hội nơi nhiều thứ có thể bị mua bán, kể cả giá trị đạo dức, nhân phẩm…, việc giữ lại một phần tự do nội tâm là điều không dễ. Phẩm hạnh, trong nghĩa đó, không phải chuẩn mực để phán xét người khác, mà là quyền mỗi người tự xác định và tự chịu trách nhiệm.

Và Hương tin: ai cũng có quyền lựa chọn, nếu họ còn được lựa chọn. Nhưng mỗi lựa chọn - dù tự do hay bị ép buộc - đều để lại những dấu vết mà không phải lúc nào cũng xóa được.

Và có lẽ, đó là ý nghĩa giản dị nhất của phẩm hạnh: không phải để so sánh, không phải để phán xét, mà để mỗi người còn có thể ngẩng đầu khi đối diện với chính mình.

VŨ KHẮC TẾ

MỘNG YÊN HÀ

QUÀ XUÂN

Quà Xuân
đất trổ
Đầy thơ
Quà Xuân
trời tỏa
ngẩn ngơ
ngàn vàng
Quà Xuân
em dành
môi ngoan
Quà Xuân
giao sóng
khẻ khàn
chạm dây
Quà Xuân
Nắng rựng
thơ Say
Quà Xuân
Bến mộng
Trăng lay
Động đào
Quà Xuân
Tặng phẩm
Trên cao
Em là …
quý phẩm
Trời trao
Quà trời!!

MỘNG YÊN HÀ

421266h57 hotpoem

* chụp bắt thơ (10)

MỘNG YÊN HÀ
*** tiềm thức không ngủ**

Chỉ cần anh nhớ đến sợi
tóc mai em tiềm thức anh
cũng bật ra đáp số với
nét duyên em răng khểnh em
môi mọng chỉ cần áng mây
phủ xuống ngọn cây hoàng hôn
cũng đủ để tiềm thức anh
gợi lại mái tóc dài đen
nhánh phủ trên bờ vai thon
em chỉ cần một chút chạnh
lòng tiềm thức anh cũng gợi
trong anh lăn tăn cơn sóng
cảm xúc về buổi mình chia
tay chỉ cần bất chợt nào
đó có người phát ra âm
thanh tợ như giọng nói thanh
tao của em là tiềm thức
anh sống lại ngày em bên
anh nơi công viên sương khói
cuộc đời chỉ cần tiếng pháo
đì đùng holiday cũng
sống lại trong anh ngày xưa
tay súng đối đầu chỉ cần
chỉ cần khắc giây thôi tình
yêu em như trả về thực
tại nghĩa là tình vẫn sống
nghĩa là tình đôi ta và
tiềm thức anh không hề ngủ.(!!!)
MỘNG YÊN HÀ
111118/11h25'

NGUYÊN CẨN

Trăng Lạnh

Đỗ giật mình thức giấc. Ánh trăng mười sáu vằng vặc sáng trên đầu. Chàng đã ngủ quên trên ghế bố ngoài ban công bao lâu rồi chẳng biết. Chàng nằm mơ thấy mình hôn Thủy. Hôn say đắm, cuồng nhiệt như những ngày mới yêu nhau. Lạ! Dễ thường có đến hơn mười năm họ không hôn nhau. Họ không còn ý thức về sự hiện diện của nhau trong cuộc đời. Sao đêm nay mình lại hôn Thủy? Giấc mơ nói lên cảm xúc dồn nén bấy lâu chăng? Mình vẫn còn yêu nàng? Mà Thủy đi đâu đến giờ này vẫn chưa về? 11 giờ khuya rồi. Ăn sinh nhật gì mà trễ thế!

Thoảng mùi hương hoa sữa sộc vào mũi chàng ngai ngái. Sao bỗng dưng thèm một ly Irish coffee ở Art Café -Phố Hàng Chiếu thế không biết! Có lần chàng đã uống đến hai ly một lúc. Nhớ mùi whisky pha cà phê thơm váng. Đỗ rút thuốc lá và châm lửa thả những sợi khói vòng tròn vào hư không.

Thế mà đã xa lắm rồi một thời binh lửa gian lao. Mẹ, ai bảo hào hùng! Vừa khát vừa đói vừa sợ nữa. Chiến tranh mà! Nhưng là người chỉ huy, chàng vẫn phải "lên gân" hô hào anh em chiến đấu. Chàng đã từng phê bình một anh lính trẻ viết báo khi anh ta mô tả cảm giác sợ hãi khi nghe súng nổ lần đầu. "Không, cậu không được viết giọng văn yếu hèn thế! Cậu phải viết là nghe súng nổ lòng hăng hái muốn xông lên ngay nhưng được lệnh chỉ huy chờ đợi. Phải căm thù địch đến tận xương tủy, phải lấy chính nghĩa làm đầu, vì đồng bào miền Nam đói khổ, cơ cực trong vòng vây của giặc mà quyết chiến." Chàng đã phê phán anh ta trước đại đội, buộc anh ta phải viết lại cho đúng tinh thần tiến công ngày ấy.

Thế mà đã xa lắm rồi những ngày lang thang trên con đường Lê Lợi ở Huế, ngày chàng và Thủy mới quen nhau sau khi chàng từ giã quân đội về học Sư phạm, ôm ấp giấc mộng trở thành nhà giáo. Ngày ấy sao đẹp vậy, những đêm không ngủ, lửa trại, bên ánh lửa bập bùng, Thủy đẹp lạ! Nàng có nét đài các, có vành môi hơi chìa ra phia trước, nửa như nũng nịu, nửa như mời mọc, khiến Đổ trong một đêm ngồi phía sau giảng đường đã hôn bừa và nàng rùng mình nhưng yên lặng chấp thuận. Từ đấy họ là đôi uyên ương lý tưởng dù chàng hơn nàng đến hơn một con giáp. Cô gái gốc Phú Yên ra Huế học, còn chàng bộ đội phục viên bỏ Hà Nội vào xứ Huế thơ mộng gặp nhau làm thành một đôi tình nhân gắn bó. Cháng giỏi viết văn, làm báo. Nàng giỏi hát ca, nhảy múa. Họ làm nên những trang báo tường, những cuộc hội diễn để lại nhiều tiếng vang trong trường đại học. Chàng nghiêm trang chỉn chu trong đời sống bao nhiêu thì nàng hồn nhiên nhí nhảnh bấy nhiêu trong mọi sinh hoạt. Nhiều lần chàng phải kéo nàng ra khỏi cơn phấn khích "văn nghệ " khi bắt nàng phải về phòng nghỉ ngơi chứ không thể đàn ca hát xướng cả đêm được nhưng Thủy luôn là con người của "cảm xúc", nàng thả hồn theo tiếng hát và những điệu múa cho đến gần sáng mối chịu về phòng. Thậm chí nàng còn "nốc" bia thi với đám con trai! Đối vối Thủy, đoan trang hay thủy mị là thứ đức hạnh lỗi thời của người phụ nữ thưở xa xưa. bây giờ là người phụ nữ của thời đại mới, sống hết mình, xả láng cho bõ một đời. Đỗ thường lý luận theo sách vở, viện dẫn chủ thuyết Mác trong nhiều tình huống nhưng Thủy thì bất cần lý luận. Nàng sống như thể ngày mai không còn nữa trên cõi đời này. Vậy mà họ gắn bó với nhau suốt những năm dài đại học.

Thế mà đã xa lắm rồi những ngày đầu bỡ ngỡ sống tập thể ở trường Cao đẳng sư phạm Nha Trang, ngày hai vợ chồng Đỗ - Thủy dắt díu nhau tìm đến nhiệm sở sau khi ra trường. Họ cùng chung khoa chung tổ, nên giúp đỡ nhau qua lại rất nhiều từ soạn giáo án đến thảo luận phương pháp. Đỗ có nhiều kinh nghiệm hơn, lại là một nhân vật trong giới văn chương và chàng đã cho ra đời vài tác phẩm nên rất có uy tín trong khoa. Uy tín ấy giúp Thủy dễ thở hơn trong giao tiếp vì nàng không hề giữ gìn ý tứ gì cả. Lúc nào cũng sẵn sàng "sổ toẹt" mọi suy nghĩ trong đầu. Sau này khi đã là mẹ của hai cô cậu sinh viên trên 20 tuổi rồi nàng vẫn sống như thế. Tuy nghiêm nghị nhưng Đỗ rất chìu vợ vì chàng nghĩ tuổi trẻ nó phải sống thế mới là "trẻ", để rồi sau này chàng phát hiện không còn trẻ nàng cũng vẫn sống như thế!

Được một quan chức Bộ Văn hóa, là cấp trên trong quân đội tín nhiệm để nghị chàng một công việc có chức sắc thuộc Bộ. Chàng từ bỏ thân phận ông giáo quèn ra Hà Nội nhận nhiệm vụ mới. Phải mất một thời gian khá lâu Thủy mới thích nghi được lối sinh hoạt ngoài này, mà nàng cho rằng họ hay soi mói dòm ngó hơn ở Nha Trang hay Huế. Chàng gọi đùa nàng là "cô nàng hiện sinh", dù có hôm giận vì nàng sống tập thể mà bất chấp dư luận quá, chàng bảo, "Họ gọi em là con hiện sinh đó , vì em mặc váy ngắn đánh cầu lông giữa sân khu tập thể trong khi quý bà toàn kín cổng cao tường hết". Nàng sổ toẹt: "Kệ cha họ đi anh. Chắc chồng mấy bả bắc ghế ngồi xem chứ gì!" Nhưng riết rồi cũng quen. Thời gian khiến người ta cũng cởi mở hơn, thoáng hơn. Những đứa trẻ tốt nghiệp xong đều nhờ bố mà làm toàn những chỗ ngon lành. Con bé thì làm cho một công ty quảng cáo nước ngoài, còn thằng út thì vào Thông tấn xã. Chúng cũng cũng đã lớn và tư duy độc lập, ít trao đổi hay tâm sự với bố mẹ. Mạnh ai nấy đi từ sáng đến tối chẳng hỏi han nhau câu nào. Đỗ cũng thấy buồn, nhưng chúng đâu mãi là trẻ thơ.

Thế là chàng hay nhớ về những năm tháng cũ, chiến tranh khốc liệt nhưng tâm hồn con người giản dị dễ hiểu hơn. Ngày ấy chẳng ai thắc mắc tại sao phải ra chiến trường vì ai cũng nghĩ sứ mệnh mình cưu mang là vĩ đại ghê gớm lắm.

Đỗ thấy mùi hoa sữa đêm nay hơi nặng. Thôi thì cố gắng sống vui những đêm cuối ở Khu tập thể này. Tháng tới chàng đã quyết định từ giã dù đây là khu tập thể dành cho cán bộ trung cao cấp. Không giống như khu Nguyễn Công Trứ hay Trung Tự hay các khu khác..., nơi có những căn nhà tập thể đúng "format" xã hội chủ nghĩa ngày xưa, chật hẹp, chen chúc, bếp chung, toilet chung, chẳng ai có cái gì riêng cả, tài sản cũng thế. Họ phơi cái nghèo ra trước mắt nhau, đến cấp vụ trường cũng chỉ có 36 mét vuông mà! Những năm ấy, cái bàn là Liên Xô hay cái xe đạp Phượng Hoàng là ước mơ cao quý nhất của một anh chàng trí thức. "Một thương anh có may ô. Hai thương anh có cá khô ăn dần..." Ôi, một thời!

Bây giờ thời đại thay đổi nhiều. Cách đây vài năm các ông bà cán bộ ở Khu tập thể này dù có nhà cao cửa rộng ở Nha Trang,

Đà Nẵng hay Sài Gòn vẫn phải lui cui cặm cụi sống tập thể để "giả chết" theo thuật ngữ thường dùng trong giới. Họ cho thuê những căn nhà cao cao cấp của mình lấy rất nhiều tiền nhưng luôn phải giả vờ tằn tiện. Nhưng cũng qua cái thời giết gà phải bịt mỏ, chôn lông xuống đất, ăn xong không dám xỉa răng… Nay thì người ta cũng hiểu nguồn cơn sự giàu có của các ông các bà nên cũng chẳng cần che giấu. Ngược lại, họ cũng tập tành phô trương một chút. Đỗ quyết định ra ngoài đến căn nhà 4 tấm ở Ô Cầu Giấy mà chàng đang cho người ta thuê. Chàng bảo sống sướng một lần rồi chết cũng được. Chẳng bõ như nhà thơ Quang Dũng tài hoa là thế mà cả đời chỉ mơ ước được một bữa no. Thủy vẫn muốn ở lại vì nàng không có nhu cầu di chuyển, về nhà mới, quá cao quá rộng, nghĩ đến cảnh lau nhà cũng đủ mệt. Nhưng Đỗ đã quyết định: mình ở 2 tầng cho thuê 2 tầng, làm cầu thang riêng. Thêm nữa hai đứa con cũng đã lớn rồi, chúng sẽ lập gia đình. Cho nó về ở cả thì vui chứ sao, tam đại đồng đường. Sao lúc này tư duy phong kiến lại len lỏi vào tâm hồn mình nhiều thế? Chàng tự hỏi? Rồi còn tư duy "thực dân kiểu mới" nữa chứ! Chàng hay ghé quán café cuối đường ngồi nghe nhạc boléro. Thứ nhạc mà ngày xưa chàng lên án kịch liệt. Chàng bảo. Lính miền Nam nghe nhạc này không thua mới lạ! Lính tráng gì mà hát nhạc ủy mị, ướt át đến thê lương. Nhớ chuyện Trương Lương trong Hán Sở tranh hùng không? Nhưng rồi chàng lại nhớ sau ngày thống nhất, một quan chức cao cấp mắng các cán bộ dưới quyền, trong đó có chàng: "Cái văn hóa mình bưng vào cho họ không bằng cái văn hóa họ "hắt" ra ngoài này! Các đồng chí suy nghĩ đi!".

Vâng cái văn hóa "hắt" ra đang làm chàng xao xuyến, dù chàng cố che giấu cảm xúc thực trong các cuộc họp, chàng vẫn kiên định lập trường. Nhưng con người ai chẳng có những lúc yếu đuối, những lúc nửa đêm về sáng suy ngẫm về thân phận. Ngày còn ở chiến trường, có những đêm trăng sáng như đêm nay, chàng thường nằm, tự hỏi mình là ai trong cuộc chiến này? Sau chiến tranh vào giảng đường đại học, chàng gặp một số sinh viên miền Nam, khi chàng mạnh mồm phê phán chủ nghĩa hiện sinh. Họ trả lời rằng họ không chối cãi rằng chủ nghĩa ấy dẫn đến phản ứng "nổi loạn", "tận hưởng cuộc đời" của nhiều thanh niên không tìm thấy lẽ sống hay đường đi trong chiến tranh. Nhưng nó gợi lên những suy tư, trăn trở về thân phận con người, ý thức trách nhiệm trước tình cảnh đất nước và chọn lựa thái độ ứng xử cũng như hành động nhập cuộc vì tha nhân. Nên nhớ chính Jean Paul Satre xuống đường chống Mỹ can thiệp vào Việt Nam. Mặt nào đó, chủ nghĩa hiện sinh đã đáp ứng nỗi ưu tư của con người và khao khát tự khẳng định khuôn mặt tinh thần của mình trong hoàn cảnh chiến tranh, đòi hỏi người trí thức không thể đứng "bên dòng lịch sử". Và rồi những người trí thức, sau ngày "Đổi mới", họ được dịp quay trở lại với triết học hiện sinh, trong bối cảnh một nền kinh tế thị trường gây phân hóa xã hội. Trong một cuộc nhậu sau Hội nghị khoa học, một đồng nghiệp trẻ hơn chàng người miền Nam đã nói trong cơn say rằng con người hiện sinh là con người tỉnh ngộ, dám nhìn thẳng vào sự thật với đôi mắt mình. Anh nói rằng tôi nhìn cuộc đời này không bằng đôi mắt của Thượng Đế, cũng chẳng phải là của thần linh, của các bề trên, của vua chúa đời xưa, của lãnh đạo, lãnh tụ đời nay, của ông thầy hay của bất cứ ai ban bảo. Mà là đôi mắt của chính tôi, cá nhân tôi. Thế nên tôi có tự do. Anh ta hỏi Đỗ anh có tự do không hay trước giờ anh chỉ nói bằng môi kẻ khác, nghĩ bằng cái đầu người khác. Anh phụ trách tư tưởng trong quân đội hay Hội nhà văn hay trong Bộ, tôi không cần biết, nhưng sau chiến tranh người lính nghĩ gì anh biết không? Họ có buồn không? Có bức xúc phẫn nộ không, hay luôn luôn vui, luôn luôn hài lòng, không được buồn? Nghĩa là họ cần tự do trong suy tư. Đỗ chợt nhớ những điều anh ta nói đêm nay khi vợ con mình thì rất "tự do", còn mình thì như gã giữ nhà, anh bảo vệ già nua, ngồi chiêm nghiệm "tự do" của người khác. Đỗ nhớ khái niệm tự do mà anh chàng đó nói. Tự do ở đây là tự do hiện sinh, tức là tự do bên trong, tự do phát xuất từ bản thể. Tự do lựa chọn, tự do quyết định. Tự do ở đây là dám là mình. Là câu hỏi "To be or not to be" của Shakespeare ngày xưa. Anh ta hỏi chàng: "Nếu tôi cứ sống như cái máy, ở trên bảo sao tôi làm vậy, người ta bảo sao mình làm vậy, thì tôi mới chỉ sống như một sinh vật, chưa sống cái kiếp người của tôi. Cuộc sống ù lì đó, sống chỉ để sinh tồn, sống như cây cỏ đó, Sartre gọi là buồn nôn, Camus cho là phi lý, Heidegger gọi là tầm thường, và con người muốn vượt khỏi cuộc sống tầm thường, buồn nôn, phi lý, thì phải vượt lên trên mình, phải sống một cách độc đáo (unique), phải là một chủ thể độc đáo. Độc đáo ở đây không có nghĩa lập dị mà chỉ có nghĩa là tự do chọn lấy một lối sống riêng, không bắt chước người khác và cũng không chịu sự sai bảo, kiềm chế của người khác. Độc đáo là tự xác định nhân vị của mình. Nhân vị và tự do là nội dung của hiện sinh.

Vậy thì hiện sinh bây giờ Đỗ hiểu cũng không phải là đồng nghĩa với đồi trụy và sa đọa như mình thường nghĩ trước đây. Và chàng phát hiện có lúc mình cũng nghĩ suy như "máy" thiếu tỉnh táo, dù lý luận lắm khi rất hùng hồn nhưng chợt nhìn ra mình quen ăn nghĩ làm việc tập thể. Đến khi viết cũng theo đường lối nên chàng cũng thấy bí bách. Có lần Đỗ tình cờ đọc trên mạng một tay nhà văn hải ngoại viết đại khái là nghề viết lách hay cái gọi là nhà văn hôm nay không thể là một nghề nghiệp vì chẳng ai có thể sống bằng viết văn cả, cũng chẳng là một danh phận, mà viết lách suy cho cùng là cuộc giao hoan đau đớn của một kẻ bất lực! Đỗ thấm thía khi có lần thấy tác phẩm của mình tặng một nhà văn lớn tuổi cấp trên được nằm trong quang gánh của bà đồng nát khi bà ấy ghé khu tập thể thu mua.

Chẳng thà cứ vui chơi như Thủy! Nàng chẳng theo trường phái nào dù cũng là cô giáo dạy văn. Nàng sống như mình thích. Vui chơi tới bến. Trường phái Carpe diem. Tận hưởng hôm nay "Cổ nhân bỉnh chúc dạ du". Người xưa thắp đuốc chơi đêm còn nàng không cần đèn đi đâu khuya khoắt vẫn chưa về. Chàng bắt đầu thấy sốt ruột. Đồng hồ điểm 12 giờ. Hay mình đi tìm cô ấy? Điện thoại thì ngoài vùng phủ sóng. Nghe nói Thủy ghé nhà cô bạn nào tên Đào. Chàng quay trở lên lầu, tra cứu trong sổ tay của nàng số điện thoại hay địa chỉ cô Đào nào đó, nhưng tìm mãi chẳng thấy. Chỉ thấy rớt ra tấm carte visite tên Vũ Quốc Quân - Phóng viên Đài truyền hình. Chàng giựt mình. Sao lại có gã này trong sổ tay của nàng. Đỗ từng nghe kể rằng thời trung học ở Tuy Hòa, Thủy và Quân đã có mấy năm gắn bó. Sau đó họ chia tay vì Quân vào Sài Gòn học, còn Thủy, gia đình bắt phải ra Huế vì quê ngoại ở đó. Sau đó họ gặp lại tại Nha Trang khi Quân về Đài Truyền hình, còn Thủy theo Đỗ từ Huế vào trường Cao đẳng. Quân lại kết hôn con một quan chức trong tỉnh nên sự nghiệp thăng tiến vùn vụt, nếu không vì sự cố "mèo mả gà đồng" tòm tem "với mấy cô ca sĩ của Đài, bị nhà vợ trừng phạt thì hắn còn lên cao nữa. Đỗ không mảy may nghi ngờ gì dù giờ giấc Thủy khá bất thường trong thời gian cả hai còn ở Nha Trang. Cũng có lời ong tiếng ve nhưng Đỗ không chấp vì tin vào vợ mình. Cô ấy phải biết thế nào là giới hạn vì là gái có học, chứ không phải là "con hiện sinh" như người ta bêu riếu... Đến khi ra Hà Nội. Đỗ lại càng yên tâm. Hôm nay chàng bất ngờ. Té ra họ vẫn còn liên lạc? Không, mình nhớ rồi. Thủy có đi họp Ngày Thành lập trường ở Nha Trang cách đây mấy tháng. Chắc gặp trong ấy thôi! Chuyện không có gì mà ầm ĩ! Chàng rút thuốc ra, đã lâu rồi chàng tự đề ra kỷ luật cho mình, ngày tối đa10 điếu Marlboro đỏ nhưng hôm nay đã đến điếu thứ 15. Vượt khung rồi. Mà thằng Quân cũng nghiện hút Marlboro đỏ như mình. Có lần bắt gặp hắn trong phòng mình ở Khu nội trú giáo viên trường Cao đẳng, hắn tự nhiên xin thuốc hút tỉnh bơ. Mặt trông rất "playboy", trắng trẻo, đẹp trai, tóc chải bóng mượt, bồng bềnh. Chàng thầm nhủ, thằng này là một tay "sát" gái kinh hồn. Tay run run chàng châm thuốc lá tìm xem còn có địa chỉ nào nhưng đành chịu!!

Đỗ nhìn lên trời. Trăng tròn. Một vầng trăng huyền ảo và lạnh lẽo thế nào đêm nay. Bỗng chàng nhớ tới mấy câu thơ của Xuân Diệu:

Trăng nhập vào đây cung nguyệt lạnh
Trăng thương, trăng nhớ, hỡi trăng ngần
Đàn buồn, đàn lặng, ôi đàn chậm!
Mỗi giọt rơi tàn như lệ ngân
(Nguyệt cầm)

Những ngày đi qua Trường Sơn, trăng là người bạn soi bóng mình đi nhưng đêm nay sao trăng có vẻ lạnh lùng xa cách quá. Tâm hồn một thầy giáo dạy văn sống lại trong lòng chàng. Bỗng dưng chàng nhớ những ngày trên bục giảng. Có lần khi nói về Truyện Kiều, chàng đã giảng về những vầng trăng trong đời nàng Kiều. Nhất là phân tích câu thơ: Vầng trăng ai xẻ làm đôi // Nửa in gối chiếc, nửa soi dặm trường” Chàng đã sử dụng chiết tự trong tiếng Hán. Một chữ nguyệt là trăng, nhưng hai chữ nguyệt là bằng nghĩa là bạn. Phải chăng cụ Nguyễn Du chơi chữ? Giá mà bây giờ còn được đứng lớp dạy học cũng vui! Làm quan chức cu ky ngày 8 tiếng chán phèo.. “Nói khẽ bước nhẹ” như người ta vẫn bảo, thậm chí cười cũng không thành tiếng. Sống gần hết đời, phấn đấu giữ gìn mọi phẩm hạnh khí tiết để lo cho vợ cho con mà cuối đời bỗng dưng thấy buồn. Các con cũng sống hời hợt, cả ngày không nói với bố một câu. Giờ này chưa đứa nào về . Vợ thì chu du “phương lai địa hổ” nào ai biết?

Chàng thấy lạc lõng ngay trong gia đình. Ngày xưa trong quân ngũ, nói sao lính làm vậy. Khi lên bục giảng, nói sao học trò làm vậy. Bây giờ làm quan chức, gia đình không ai “buồn” nghe, quần chúng chắc cũng “giả vờ” nghe vì chàng hiểu xã hội đang diễn tiến khôn lường. Họ có nói những gì họ nghĩ không? Như chuyện ca nhạc, mình có chỉ đạo được hát bài này cấm hát bài kia thì họ vẫn cứ hát, cứ nghe qua youtube, google thì sao? Chàng lại chạnh nhớ câu nói của Nietzsche mà tình cờ chàng đọc được gần đây, quần chúng tuy đông về số nhưng không có ai là người hết, họ chỉ là những bóng vật vờ, bảo sao nghe vậy. (Còn nghe xong có làm không thì chịu!) Nietzsche viết: “Ở ngoài công trường, ta nói với hết thảy mọi người mà kỳ thực không nói với người nào hết.. Quần chúng thực là một cái máy khổng lồ và vô hồn”. Hay “Ta thấy ta như lũ trẻ con ngày ngày nhai đi nhai lại những lời lẽ của thánh hiền, coi đó là những bùa hộ mệnh, tưởng chừng như những lời kinh hoa mỹ kia có phép màu để giải quyết cuộc nhân sinh của ta, mà ta không biết rằng ỷ lại như thế là sống thêm nô lệ”. (Zarathoustra đã nói như thế) Chàng chua xót khi thấy có những cái hữu ý và hữu lý trong những câu “loạn ngôn” của Nietszche “Anh đã đi con đường từ giun lên làm người, nhưng vẫn còn rất nhiều giun dế trong anh. Xưa kia, anh là khỉ, và ngày nay, loài người vẫn còn khỉ hơn bất cứ con khỉ nào.” Đúng là một liều thuốc đắng mà những tâm hồn muốn vươn lên phải nuốt để thoát kiếp nô lệ, để sống kiếp người. Sao hôm nay mình lại nhiễm tư tưởng của bọn tư sản thế nhỉ? Hay mình thấy những niềm tin hôm qua không còn đủ mạnh để vực dậy sự thất vọng khi đối diện thực tại hôm nay?

Phải chi mình sống được như Thủy, bất chấp dư luận, bất chấp mọi thứ. Nàng muốn vui là đi tìm vui, muốn chưng diện là chưng diện, ai dị nghị mặc kệ. Nàng sống cho mình. Nhưng cũng đã lâu rồi chàng không hôn nàng. Sao đêm nay? Đấy là ước mơ thầm kín sao, nói theo Sigmund Feund, ông tổ phân tâm học. Không, cảm xúc tính dục trong chàng nguội lạnh lạ lùng. Chàng biết mình đang ở tuổi mãn dục. Không, bọn đồng vai phải lứa trong cơ quan vẫn kín đáo kéo nhau đi massage, bia ôm suốt. Chúng nó vẫn bù khú, thậm chí còn chê mình "Ông cụ ơi, khi ông chết. Người ta sẽ ghi Ngài Đỗ chết năm 64 tuổi và chôn năm 84 tuổi dấy. Vui chơi đi. Không đâu rẻ và: ngon "như xứ ta nhé! Thái, Hàn thua xa!" Con người bây giờ xuống cấp vậy sao? Mình đang trở thành phán quan hay ngự sử của thời đại này hay chỉ là một gã ngốc!

Củng may tích cóp bao nhiêu năm được bạn bè giúp sức xây được cái nhà to ra ngoài khu Tập thể. Thành quả cuối đời. Sang năm chàng sẽ thôi hết mọi chức vụ. Lẽ ra thì hưu rồi nhưng được các sếp thương tình cho giữ chân thêm mấy năm vì không tìm ra người ngồi vào cái ghế "hữu danh vô thực" này! Khi trên không gian mạng bây giờ lắm thằng ăn nói văng mạng, liều mạng, bỏ mạng cũng chẳng hãi! Cái vòng kim cô trở nên chật chội. Bùa chú cũng bớt linh đi nhiều! Trừ vài cái Hội diễn văn nghệ to to một tí, họ hỏi thăm ý kiến về các tiết mục cho chắc ăn thôi! Còn tác phẩm văn chương bây giờ thì không tìm ra ngọc, toàn cát. Ngay bản thân tác phẩm của chàng, cũng thấy nhạt nhẽo, mất hứng! Sau những gì đọng lại từ thời trong quân ngũ còn có cái để viết để xem, còn sau này chàng thấy tâm hồn mình khô mực, khô máu không viết được. Nói gì đến tư duy! Hết đề tài. Con gà đẻ hết trứng rồi. Trạng thái "vô sinh" trong văn chương không chỉ chàng mà nhiều tay viết lách có số má cũng mắc phải, sau một vài tác phẩm là đứt hơi!

Sao Thủy vẫn chưa về? Chàng nhớ có lần thằng Phấn, giáo viên cùng trường Cao Đẳng, gọi điện từ Nha Trang hỏi mình sao không vào Nha trang với vợ, bà Thủy đêm nào cũng say khướt!

Uống với bạn cũ à? Nhưng nó không nói là có thằng Quân không? Ừ nhỉ sao mình không gọi điện hỏi nó xem có tin tức gì của thằng Quân không? Ghen à? Khuya rồi gọi giờ này nó cười cho! Chàng thở dài. Mình đang tuyệt vọng sao? Lại nhớ đọc ở đâu đó. Tuyệt vọng, trong chủ nghĩa hiện sinh, thường được định nghĩa là mất hy vọng, khi đối diện với sự đổ vỡ ở một hoặc nhiều phẩm chất xác định của bản thân ví dụ, một ca sĩ mất khả năng ca hát có thể tuyệt vọng nếu họ không còn gì để quay trở lại, không có gì để danh tính của họ có thể dựa vào. Họ thấy mình không thể là cái tạo ra bản sắc của họ. Chừng nào danh tính của một người phụ thuộc vào những phẩm chất có thể vỡ vụn, họ ở trong trạng thái tuyệt vọng vĩnh viễn, Hình như Kierkegaard nói rằng "Chúng ta đều biết rằng sự bất hạnh của một người không bao giờ nằm trong sự thiếu kiểm soát của anh ta đối với các điều kiện bên ngoài, vì điều này chỉ khiến anh ta hoàn toàn bất hạnh." Một nhà văn mất cảm hứng sáng tạo, một cán bộ lãnh đạo văn hóa mất khả năng phán xét, lại thấy quyền lực bị thu hẹp có nên tuyệt vọng không? Đỗ thấy chàng không kiểm soát được mọi thứ chung quanh. Tất cả đều xoay theo trục riêng của nó. Đỗ mang cảm giác bất lực như cơ thể từ lâu nguội lạnh, cả một nụ hôn cũng không cần, nói gì những chuyện khác. Thủy lại đang bừng bừng sức sống. Nàng hồi xuân sao? Họ đang lệch pha với nhau trong cuộc sống, hai con đường song song sẽ gặp nhau ở đâu? Vô cực ư? Và nàng lại rất "hiện sinh"!

Bỗng có tiếng rít của xe hơi thắng gấp. Chàng nhìn xuống, cửa xe mở ra, hai gã đàn ông đang dìu một người phụ nữ vào khu tập thể. Chàng chạy vội xuống. Lại gần, chàng bàng hoàng. "Trời ơi, Thủy! Em có sao không?" Tóc xõa dài, gương mặt tái nhợt, Thủy lả người trong vòng tay hai gã đàn ông dìu vào. Một trong hai gã đàn ông có râu riu xồm xoàm lên tiếng: "Không sao, xỉn quá thôi!. Anh dìu chị ấy lên nhà giùm!" Đỗ gắng hỏi: "Cậu là ai?" "Em là Quang". "Quang làm ở đâu?" "Không em hành nghề tự do. Em là em anh Quân, bạn chị Thủy thôi." Xong hai gã chào từ biệt quay lưng đi.

Đỗ kề vai dìu Thủy sát vào người. Mùi rượu bia nồng nặc. Nàng lảo đảo đi không nổi. Chàng suy nghĩ giây lát rồi bế thốc nàng lên. Anh bộ đội ngày xưa vẫn còn đủ sức lực ẵm nàng nhưng cũng may chỉ phải lên một tầng thôi.

Chàng đặt Thuỷ lên giường. Nàng nôn thốc nôn tháo. Đỗ vội lấy thau. Chàng nhăn mặt. Mùi hèm thực khó chịu. Dọn dẹp xong. Đỗ lấy khăn ấm lau mặt cho Thủy. Bỗng nàng quờ tay ôm cổ chàng, vít đầu chàng xuống, Đỗ cảm động không biết nói gì. Nàng thì thầm "Anh nhớ thay đồ cho em như hôm ở Nha Trang nhen." Xong, nàng buông mình xuống giường, mắt nhắm nghiền, hai vành môi he hé. Nàng như mỉm cười, một nụ cười tràn trề hoan lạc. Tóc nồng mùi thuốc lá Maxlobor .

"Con hiện sinh" chìm sâu vào giấc ngủ. Ngoài kia trăng rất lạnh!

NGUYÊN CẨN

Danh ngôn

Hạnh phúc thay cho người được sinh ra và dạy dỗ, không sống vì ý chí của người khác, có áo giáp là những suy nghĩ trung thực và sự thật, kỹ năng tối thượng của anh ta.

How happy is he born and taught; that serves not another's will, whose armor is his honest thought and truth, his utmost skill.

Henry Wotton

Sự giả dối có vô vàn biến thể, nhưng sự thật chỉ có một thể tồn tại duy nhất.

Falsehood has an infinity of combinations, but truth has only one mode of being.

Jean Jacques Rousseau

(1712 – 1778) Nhà triết học thuộc trào lưu Khai sáng có ảnh hưởng lớn tới Cách mạng Pháp 1789.

TRỊNH Y THƯ

Trong bóng tối ta chẳng tìm thấy nhau

Phủ quanh bóng tối của tình yêu
vết lắng ngẩn ngơ cơn mê
hơn một lần run sợ tiếng gõ của
định mệnh trên nỗi hoang vu ngập đắm.

Hồn lạnh không nhớ đâu bờ bến
tôi đốt cháy tháng ngày còn lại
những bước ngập ngừng
bóng chiều xập xoạng
ngoảnh nhìn vết tích
bao phế hưng hôn ám
trôi dần về bóng thẳm xa xăm.

Trong nỗi hoài nghi tôi yêu người
mãi mãi đấy là điều bí ẩn
giấu trong cơn mê say đắm đuối
nỗi hoang mang của kẻ tội đồ.

Sự thinh lặng của cõi không ùa về
tôi đứng nhìn biển xanh
lòng u hoặc trăm điều không tỏ
chiều u uẩn biển u hoài bưng kín
sóng vỗ dưới chân rầm rì
như tiếng vọng nghìn năm.

Dầm mình trong khói sương thần thoại
bóng tối che ngang
phía bên kia chân trời nào còn lại
mỗi lúc mỗi xa quá lối về.

TRỊNH Y THƯ

NGƯỜI SÔNG HẬU
VỀ CÙ LAO PHỐ MÙA XUÂN

Lênh đênh theo sóng thương hồ
Nhớ Cù lao phố bên bờ sông thương
Đồng Nai sóng cuộn đêm trường
Chia hai nỗi nhớ còn vương mây chiều.

Chuông chùa Đại Giác buồn thiu
Bậu về có nhớ nắng chiều mưa mai.
Nồng nàn hương sắc sớm mai
Vườn cây chín đỏ tháng ngày chờ mong.

Ai còn nhớ một dòng sông
Bèo trôi mây dạt bềnh bồng tháng năm
Bến chiều vang khúc nguyệt cầm
Qua cầu An Hảo bâng khuâng nỗi niềm.

Đất lành Văn miếu Trấn Biên
Ngựa còn in dấu bến thuyền từ lâu
Mênh mông sóng vỗ chân cầu
Bậu ơi đã nhạt sắc màu thời gian.

Về Cù Lao Phố đầu năm
Ta nghe hơi thở thăng trầm phù sa
Thoảng thơm hương bưởi quê nhà
Níu chân ta lại tiếng gà ngày xuân

NGƯỜI SÔNG HẬU

TIỂU LỤC THẦN PHONG
LÃNG THANH

Sau một thời gian dài trăn trở suy nghĩ về con đường đi đến tương lai, tâm ý luôn giằng xé giữa tiến – lui mà không sao quyết đoán được. Vĩnh Thanh cứ như người đứng giữa con đường không tên, con đường vạn dặm, nhìn phía trước hun hút xa le lói ánh sáng nhưng không biết bao giờ có thể với tới được, nhìn về sau thì thăm thẳm mịt mù như sương khói che khuất cả lối đi về. Vĩnh Thanh như người mộng du giữa cuộc đời, những lý tưởng mãi lung linh nhưng sự thèm khát và đòi hỏi nhục dục của thân xác cũng riết róng khó cưỡng lại nổi.

**

Một ngày đẹp trời, Vĩnh Thanh lang thang vãn cảnh đó đây trong khu rừng quen thuộc, những lối mòn đã ghi sâu vào bộ nhớ nên có thể nhắm mắt đi cũng không lạc. Ấy vậy mà hôm nay tình cờ gặp một lão khách lạ cũng đang bách bộ một mình. Vĩnh Thanh đã là một thành viên của khu rừng này, xưa nay chưa từng thấy lão nhân này. Vĩnh Thanh nhìn sơ qua thì thấy lão ta hình dong cũng thanh tú, lịch lãm, đặc biệt đôi mắt lão ấy sáng như sao, phong thái ung dung chứng tỏ đây là một người bản lãnh và từng trải. Vĩnh Thanh dấn lên trước, chủ động chào:

- Xin chào vị khách lạ, có lẽ đây là lần đầu người ghé chơi nơi rừng này?

- Chào chú em, nếu bảo là lần đầu thì cũng đúng mà nói đã vô lượng lần ghé qua rồi cũng chẳng sai.

Vĩnh Thanh giật mình, nhìn thoáng thấy nụ cười nhẹ trên gương mặt xương rắn rỏi. Câu trả lời của lão nhân khiến Thanh thích thú vì chạm vào những tư tưởng thầm kín, ngôn từ và ẩn ý của lão nhân có gì đó mang phong vị thiền mà Vĩnh Thanh đã từng nghe hoặc là đọc từ sách vở. Vờ không hiểu, Vĩnh Thanh hỏi:

- Một khác với vô lượng, sao có thể nhập nhằng được?

- Thế mà chú em cứ nhập nhằng mới lạ! Chú em cũng là

một mà cũng là vô lượng đấy thôi!

- Tôi không hiểu, xin lão nhân nói rõ hơn.

Lão ấy nhìn thẳng vao mắt Thanh, cười nhẹ, nét mặt tỏ vẻ không tin:

- Thật chú em không hiểu?

Nói xong chẳng đợi Thanh trả lời, ông ấy tiếp:

- Chú em là một nhưng tế bào tạo nên chú em thì vô lượng, không có vô lượng tế bào thì không có một chú em. Chú em cũng đã vô lượng lần đến đây nhưng chỉ đến mỗi một lần trong khoảnh khắc hiện tại mà thôi!

- Dạ thưa lão nhân, có phải là ý câu kinh một là tất cả, tất cả là một hay hột cải chứa núi Tu Di, núi Tu Di chứa hạt cải?

- Ta không biết, nếu chú em biết thì ngay tại đó, còn giả như không biết thì ta có nói vô lượng lần cũng vô ích.

- Thưa lão nhân, tại sao con có nhiều phiền não đến như thế? Làm thế nào để đoạn phiền não? Con vẫn nghe phiền não là bồ đề, nhưng rõ ràng phiền não khác xa với bồ đề.

Lão nhân cười toáng lên, âm thanh đầy nội lực, dường như làm lay động cả tán lá thông trên cao. Giọng cười lão nhân loang khắp đất trời, từng vòng tròn đồng tâm của sóng âm phủ khắp hư không. Lão nhân không nhìn Vĩnh Thanh, chân vẫn bước thong thả trên lối mòn. Trông ông ấy bước chân nhẹ như nai mà thần thái oai nghi như rồng, sư tử; dáng dấp gầy gò như lau sậy mà sao trông vững chải như tùng bách bên vệ đường:

- Phiền não có phải do duyên sanh không? mà duyên sanh vốn không có tự tánh há chẳng phải là không! Bồ đề cũng do duyên sanh, hai cái đều không thì có phải phiền não là bồ đề không?

- Thật sự thì phàm phu mới có phiền não, Phật mới là bồ đề. Lý thuyết bảo phiền não là bồ đề sao chẳng tương ưng?

- Vì ngươi chấp tướng, phiền não là giả tướng do duyên sanh. Bồ đề cũng giả tướng do duyên sanh, thể tánh vốn là không. Tánh không chính là pháp thân, Phật và chúng sanh đồng một pháp thân, pháp thân không sanh không diệt. Phiền não và bồ đề là giả tướng, giả tướng có sanh diệt, sanh diệt là báo, hóa thân.

- Phiền não là phiền não, bồ đề vẫn là bồ đề, làm sao chuyển phiền não thành bồ đề?

- Ngươi chấp tướng nên phiền não, muốn chuyển phiền não thành bồ đề thì thiên hạ giữ giới, hành thiền, tụng kinh, thính pháp…

- Nếu con vì chấp tướng mà sanh phiền não, vậy người giữ giới tu học há chẳng phải chấp pháp sao? Đã chấp thì làm sao phiền não thành bồ đề được?

- Ngươi quả là phiền não thật! các pháp cũng do duyên sanh, pháp là cái bè để nương đó mà qua sông, qua rồi thì bè cũng bỏ đi, hà cớ gì ngươi mãi vác trên vai?

- Thưa lão nhân, người có phải là thiền sư du phương chăng?

- Ta thì chẳng thiền cũng chẳng sư, chỉ là khách bộ hành qua chốn này.

- Vậy người từ đâu đến?

- Ta từ vô tận đến

- Người đi về đâu?

- Về nơi vô tận

- Xin người cho con biết tên được không?

- Ta cũng chỉ là một của vô lượng tế bào, bảo rằng một tên cũng được mà vô lượng tên cũng không sai. Ngươi cứ tạm kêu ta bằng cái giả danh mà người đời vẫn gọi ta là Vân Phong.

- Thưa sư phụ, người có thể nhận con làm đệ tử?

Lão nhân cười ngất, ngửa mặt lên trời cười như thể đất trời này chỉ có mình lão ta, hay là hư không này vốn trong túi của lão vậy. Từng tràng cười lùa đám mây trắng tụ lại rồi tản ra như thể người làm ảo thuật giữa không gian không biên tế. Bất chợt lão ngưng lại:

- Để làm gì?

- Con muốn theo sư phụ xuất gia, con muốn thoát khỏi phiền não!

- Ngươi lại ngớ ngẩn rồi, xuất gia sao hết phiền não được? ngươi thử nhìn xem, thiên hạ bao nhiêu người xuất gia nhưng phiền não vẫn đầy ra đấy!

- Bởi vì họ không như pháp tu hành.

- Vậy ngươi có biết pháp chăng?

- Vì không biết nên mới xin theo thầy.

- Ta cũng chẳng có pháp nào để cho ngươi. Ngươi cũng chẳng cần xuất gia. Chỉ cần ngươi xuất khỏi chấp tướng thì lập tức xuất khỏi phiền não gia.

- Con đã tụng kinh, nghe pháp. Con phân vân vì có pháp sư bảo thế giới Tây phương không thật có.

- Hư không vô cùng tận, làm gì có đông – tây – nam – bắc. Nhưng hư không cũng không ngoài đông – tây – nam – bắc. Hư không vô cùng tận, làm sao có Tây phương với Sa Bà nhưng Tây phương với Sa Bà cũng không ngoài hư không, ngươi không thấy vậy sao?

- Thế thì không trụ vào Tây phương cũng chẳng trụ Sa Bà, vậy thì trụ vào đâu?

- Nghĩ trụ vào đâu lại càng sai, có chỗ nào trong hư không để trụ sao? Tất cả do duyên sanh, duyên sanh không tự tánh thì lấy gì để trụ, trụ vào đâu?

- Thế mà phàm phu trụ vào ngũ dục lục trần còn Phật và bồ tát trụ vào bồ đề.

- Ngươi quả là quá hồ đồ và rắc rối, đã bảo là duyên sanh không tự tánh thì làm sao trụ? Ngươi bảo đã từng xem kinh há chẳng từng nghe "Ưng vô sở trụ nhi sanh kỳ tâm"?

- Biết là không nơi để trụ nhưng vì mê vọng trụ vào nơi không thể trụ nên mới phiền não, e rằng đời này đọa mất thôi! Vì vậy mà con mới mong theo sư phụ.

- Ngươi quả là điên đảo mộng tưởng giữa đời, nếu đã đọa thì ngươi theo ta vẫn đọa như thường, cầm bằng không đọa thì không theo ta vẫn không đọa, sự thể đã thế theo ta phỏng có ích gì?

Vĩnh Thanh lúng túng cực độ, bao nhiêu ngôn lời, sở học bấy lâu nay bị lão nhân làm cho tiêu tán hết trong chốc lát. Vĩnh Thanh từng tự hào với mớ kiến thức cóp nhặt tích lũy bao nhiêu năm giờ hóa ra chỉ là mớ xà bần của thiên hạ bỏ đi. Tất cả tan biến không khác gì hơi sương mây mù gặp phải cơn gió xuân thổi qua. Phiền não trong lòng tuy chưa hết nhưng tâm ý tự dưng rỗng rang và thênh thang quá đỗi. Khoảnh rừng này quen thuộc như lòng bàn tay vậy mà giờ mở ra như thể vô cùng tận. Không gian chợt sáng lạn chẳng khác cõi địa đàng. Nắng xuân xuyên qua tán lá rừng biến hóa muôn hoa trên mặt đất. Vĩnh Thanh nhanh nhẹn bước tới phía trước và quỳ gối chặn lão nhân:

- Sư phụ, dù người không thâu nhận con vẫn cứ là đệ tử của người!

Vân Phong lão nhân vỗ vai Vĩnh Thanh:

-. Ngươi quả thật là tay ngốc tử! Ta và ngươi vốn là thầy trò từ vô lượng kiếp nào phải một lần trong khoảnh khắc này. Thế tên ngươi là gì?

- Dạ, Vĩnh Thanh

- Một cái tên khá hay và đẹp nhưng Vĩnh Thanh không phải là ngươi, không của ngươi, chẳng ngươi. Về bản thể là thế; còn về giả tướng Vĩnh Thanh chỉ hợp với ngươi một nửa, nay ta cải cho ngươi là Lãng Thanh.

Vĩnh Thanh sung sướng, tâm trí bay bổng lâng lâng, cả người như thể trong trạng thái chơn không. Giọt lệ hạnh phúc cùng cực nhỏ xuống. Lãng Thanh hôn bàn chân lão nhân:

- Tạ ơn sư phụ

- Ta biết ngươi nhìn đời là bể khổ nên muốn xuất gia nhưng ta bảo cho ngươi biết: Người ngoài đời khổ họ còn biết khổ. Nhiều người xuất gia rồi vẫn cứ khổ như thường, cái sự nguy tai ở chỗ họ khổ mà không biết rằng khổ, thân xuất gia nhưng tâm chẳng xuất. Ngày ngày bọn họ mưu cầu danh văn lợi dưỡng, toan tính thiệt hơn tiền bạc cúng dường, quy phục quan gia, cầu cạnh thế lực thế tục, kéo bè kết cánh, lập môn dựng phái… làm toàn chuyện phiền não thì làm sao xuất khỏi phiền não gia được? tam giới gia lại càng không có cửa ra. Bọn họ tự trói mình vào sanh tử luân hồi. Ngươi không cần phải xuất gia, cứ đi trên con đường ngươi đang đi. Ta và ngươi đi hai con đường khác nhau nhưng đích đến thì không khác. Ta là sư phụ của ngươi nhưng hai chúng ta cùng thờ một thầy. Thời gian lãng đãng phong trần, khi chưa thể ra khỏi sanh tử luân hồi thì ta còn gặp nhau trên quảng đường vô tận ở thế gian.

- Tạ ơn sư phụ, người là thầy của con từ vô lượng kiếp, vô lượng kiếp tụ lại một khoảnh khắc này. Tướng giả tánh không, nhưng cái tướng giả của sư phụ là cả một thần tượng vô cùng trân quý, không chỉ mỗi mình con mà thiên hạ cõi này đều một lòng cung kính sư phụ.

Lão nhân cốc đầu Lãng Thanh:

- Tên ngốc tử Lãng Thanh này, ngươi cứ nói như một con két, nhai lại chẳng khác một con bò! Ngươi đứng bên giếng nước mát trong mà không uống thì cũng vô ích thôi. Hãy lấy gàu múc nước lên mà uống và bước đi, đừng ngồi trơ ra đó nói xàm!

Dứt lời, lão nhân Vân Phong phẩy tay đi như thể lúc đến, phút chốc đã ra khỏi khu rừng. Từ trong rừng nhìn theo, Lãng Thanh thấy thấp thoáng bóng người cuối chân trời. Từ nơi chân trời bỗng nhiên xuất hiện cầu vồng vô cùng lộng lẫy, vòng cung cầu vồng như thể cửa không mở ra giữa vũ trụ bao la. Dáng lão nhân lồng trong khung cầu vồng hay là người đang cất bước nhập vào không môn? lòng Lãng Thanh đầy nghi hoặc, toàn thân bất động, đứng sững sờ nhìn cảnh tượng như thật như mơ.

**

- Vĩnh Thanh, Vĩnh Thanh!

Mắt nhắm mắt mở lơ mơ ngái ngủ nghe có tiếng kêu tên mình, trong giây phút ấy dường như ai đó đang lay vai vỗ má. Vẫn chưa tỉnh hẳn, Vĩnh Thanh ngơ ngác:

- Vĩnh Thanh nào? Tôi là Lãng Thanh kia mà!

Hoa Dung cười ngặt nghẽo:

-. Đúng là lãng Thanh! Anh đang mớ ngủ phải không? đóng sách lại, vô giường ngủ rồi mai đọc tiếp.

Vĩnh Thanh không trả lời, Hoa Dung lại cười:

- Sao mà hay quá vậy ta, anh quả thật Lãng Thanh hơn là Vĩnh Thanh

Tiểu Lục Thần Phong

Ất Lăng thành, 0325

NGUYỄN HÀ HẢI
THÁNG CHẠP

Chiều cuối năm mưa phùn rơi ướt ngõ
Tháng Chạp dài nung chín đỏ khói sương
Tiếng bếp lửa bập bùng reo trong gió
Thoang thoảng đưa hương hoa bưởi sau vườn

Mẹ trở dậy khi tiếng gà xao xác
Sương mịt mờ còn quyện trắng cỏ cây
Bước thấp bước cao nơi đồng sâu ruộng cạn
Chân lấm phèn chua, vai cuốc, tay cày

Cha húng hắng ho khan bên chái bếp
Ấm nước sôi tí tách tiếng thở dài
Từng đụn khói trắng xòa như sợi tóc
Bay vòng vèo trên áo bạc sờn vai

Con rưng rưng tay bóc tờ lịch cũ
Biết bao nhiêu tháng Chạp qua rồi
Nay Mẹ Cha đã thành vầng mây trắng
Đông cuối mùa theo gió lặng dần trôi.

NGUYỄN HÀ HẢI

NGUYỄN AN BÌNH
MÊNH MÔNG HỒ LĂK

Lại nhớ cánh rừng già chiều sương khói tỏa
Hồ Lăk mênh mông xanh thẳm đại ngàn
Tiếng thông reo qua cua đèo Lạc Thiện
Thoáng mái nhà tranh liếp nứa vách thưng.

Buổi sáng mờ sương xuôi thuyền độc mộc
Mây giăng ngang đầu mù ngọn núi xa
Cà phê mùa nẩy nở hoa trắng rợp
Lúa chắc đã vàng nương rẩy bao la.

Lại nhớ điệu múa ngày mùa đêm hội
Rộn tiếng cồng chiêng đàn đá tơ rưng
Ngồi bên em thơm lừng mùi ngô nướng
Mắt mơ màng reo ánh lửa bập bùng.

Ngọt nước nguồn Chư Yang Sin hùng vĩ
Đồi núi chập chùng sừng sữngTây Nguyên
Tiếng chim kơ tia âm vang rừng thẳm
Rêu đá cơm lam rất đổi bình yên.

Lại nhớ buôn làng ngôi nhà dài bóng gổ
Gió mùa xuân thơm hơi thở cỏ hoa
Bên bếp lửa kể nhau nghe chuyện cũ
Hồ Lăk thì thầm khúc hát dân ca.

NGUYỄN AN BÌNH

NGUYỄN NGUYÊN PHƯỢNG
TỰ TÌNH MÙA XUÂN

Nắng tươi giòn dấu hài thơm nhớ
Áo mai vàng là lụa em qua
Én chao đàn chừng như bỡ ngỡ
Đóa Tường Vy rớt mộng hiên nhà.

Ta phiêu dạt một đời xứ lạ
Đau đáu niềm cô lữ hoài mơ
Sân giáo đường chim câu mổ nắng
Tóc quỳnh hương ngây ngất đến giờ!

Ơi mát rượi hàng me tơ mỡn
Rộn ràng yêu đôi lứa nồng nàn
Gió giao mùa phố lăn hối hả
Khúc xuân thì lúng liếng bay lan...

Năm tàn buông rơi giờ khắc tận
Nếp ưu tư nối sóng giang hà
Cuộc trần trắng mây ngàn phiêu lãng
Vô thường xao xác mấy mùa xa.

Lai láng xuân rỡ ràng Nguyên đán
Hồn thanh tân rũ bụi phong trần
Môi trinh nguyên nụ đầu đắm duối
Đời bảy mươi háo hức cùng xuân!

Mỹ Tho, 31/12/2025
NGUYỄN NGUYÊN PHƯỢNG

NGUYỄN HỒNG LINH

NỒNG NÀN XUÂN

Xuân đã về trước ngõ
Đàn em nhỏ hồn nhiên
Chúc mùa xuân bình yên
Xuân trinh nguyên tươi thắm

Áo người vàng trong nắng
Xinh tươi tắn trời hoa
Đàn chim én trước nhà
Hót líu lo vang vọng

Bài tình ca cháy bỏng
Đẫm hương nồng lung linh
Khát khao đợi bình minh
Nghe tim mình rộn rã

Nghe xuân vui trên lá
Xanh biếc áo mẹ già
Đợi chờ con trời xa
Chốn quê nhà ngóng trông

Nơi xứ lạ chiều đông
Nhớ mong đầy ao ước
Ngày đoàn viên sánh bước
Lời ước nguyện ngọt lành

Vẫn mong đời có anh
Ươm nụ hồng long lanh
Đêm xuân ngời trổ nhánh
Nồng nàn dưới trăng thanh.

NGUYỄN HỒNG LINH

SCOTT S NGUYỄN
MARCEL BARANG

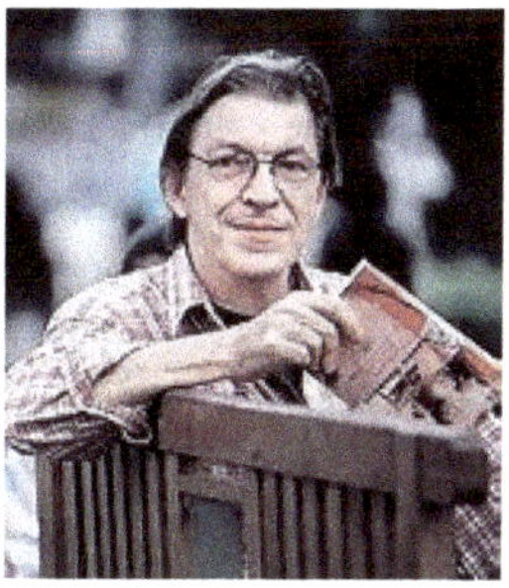

Dù văn chương Thái lan không được phổ biến ra ngoài nước, nhưng trường hợp của Marcel Barang lại khác vì ông chuyên dịch văn chương của Thái như tiểu thuyết, bình luận... ra tiếng Anh và Pháp từ thập niên 1980s. Qua thập niên 1990s ông dịch qua những truyện tình cảm nên được nhà xuất bản Kinokunija đặt hàng nên sách của ông được bày bán lan tràn tại các trung tâm mua sắm và những hiệu sách tại Bangkok.

Là người Thái mang quốc tịch Pháp, sanh năm 1945, có Cao học Văn chương Anh, chuyên dịch các sinh ngữ Anh, Pháp, là giáo sư Mỹ thuật. 24 năm là ký giả tự do. Chuyên dịch tiếng Thái ra Anh Pháp và ngược lại.

Phụ trách thông dịch cho Bộ trưởng Canh nông Thái.

Chủ trương và điều hành tờ 'Manager' tờ tạp chí thương mại bằng tiếng Anh phát hành 2 tuần/số, và tờ 'Thai Modern Classics'. Tác giả 20 tiểu thuyết tiếng Thái.

HOA NỞ TRONG SÂN TÙ

1

Tôi gọi đó là nhà tù.

Nơi tôi phải ở trọn cuộc đời.

Khi mọi người bước xuống xe bus tại chợ rồi rẽ phải bước trên con đường rải nhựa sơ sài để đi về hướng đông, ngang qua nhà chiếu bóng bằng gỗ tồi tàn rồi bắt đầu đi qua đường đất đỏ mà một bên là cái trường học nhỏ đối diện là một võ đường, rồi đi qua một lùm cây là một trại lính tiếp theo một cánh đồng lúa, rồi rẽ trái trên con đường mòn dọc theo bờ kinh nhỏ mà rác thì nhiều hơn nước, tại đây mọi người sẽ thấy một toà nhà cũ nằm chơ vơ trên một khoảnh đất.

Xây cất biệt lập trên khoảnh đất trống dù nó không an toàn nhưng lại có vẻ đáng sợ, mới nhìn lần đầu nhiều người lầm tưởng nó nối liền với sườn đồi và bên kia là bãi cỏ tranh. Ngay những đứa trẻ trong vùng cũng không phân biệt được đâu là nhà tù và đâu là nhà của chúng, nên chúng cứ rong chơi thoải mái bất kể nhiều căn dặn rằng chung quanh hàng rào có rất nhiều cạm bẫy. Vào buổi sáng sau đêm trăng uể oải chiếu những ánh vàng vọt là ngày đầu tiên tôi đến đây. Với ánh trăng vàng úa thấy đáng thương. Ánh trăng trải dài trên mái nhà, trên đầu giường, nó đen đúa và đìu hiu như ở tận dưới đáy mồ. Ánh trăng như có ma lực vỗ vào mặt và banh mắt tôi ra, lôi tôi ra khỏi cái mền ấm và kéo tôi đến bên cửa sổ. Tôi nhìn ra ánh trăng lờ mờ đang bao trùm lên vạn vật. nhiều người bạn cũng thức giấc và yên lặng đứng bên tôi, chúng tôi không nói lời nào chỉ cùng nhau nhìn nhiều loài hoa đang đua nhau khoe sắc trông giống một bức tranh rực rỡ, chen giữa ánh trăng trong và đám sương mù.

Tôi xoay người qua nhìn con đường mòn chạy dọc theo hàng rào rồi chạy sau lùm cây, khoảng năm trăm mét có một bờ đê. Bỗng tôi nghe tiếng súng như vọng lại từ bờ đê—thường nghe rất lớn vào những buổi sáng yên tĩnh như để đánh thức, từ ngày nầy qua ngày khác, như để khuấy động lòng người sau những đêm dài yên nghỉ. Đã bị ánh sáng kéo thức dậy, rồi tiếng súng như tăng thêm mùi máu tanh hôi bao trùm lên cả cánh đồng và lên cả rừng cây...

Mọi ngày giống như mọi ngày.
Và đó là nhà tù.
Mà tôi phải sống suốt cả cuộc đời.

2

'Pang! Pang! Pang!'

Tôi ngưng cây cuốc ở giữa chừng rồi lấy hết sức cuốc mạnh

xuống đám đất toàn màu lá cây khô rồi chảng hai chân lấy đà kéo đưa đất qua một bên. Nhìn ra hàng rào tôi thấy nhiều đứa trẻ với những cây súng gỗ đứng cười vô tư "Pang! Pang! Pow! Pow!" chúng làm những động tác giả rồi đưa tay chỉ về phía tôi đang cuốc ở bên hàng rào. Tôi la to:

'Coi chừng! Đừng tiến sát đến hàng rào. Nguy hiểm.'

'Chú có bao giờ qua đó không?' chúng chỉ ụ đất nằm ở khu trại lính và hỏi.

' Để làm gì?'

' Để nhìn lính tập bắn... vui lắm." Họ bắn nhau như trong ciné vậy đó.'

'Không...' tôi cười và lắt đầu. Những giọt mồ hôi đã bắt đầu lăn xuống mí mắt làm tôi thấy khó chịu.

'Và chú sẽ thấy bên đó có nhiều cánh hoa rơi đầy dưới đất, và quá tiếc nó bị những người lính giẫm nát dưới các bước chân về trại sau những buổi tập mệt mỏi"

Rồi chúng chạy dọc theo đường mòn quanh hàng rào miệng chúng hát theo một bài ca của lính. Chúng đều là con là cháu của những dân nghèo sống ở làng bên đám cỏ tranh.

Những đứa trẻ thật vô tư mà trong sáng, cũng nhờ đó mà nhiều người tù còn nuôi niềm hy vọng và ước mơ, chúng nó là những đóa hồng tươi sáng nở trong sân nhà tù, nhà tù với hàng rào tre mục nát nhưng rất dày, nhưng chưa có ai vượt thoát; dù mọi người đều cố gắng tranh đấu để tìm tự do, xưa kia họ đều tự do vùng vẫy tìm mọi cách trước khi bị sa chân vào chốn nầy. Tôi nhìn lại dãy nhà mà thầm nghĩ nó chỉ giống như nơi tĩnh dưỡng. Bỗng hai người bạn nhìn tôi, họ cười, trên mặt họ ướt đẫm mồ hôi. Họ đang xới đất để bỏ phân trên luống cây phượng nhỏ đang chớm nở những cánh hoa vàng tươi, hồng, cùng đỏ thẫm.

Tôi vẫy chào.

Đêm qua, ba chúng tôi cùng ngồi chuyện vãn bên bếp lửa hồng sưởi ấm. Nhìn những tờ quảng cáo rung nhè nhẹ trước gió chúng tôi kiểm lại số tiền để mua hạt giống trồng bông, số tiền mà chúng tôi gởi cho giám thị cho đến ngày mãn tù mới nhận lại. Đến ngày đó mỗi chúng tôi có chút ít tiền để trở về cuộc sống.

"Biết ngày nào chúng ta được thả?" bỗng tôi la lớn đánh tan

cả sự yên lặng nhưng ngọn lửa vẫn cứ bập bùng, bập bùng.

Họ nói rất nhiều lần từ ngày chúng ta bị nhốt vào đây, nghe hoài đến thuộc lòng rồi phân chia ra thành từng loại. Bạn không thấy người ta dán cáo thị khắp mọi nơi sao? Sao còn hỏi? Ông nói như đang phát cáu.

"Không ai trả lời được, trừ nhà tù..." một bạn trẻ nói với vẻ vô tư khi nó nhìn vào bóng tối. Dưới ánh lửa tôi thấy trên má nó có hai dòng nước mắt. Có tiếng chim đang gọi nhau ngoài rừng.

"Khi chúng ta được mãn tù, khi mà những thân nhân những người bạn thân yêu còn nhớ đến ta, còn nhớ còn thương yêu và còn lo lắng với tấm chân tình, ngày đó họ còn nhớ đến đây để đón chúng ta về, và ngày đó mới thật sự não nùng... mới ngớ ngẩn và oan kiên, từ ngày đó chúng ta bỗng trở thành người tốt để hòa điệu với xã hội... đó mới thật là ngày..." Giọng nó run run trong lúc ông bạn và tôi đang lơ đảng mắt tìm một vì sao lấp lánh trong đám mây và sương mù.

"Ông có nhớ nhà không?" tôi hỏi.

"Đôi khi..."

"Ông còn tính trốn trại nữa chăng?"

Ông lặng thinh. Cả ba chúng tôi cùng cảnh vật chìm dần trong yên lặng, ngay cả ngọn lửa cũng đi dần đến tàn lụi.

Năm ngoái ông đã vượt trại, ông trốn trại vào một buổi sáng trời nhiều mưa. Chúng tôi biết nhờ người quản giáo đến cho hay bằng giọng nghiêm khắc ra lệnh chúng tôi phải yên lặng. Nhưng năm ngày sau ông trở lại với một quản giáo cùng lực lượng cảnh sát, người ông hốc hác khó mà nhận ra; y như cánh hoa tàn bị dập dùi dưới đất. Mặt bị cháy nắng đến cằn cỗi... không còn chút sinh khí, nguyên cả tuần ông nằm trong khu biệt giam với nỗi tuyệt vọng. Có đêm ông gọi, tôi kéo chiếc ghế dựa sát cạnh giường nhìn sát mặt ông, trong ánh mắt tôi nhận ra một chút ăn năn. Ông hỏi; có gì sai trái trong giấc mộng đi tìm tự do?

Tôi hỏi ông về tình trạng gia đình và cùng câu tôi hỏi ông đêm nay: "Ông còn tính trốn trại nữa chăng?"

"Chắc là không... vì ta thấy những người bên ngoài không ai giúp chúng ta, không ai cho đến hạt cơm hoặc một đồng xu. Không có một ai, giống như bên ngoài là một nhà tù khác nên họ phải tự lo thân..."

Ông cười với vẻ ngượng ngùng trước nỗi bất hạnh cùng tuyệt vọng: "Đêm đó ta trốn tại nhà ga, sân ga xe lửa, một nơi công cọng, bị từ chối không cho thức ăn dù cho súc vật, không cho nước uống, trốn trong đống rác ở chợ cũng bị họ chỉ cho cảnh sát. Nhặc được cánh phượng khô ta giữ trong túi áo nhưng rồi họ cũng lấy đi... mà ta cũng chẳng biết người nào ăn cắp cái áo trong đêm lẫn trốn thứ ba. Quân khốn nạn! cái áo mà ta ra công gìn giữ từ ngày bị bắt vào đây vì ta xem nó như vật hộ mạng... Bất cứ ai trốn tù chắc cũng phải gặp cảnh đó mà thôi—chắc chết, vì thần chết đang chờ."Nói xong ông gập đầu trong gối trong trạng thái vô cùng chán chường.

Chúng tôi cố tìm hiểu về những cạm bẫy cài đặt ở chung quanh rào, nhưng không một ai dám đá động đến.

Tôi chăm chú nhìn một vì sao trên bầu trời xanh đen mà thầm nghĩ; giá tôi, ông, hay một ai đó cả gan dám làm lần nữa? Chắc phải chết mà thôi, chết vì những con mắt của giám thị đang ngày đêm rình, ngắm chúng tôi, rình như những con rắn độc chờ mồi trong đêm, với ánh mắt thèm thuồng, không khoan nhượng mà xảo quyệt.

Một ngày nào đó, cũng có tù nhân sẽ thử lại.

3

Một buổi sáng thấy một cặp tắc kè bông nằm phơi màu lục tươi dưới ánh nắng, trên không những đàn chuồn chuồn đang thi nhau nhào lộn.

Đang chăm lo cuốc đất, bỗng các bạn cho hay giám thị muốn gặp tôi trên văn phòng, để cây cuốc dựa vào gốc cây tôi bước ngang qua khu nhà ở đi thẳng đến dãy nhà 'hắc ám' nằm dưới chòi canh. Chỉ có một chòi canh duy nhứt núp bóng dưới tàn cây đa cổ thụ, *mà có người thường xuyên thay phiên nhau canh gác. Trên đó chúng tôi thấy bóng dáng của loại vũ khí; mà khi đứng bất kỳ ở vị trí nào nhìn lên chúng tôi đều thấy nó đang hướng về mình.*

Bước qua cánh cửa thấy có một vệt giống như máu, bên trong tràn đầy khói thuốc nên lờ mờ thấy có vài người khốn khổ đang ngồi trên băng dài, ngồi phía cuối là một sinh viên mặt mày tái mét và đang run sợ, thấy nỗi vô vọng hiện trên ánh mắt cùng nỗi tuyệt vọng ngồi nghe quản giáo thuyết giảng, người nầy tôi không thấy mặt nhưng thoáng nghe được vài lời an ủi.

"Hắn không nhận được tin vợ nhiều tháng... có lẽ nào bà ta lại ẵm con đi theo người tình mới?" Người giám thị lo giải quyết công việc giữa người tù và người ngoài đời nói khi tôi đến hỏi ông: "Có thể hắn ta nổi khùng và quá lo âu. Với người đàn bà thường xuyên mang sách cho hắn đọc, cũng may là hắn chưa điên vì nghiên cứu những thứ đó." Với giọng nói và nụ cười chế nhạo nhưng tay ông rút ra một bao thư vàng mà đưa cho tôi:

"Có người đến gởi cho chú năm trăm hạt giống cây vạn thọ. Chắc là người yêu, ta đoán vậy. Mà ta vừa nhận, đó là trường hợp đặc biệt," rồi ông quay lại nói với chàng sinh viên những lời kết tội nhạt nhẽo:

"Đâu là tự do? Đâu là những giấc mơ? Và đâu là..."

Rời xa nơi buồn thảm, tôi bước qua cánh cửa còn dính vết máu khô, không còn khói thuốc nên tôi đứng lại mà hít bầu khí trong lành vào lồng ngực, tôi nhìn lên trời và trên cái chòi canh. Mắt bị chói sáng vì tôi vừa bước ra từ bóng tối nên tôi không thấy loại vũ khí ấy chĩa vào thân tôi mà vào chàng sinh viên vừa mới bước ra, hay giống vậy... hay tôi bị ảo giác chăng?

Tôi quay bước trở lại vườn bông của mình, đi ngang qua bóng chiếc xe giao hàng đang đậu trước khu chúng tôi sống, thấy những người bạn tay ôm những cành hoa xuống với sự trợ giúp của một nữ tù, nên tôi hỏi bà:

"Có chuyện gì xảy ra?"

"Ồ... bà ta bị vọp bẻ hồi sáng. Chắc bả sắp sanh..." nữ tù trẻ trả lời.

"Trai hay gái?"

"Chưa sanh, thì làm sao biết được. Nhưng dù trai hay gái chúng đều là con của trại của chúng ta, vậy mà."

4

Tôi nhớ rất rõ cái ngày tôi lên nhận những hạt giống vạn thọ, ngày tôi gặp chàng sinh viên trẻ; mà không gặp được người phụ nữ mập cỡ trung niên mang bầu. Chiều hôm đó tôi đem những hạt giống ươm vào cái chậu nhỏ, cho đất vào đầy chậu dùng ngón tay đào nhiều lỗ nhỏ, thả hạt giống rồi lấp lên lớp đất mỏng.

Và bình minh hôm sau trong cái lạnh buốt của một buổi sáng cuối mùa, chúng tôi lại nghe tiếng súng vọng lại từ bờ đê ở cạnh lùm cây, cùng với tiếng khóc của đứa trẻ sơ sinh đan quyện vào nhau; dù chúng không đồng điệu. Trưa hôm đó có tin loan truyền rằng chàng sinh viên đã treo cổ tự tử ngay trong phòng ngủ.

Tin đưa đến không làm ngạc nhiên ở nơi nầy, mà có rất nhiều chuyện đã xảy ra, xảy ra theo cách ở trong nhà tù.

Anh bạn thì trồng những cây phượng hồng, còn tôi gieo những cây bông vạn thọ, chúng tôi cùng tạo nên sự sống. Mỗi chúng tôi đều được gởi đến nhà tù nơi không có một triển vọng nào cho linh hồn hay cho cuộc sống.

Hai ngày sau thì những hạt bắt đầu nẩy mầm lên mặt đất, nó vươn lên cùng ánh sáng, vươn lên từng cặp từng cặp lá xanh. Chờ chúng lên được hai mươi lăm cặp lá xanh tươi mơn mởn thì nó đầy chậu. Tôi dùng cái mai tròn nhỏ nhẹ nhàng bứng từng cây non, bỏ qua cái rỗ nhựa mang ra trồng theo luống đất đã trộn phân và rắc vôi để giết sâu trùng. Tôi trồng chúng thành hai vòng tròn có khoảng cách như nhau. Vì chúng lớn rất nhanh nên tôi cần nhiều chăm sóc và vun xới đất.

Sau mươi lăm ngày khi chúng đã thành khoảnh, tôi đứng nhìn vườn cây non đang tràn nhựa sống bỗng thấy lòng mình mê say và tràn đầy hạnh phúc. Rồi những nụ hoa như những cái phễu màu vàng nhú lên mời gọi cả đàn bướm muôn màu nô đùa bay lượn trong ánh mặt trời, phía dưới thấy hai con tắc kè vui chạy vòng quanh, cùng với ánh tà dương như những dải lụa vàng phủ lên trên đám lá xanh non; cho tôi cả một trời mơ mộng cùng hy vọng.

Ngoài kia trời đã chuyển mùa trong và lặng cùng một làn gió nhẹ thoang thoảng những mùi hương. Mùa nóng đã đến đêm qua, chiều nay trời chắc có phần ngột ngạt, và đằng xa nghe thấy làn chớp.

"Hê, hãy nhìn trên kia..." bạn tôi chỉ.

Tôi nhìn lên thấy nhiều đám mây đen đang lê lếch tận cuối

chân trời nên vội vàng tôi cắt bỏ những chồi và những cây bông còn nhỏ. Bạn tôi bước ra luống phượng hồng và nhắc:

"Coi chừng có giông đầu mùa... radio vừa nói."

"Và những cây vạn thọ nhỏ không đủ sức chịu đựng đâu..." nó vừa nói cùng lo lắng ra mặt.

Có đám mây đen trải rộng rồi bay dưới mặt trời nên vạn vật núp dưới bóng râm... rồi mưa cũng bắt đầu, gió thổi mạnh, cả một khối nước buốt lạnh như đang thi nhau trút xuống. Rồi sấm, rồi chớp vẽ đủ hình dạng ở trên bầu trời. Hai bạn tôi vội chạy trú mưa dưới mái hiên nhà, tôi chạy theo. Những cây vạn thọ đu đưa mình lắc lư theo chiều gió, mưa càng nặng hạt, và gió quay ngoắt đưa tới đẩy lùi, đu đưa không ngớt, xô đẩy như muốn làm trốc gốc. Rồi mưa đá trút xuống liên hồi làm tôi như mờ mắt, đánh ngã mọi vật, trời quyết tâm tàn phá. Và tiếng gầm nghe ở mọi nơi, rồi cành gảy, đất lỡ, cây nghiêng... mọi thứ tiếng cộng hưởng làm thành một loại âm thanh ma quái, ghê hồn.

Niềm hạnh phúc mong manh tan ra từng mảnh vụn.

5

Nơi nhà tù.

Những cảnh tượng cũ trong nhà tù như đã lắng chìm trong ký ức tôi.

Sau trận bão kinh hoàng tàn phá cả đám vạn thọ, tôi nhớ rất rõ hôm ấy. Tôi ngồi với lòng đầy thất vọng mà nhìn niềm hy vọng còn sót qua dòng nước mắt, ngửi mùi hoa thơm nhờ gió mang lại như tôi đang ngửi mùi tang. Tôi nhắm mắt nhìn trong bóng tối, nhìn ký ức mà mong cho giấc mơ, giấc mơ của một tương lai nào đó, từ nắm tro bụi của cuộc sống nay cũng tan tành. Những giọt nước mắt chảy xuống bàn tay khi tôi cố bịt để miệng khóc không thành tiếng.

Tôi nhớ nhiều đứa trẻ đứng bên hàng rào.

Chúng tụ tập ngoài kia trong đêm tối:

"Chú! Chú!..." với giọng trong veo lẫn với tiếng côn trùng trong đêm: "...những bông vạn thọ của chú lại mọc... trên kia," rồi cũng tiếng cười ấy, trong trẻo, chìm dần.

Tôi nhìn lên ánh trăng lấp lánh như có bàn tay êm ả vuốt ve, thật tuyệt vời! Nằm một chốc, đưa tay gạt từng giọt nước mắt, đứng dậy tôi cầm con dao sáng chói bước ra bụi tre, tôi cắt ngắn những thanh tre nhỏ để mang đến luống cây vạn thọ, tôi cắm để chống đỡ từng cây, với tất cả thận trọng không làm hư đến những cành non chung quanh.

Tôi làm với tất cả mong muốn và của cả tấm lòng, sau khi những đứa trẻ nhắc nhở tôi vào một đêm tối. Nhưng có ai biết trong lòng tôi tận trong trái tim những đài vạn thọ đang nở dưới trăng, mà không phải ánh trăng bao la chiếu dưới bầu trời?

Ba năm sau, tôi phải mang theo ít đồ vì giám thị bắt tôi phải giả từ vườn hoa để đến bệnh viên tâm thần sau khi ông già cố ý vượt trại. Lần nầy ông thành công: vì người cai tù tìm thấy xác ông nằm trong đám rác ngoài chợ.

Trong khi người bạn trẻ vẫn tiếp tục trồng bông.

Hồn chàng sinh viên nhắm chừng như chưa siêu thoát.

Đứa trẻ đã lớn trong khi có năm ba đứa khác tiếp tục chào đời,

Tôi đứng trên sân thượng của bệnh viện tâm thần ở một buổi sáng đẹp trời để sưởi nắng và nhìn mây trắng lững lờ bay theo chân trời, tôi lại thấy rất nhiều loài hoa khoe sắc ở trên cầu vồng, những đ*ài hoa rơi rớt trong sương mai lấp lánh trong ánh mặt trời, và cũng nghe tiếng súng đến từ bờ đê, tiếng liến thoắng ghê sợ như nhạc đưa hồn, khủng khiếp, và kinh tởm.*

Và tôi biết những bông vạn thọ của tôi vẫn nở dưới ánh nắng chứa chang hay dưới ánh trăng soi hào nhoáng.

Tôi gọi đó là nhà tù.

Tôi sống ở đây.

Chúng ta vẫn sống nơi nầy. LasXIXThanksGiving

MARCEL BARANG
SCOTT S NGUYỄN
dịch từ New Yorker (scottsunguyen@yahoo.com)

SCOTT S. NGUYỄN dịch
GHEN... DOLLY
ALICE MUNRO *Nobel Văn Chương 2013,*

CHÚNG TÔI lại bàn về sự ra đi; đến cái chết. Khi Franklin đã tám mươi ba và tôi bảy mốt với một đám tang đơn giản sẽ được chôn cất tại phần đất chúng tôi đặt mua, không hỏa táng như các bạn thường làm. Đó là những sắp xếp từ trước không còn tính toán không cần thay đổi.

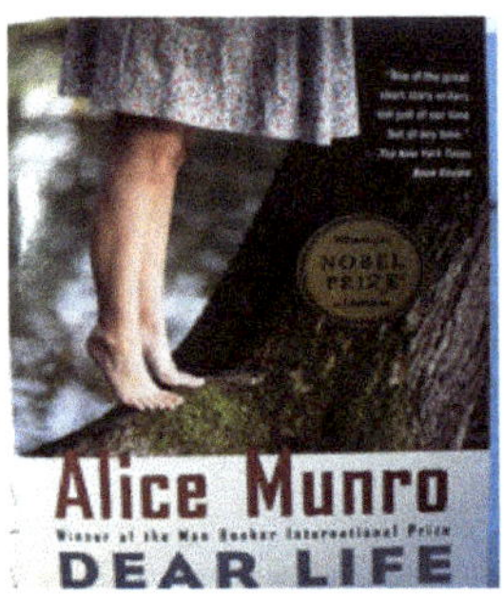

Ngày kia, khi chúng tôi lái xe ra ngoại ô không xa vùng đang ở trên con đường dường như tôi chưa đến bao giờ. Có nhiều cây còn nhỏ như cây Thích cây Phong cây Sồi và nhiều loại cây khác bên những gốc cây già gợi nhớ nơi nầy xưa kia có những nông trại với nhiều cánh đồng cỏ và cây và ngựa và chuồng nuôi súc vật. Dầu chưa có lề, và đường chưa trải đá, chỉ có năm ba chiếc xe chạy qua trong ngày, hay để cho vài ba chiếc vận tải chạy như là con đường tắt.

Trời hôm nay không tệ, không mưa và trời chưa rải tuyết. Trên cây lá đã nhuộm vàng chỉ vài chiếc la đà cô đơn bay, nếu có thêm ánh tà dương thì nơi đây sẽ là một rừng thu lung linh quyến rũ, với màu vàng óng ả không còn bút mực nào tả xiết. Vừa thanh thản vừa huyền diệu lạ thường.

Rồi chúng sẽ tan trong thinh không vào hư ảo?

Chúng tôi cùng sống không riêng cho người nào mà cho chúng tôi, vì chúng tôi, đời chúng tôi tùy thuộc vào nhau bằng tất cả sự chân thành không màu mè không giả dối.

Tôi biết rõ lòng Franklin muốn gì nhưng đôi khi cũng có bất hoà, nhưng dầu xung đột đến mức nào ông cũng bỏ ngoài tai, không quan tâm, không quan trọng với ông nhưng với tôi thì khác, đằng nào tôi vẫn còn trẻ hơn—Chờ đến bảy lăm tôi sẽ tính sổ lại...với ông ta.

Tôi không đồng ý những gì ông nghĩ; không có gì quan trọng trên đời, không cần bàn cãi, không phải lo âu. Ông thường nói nếu chúng ta cứ tranh luận thì đời sẽ được gì hơn lên?

Thật là cách biện hộ đáng yêu.

TÔI KHÔNG nghĩ mình trẻ hơn Franklin trên quan niệm chiến tranh, để tài chúng tôi thường tranh cãi- như thế chiến thứ Hai, như vấn đề về ngựa- tôi muốn nói những chuồng ngựa nuôi để cởi không phải để đua. Ông có rất nhiều kinh nghiệm vì ông đi ngựa mỗi tuần vài ba lần bằng con ngựa qúi của mình. Ông trau dồi học hỏi thêm từ những người bạn, dầu nói, ông không bao giờ lưu ý đến?

Ông làm thơ Ông dạy môn đua ngựa tại trường Cao đẳng, nhưng không xa lắm vì lúc nào ông cũng quanh quẩn với những con ngựa và cái chuồng. Ông làm thơ không nhiều, đôi khi để chọc tức tôi gọi ông là 'gàn bát sách.' Lúc với ngựa ông tỏ ra thật nhanh thật bận rộn nhưng khi làm thơ thì ông ở trạng thái thơ thẩn không bình thường như đang lơ lững một cõi trên nào đó; ai biết được.

Có thể ông quá trầm lặng như một triết gia như người nguyên thủy mà ông không hề biết, nhưng ông rất nhạy cảm, nhạy cảm đến thái quá trong mỗi lần tranh luận về những vấn đề tự do như tự do ngôn luận... Nhưng, vẫn không có gì thay đổi quanh đây, một ngày như mọi ngày ta vẫn tự do sinh hoạt bình thường vẫn ăn to vẫn nói lớn...

NHỮNG NĂM dạy trung học; không dạy văn chương mà tôi dạy toán. Ở nhà tôi lại bận rộn và theo đuổi việc khác- tôi nghiên cứu và viết nhiều về tiểu sử của những nhà tiểu thuyết nổi tiếng ở Canada mà không được ai nhắc nhỡ hay bận tâm đến. Lý do đưa tôi đến quyết định nầy chính là vì Franklin vì những nhà văn nhà thơ rất hay mà không ai biết. Sinh trưởng tại Scotland nên tôi không biết nhiều về những cây viết người Canada.

Tôi không quan tâm nhiều đến Franklin hay nhiều nhà thơ khác mà lại chú ý đến những tiểu thuyết gia vì tôi nghĩ danh tiếng của họ sẽ chóng tàn và mai một, thật tôi cũng không biết tại sao? Có thể tôi nghĩ với bài thơ hay tự nó sẽ sống mãi mãi với đời; sống thật lâu, còn nhà văn...

Tôi thích công việc nầy vì tôi nghĩ nó nên làm, và sau nhiều năm tôi rất vui sướng vì mình đã có vài thành quả trong...yên lặng. Nhưng việc đời lại không như ý cho đến một buổi chiều, khoảng hơn bốn giờ khi tôi thảnh thơi ngồi viết một mình.

***

VÀ BUỔI chiều ảm đạm theo bước chân người đàn bà gõ cửa với hai tay mang đầy mỹ phẩm. Bình thường tôi không tiếp ai nhưng không hiểu tại sao chiều nay tôi lại mở cửa cho bà nầy. Bà tên Gwen, bà chào hỏi và nói lời xã giao vì không gọi điện thoại trước.

Thôi cũng đành, tôi lắng nghe bà giới thiệu lai lịch, hỏi bà có muốn uống ly café tôi cũng vừa mới pha xong, bà đồng ý và gợi chuyện:

"Thấy Bà không trang điểm. Thường tôi cũng không trang điểm nếu tôi không đi chào hàng."

Nếu không nói, tôi tưởng bà cũng giống tôi: không đánh phấn, da hơi tái, và có vài vết nhăn quanh miệng quanh mắt dù cặp kiếng xanh có che bớt phần nào. Có khác chăng là mái tóc mỏng của bà được cắt rất bằng trước trán.

Thấy tôi yên lặng bà xoay qua chuyện khác:

"Trời hôm nay quá lạnh?" Nhìn quanh bà tiếp: "Hình như tôi không thấy một cái gạt tàn thuốc nào ở đây?"

Tôi vội lấy cái từ trong tủ chén. Bà lấy gói thuốc và móc ra một điếu.

"Bà không hút thuốc à?"

"Thỉnh thoảng."

"Còn mọi người?"

Tôi rót café. “Cho tôi café đen,” bà nói: “thật là qúi hóa. Chắc tôi không làm phiền nhiều đến bà? Bà đang viết thư à?”

Tôi đành thú thật tôi viết lung tung, lúc nầy tôi đương viết về người tên Martha Ostenso, tác giả của những quyển sách tên Wild Geese và quyển nói về nhóm người du mục mà tôi không nhớ rõ.

“Bà viết, rồi sẽ in thành sách?”

In thành sách, tôi trả lời nhưng bà lại thở ra với vẻ hoài nghi nên tôi phải chuyển qua đề tài khác, thì bà lại cho hay:

“Chồng tôi cũng viết một phần trong bộ tiểu thuyết, nhưng vì lý do nào đó họ không ghi tên ông. Hay có thể ông ta bị lừa. Thật tôi không hiểu lại có những hạn người như vậy?”

“Tôi không nghĩ vậy.” tôi nói.

Bà tiếp: “dầu chồng tôi không viết văn để kiếm sống, bà biết đàn ông là vậy đó.” Xong bà lại cười gật đầu nói tiếp:

“Chắc bà thông minh lắm, khi sách của bà xuất bản; tôi sẽ khoe với người nhà là tôi đã được gặp tác giả.”

Để bớt ‘ba hoa’ tôi hỏi nhà bà có bao nhiêu người.

Bà cho hay nhà bà có nhiều người đến và nhiều người đi mà chưa kể đến ông chồng, nhưng ông đã qua đời năm ngoái.

“Chết năm rồi. Nhưng người đó không phải là chồng chánh thức.”

“Tôi không hiểu, nhưng chẳng sao.” Tôi nói.

“Không sao, đó là việc thường tình, nhưng với tôi, bây giờ, nó trở thành chua xót. Ở với nhau năm nầy qua năm kia... lâu ngày rồi lại cưới nhau, nhưng liệu cưới nhau thì sống mãi mãi sao? Đám cưới, đồ cưới thật đẹp, mọi người rất vui, rồi... rồi cũng hết?”

Bà cho hay có cô con gái sống tân thời, nhưng lại theo người tình đi ‘chôm chỉa’ hiện đang ngồi tù và bà phải bán mỹ phẩm để nuôi hai cháu ngoại, nên bây giờ tại nhà không còn ai. Và người con gái khác khá hơn và vui vẻ hơn hiện là Y tá tại Vancouver yêu cầu bà về ở chung nhưng bà không muốn, vì ở trên ấy bà không còn được hút thuốc.

Tôi trả tiền mua ít ‘kem’ xoa tay, bà hứa sẽ giao hàng sau.

TÔI KỂ sơ lại với Franklin về việc mua kem và người đàn

bà. Ông nói tôi nên mua tại tiệm hoặc liên lạc thẳng đến các đại lý.

TÔI NGẠC nhiên khi bà trở lại giao hàng mà không nài nĩ mua thêm gì nữa, phải chăng đó là một sách lược? Lại pha café và lần nầy chúng tôi thân mật hơn đôi chút. Tôi tặng bà sách Wild Geese của M. Ostenso. Bà hứa sẽ đọc dầu giá nào dầu có bận rộn đến mấy, nhưng sao tôi thấy vẫn có chút nghi ngờ.

Khi ra xe thì trời vừa tối, bà khởi động nhưng máy không nổ, làm lại làm lại nhiều lần nhưng máy chỉ ho lên vài tiếng rồi câm luôn. Bỗng thấy xe Franklin về thì bà vội nhảy ra phân trần, ông bước vào nhà để gọi điện thoại cho thợ sửa xe giúp bà. Ngoài trời lạnh nên bà lại chun trở vào nhà, thấy có thêm người đàn ông nên bà dè dặt hơn; nên tôi đứng với bà. Franklin cố gọi nhưng trong đêm nhiều người thợ không đến.

Không cách nào hơn tôi đành mời bà ở lại ăn tối hoặc ngủ qua đêm, bà có chút ngại ngùng. Bà hít thêm điếu thuốc trong khi tôi chuẩn bị đồ ăn. Franklin thay quần áo xong trở xuống, hỏi bà có cần dùng phone để gọi cho người nhà không.

Dầu không xua đuổi nhưng tôi thầm hy vọng có người nào đó đến rước bà đi vì Franklin không muốn người nào- dầu bạn rất thân với chúng tôi ở qua đêm, phần tôi thấy rất ư là bất tiện.

Hình như không ai chịu giúp và tôi nghe bà nói rất lâu với người bà nhờ chăn dùm hai cháu nhỏ.

Franklin xuống đến nhà bếp thì bà cũng vừa gát phone và quay lại nói chuyện với tôi.

Bỗng Franklin và bà cùng giật mình nhìn nhau:

“Ôi, lạy Chúa tôi?” Gwen trố mắt.

“Phải bà không?” Franklin nói.

“Là tôi đây.”

Rồi họ trố mắt nhìn nhau một lúc lâu. Thật tôi không hiểu gì hết; đứng giữa bếp nhà mình mà tôi ngỡ như mình đang ở tại một hành tinh xa lạ nào. Rồi họ chỉ vào nhau và cùng vỗ tay reo mừng:

“Frank.”

“Dolly.”

Bây giờ thì tôi hiểu ra Gwen được gọi là Dolly, và Frank

cho Franklin?

Chắc họ không quên tôi, nhứt là Franklin nên quay lại hỏi: "Bà nhớ có lần tôi nhắc đến Dolly chứ?"

Với tôi giọng ông nói bình thường nhưng với Dolly hay Gwen thì giọng ông lại vui đùa nhí nhảnh.

"Tên nầy chỉ ông biết, trên thế gian nầy không ai biết tôi là Dolly!"

Tôi thấy chướng tai khi chứng kiến cảnh hí hởn nầy, tốt nhứt là hãy cút ra ngoài tầm mắt tôi...ở một nơi nào đó. Trong bàn ăn tôi bấm bụng rót chai rượu chát thành ba ly, Franklin uống rất ít; thường ông không uống, chỉ hai chúng tôi chia nhau. Tôi bỗng nhận ra chai rượu hôm nay sao đắng lạ kỳ, đắng nhiều hơn chát?

Lúc gặp Franklin bà là cô gái, cô giữ hai đứa trẻ cho gia đình người Anh tại Toronto; họ dọn qua Canada để tránh chiến tranh. Như bao nhiêu cô gái trẻ thời bấy giờ nếu có dịp thường nhởn nhơ trên đường thì gặp chàng lính hào hoa trở về từ một chiến trường xa và họ sống cuồn nhiệt bên nhau trong suốt những ngày phép. Cô nhận được nhiều thư gởi từ chiến trường nhưng ít hồi âm cho đến ngày thế chiến kết thúc. Nhân dịp đưa hai đứa trẻ trở về Anh cô gặp chàng trai khác trên tàu sau họ kết hôn. Không bao lâu nước Anh lại chìm trong khủng hoảng trầm trọng, cô thấy mình không thể tiếp tục sống nên trở lại quê nhà.

Đó là những gì bà kể lại tôi không cần biết, nhưng điều tôi phải biết bà lại dan díu với Franklin trong nhiều tuần lễ, lại tung tăng, lại đọc thơ... Họ cố biết hưởng lại một tình yêu...hoang tàn nhưng họ không kể đến tai tiếng đến những gì xảy ra chung quanh, bà biết quyến rũ bà rành dụ dỗ.

Nếu bà tính mê hoặc Franklin thì bà đã đặt chân lầm chỗ.

Thật lòng tôi không quan tâm vì tôi nghĩ đàn ông nào cũng thường bị thu hút bởi một tật xấu khi đứng trước một phụ nữ đẹp, vừa mắt và thời trang, tôi tin vậy, là tất cả nguồn khoái cảm từ một thói quen của những suy nghĩ ấu trĩ- là nhà mô phạm nên tôi rành tâm lý học trò.

Lẽ tất nhiên lúc nầy bà hấp dẫn và duyên dáng hơn tôi... có thể bà thường xuyên trang điểm? Hay dựa vào một mãnh lực nào đó. Tôi không nghĩ thế. Hay bà nhờ vào chải chuốt bề ngoài chăng? Có thể vậy.

Bây giờ tôi ngậm miệng chờ ông nói, nói về người và nói về những bài thơ nhưng ông lại lặng thinh, ông lại nói về Toronto về những nhộn nhịp trong thời chiến tranh về những quái đản của thời cấm uống rượu về những khôi hài trong các cuộc diễn binh...

Tôi thấy mệt và muốn đi ngủ trong khi chúng tôi đã dành sẵn chỗ ngủ cho bà tại ghế sa-lông, bà ngồi đó để kéo thêm điếu thuốc sau cùng.

Phòng thì lạnh vì chúng tôi thường mở cửa sổ. Franklin đã ngủ, ông ngủ thật không phải giả đò.

Tôi rất ghét phải để những đĩa muỗng dơ trong bồn qua đêm, nhưng nếu làm ngay bây giờ thì tôi lại không muốn thấy Gwen hay Dolly gì đó giúp đỡ nên đành để lại sáng mai dọn sớm vậy.

Nhưng thức dậy khi trời đã sáng tôi nghe tiếng ồn ào dưới bếp cùng mùi thức ăn và mùi thuốc lá. Họ lại chuyện trò, tôi không nghe rõ Franklin nói gì nhưng nghe bà cười, tôi vội vàng đứng dậy vội thay đồ vội chải tóc; chuyện tôi không làm ở những buổi sáng bao giờ.

Cố quên đi chuyện chiều hôm qua tôi bình tĩnh bước xuống lầu, trong khi Gwen đang rửa những cái bình nhỏ tại bồn và nói:

"Tôi đã rửa hết những đĩa muỗng bằng tay và úp lên rồi, tiện tay tôi rửa lại những cái bình nhỏ nầy."

"Những bình lọ để đó nhiều năm qua rồi." Tôi nói.

"Phải. Tôi không nghĩ vậy."

Franklin nói ra coi lại chiếc xe, nhưng ông vẫn đứng đó. Ông đã gọi cho thợ nhưng không có ai rảnh nên phải chờ đến chiều, ông nghĩ hay cho kéo chiếc xe đi nội trong sáng nầy.

"Như vậy Gwen có dịp nghỉ ngơi thêm." Tôi thấy như không ai tán thành ý kiến nầy, ông nói không, để Gwen đi theo cùng chiếc xe; nhưng tôi biết họ muốn trò chuyện riêng với nhau trên xe. Tôi thấy ông có chút ngượng miệng khi gọi Gwen, thay vì Dolly?

Tôi nói mình chỉ muốn đùa thôi. Ông đề nghị sẽ làm thức

ăn sáng nhưng tôi từ chối.

Bà nói: "Sao vậy?" và cả hai cùng cười.

Hình như họ không để ý đến tôi, tại nhà nầy tôi như vật dư thừa? Tôi thấy như mình đang bị nhạo báng; không biết cảm giác nầy từ đâu đến với tôi vào lúc nầy? Franklin ra ngoài lo việc kéo xe mắt bà nhìn theo hầu như không chớp.

Khi từ giả bà nói cảm ơn tôi hơn bao giờ hết.

Khi ra đi Franklin bấm kèn từ giả; việc ông chưa hề làm bao giờ?

Tôi muốn chạy theo để nghe họ nói gì, họ làm gì? Nhưng không, tôi lại đi xuống lại bước lên mà cơn đau cứ dâng trào; lên, qua khỏi đầu. Tôi không hiểu tại sao?

Lúc sau tôi bước ra khỏi nhà và nhét chìa khóa trong miếng gạch trước cửa tay xách chiếc va-ly nhỏ; thật sự tôi không nhớ mình bỏ những gì trong va-ly. Tôi viết lại lời nhắn rất gọn rằng tôi đi lấy vài tài liệu của M. Ostenso và một lá thư dài cho Franklin mà tôi không muốn cho bà thấy vì chắc thế nào bà cũng trở lại. Nói rằng ông sẽ làm những gì ông muốn vì tôi không muốn thấy những sự dối trá hay tự lừa dối mình. Sự việc sẽ không sao nếu ông chịu trách nhiệm điều mình làm, còn với tôi thật là lố bịch và phũ phàng nên tôi tự động rút lui.

Tôi phải nói, nói bằng tất cả sự can đảm nếu không, tôi không biết mình có đủ sức chứa hết trong lòng không. Hy vọng ông sẽ hiểu, hiểu tất cả sự đau khổ đem đến cho người khác- dầu trong thời gian rất ngắn- nó sẽ tái diễn và sinh nở càng lúc càng nhiều nếu không giữ được phẩm cách và chút khoan dung.

Ra sân tôi rẽ về hướng đông để đi xa tiệm sửa xe và nhập vào xa lộ chính. Tôi phải đi đâu bây giờ? Nếu không quyết định sớm thì theo dòng xe sẽ đưa tôi về Toronto, nơi đó không phải hướng tôi muốn đến. Tôi chỉ muốn đi một nơi gần nhà để nghỉ vài ngày, thư giãn vài hôm, những nơi tôi thường lui tới với Franklin chẳng hạn. Nhưng tôi lại ghé qua thị trấn Cobourg nơi chúng tôi chưa hề đến bao giờ.

Tôi lấy một phòng nhỏ tại motel, phòng rất lạnh nên tôi mở lò sưởi rồi tính đi dạo một vòng, nhưng khi mở cửa tôi thấy quá lạnh và người tôi run lên nên khóa cửa và trở lại nằm co và kéo mền đắp tận đầu. Khi tỉnh dậy trời đã về chiều người tôi ướt đẫm mồ hôi, tắt lò sưởi, thay đồ và tôi bước ra ngoài, tôi đi rất nhanh, đi như ma rượt dầu thấy đói nhưng tôi không đi chậm, không ngồi không uống và không ăn.

Chuyện gì xảy ra cho tôi? Thật bất thường không giống ngoài đời cũng không giống trong tiểu thuyết, nhưng nó xảy ra, nó kéo đến, nên tôi phải đương đầu với. Như giao thông trong thị trấn nên tôi phải ngừng, ngừng cho xe qua, ngừng cho đèn đỏ, cho đám người, cho học sinh... cứ ngưng rồi đi, đi rồi ngừng. Tại sao nhiều người lại huyên náo, lại vui đùa, lại vô tư như họ đang vô tình nguyền rủa vào mặt tôi? Thì té ra là cuộc đời, nơi mà ta đang chen chúc trong đó.

Tôi ngừng tại một nhà hàng nhìn qua thực đơn. Franklin không thích ăn ở nhà hàng, nhưng tôi muốn. Đi thêm vài bước nữa nhìn qua cửa kiếng thấy một khăn choàng tôi thích, tôi muốn mua vì tôi cần lúc nầy nhưng khi cầm trong tay, với lụa trơn làm tôi phát bệnh.

Trong nhà hàng vắng khách, ngồi chờ thức ăn với ly rượu đỏ. Vào phòng rửa tay, nhìn kiếng thấy mình vẫn còn phơ phới, ước gì có một người đứng tuổi- không phải Franklin- sẽ ngồi chung.

Vừa lạnh, vừa đói nhưng tôi nuốt không trôi, thức ăn vừa thơm vừa đắt nhưng tôi thấy kỳ kỳ làm sao, ngồi một mình, ăn một mình tôi đang gắp từng mảnh cô đơn và không tưởng...

Dầu nhớ uống thêm thuốc ngủ tôi thấy mệt, thấy buồn ngủ nhưng tôi vẫn thao thức, nằm trằn trọc đến sáu giờ sáng, tôi nằm nghe đủ thứ tiếng trên đời.

Tôi biết mình ở đâu, tôi biết mình làm gì. Và tôi thấy mình phạm một sai lầm quá lớn. Tôi mặc đồ và vội vả bước ra, tại quày tiếp khách tôi nói chuyện với một phụ nữ, bà nói tuyết sẽ rơi rất nhiều chiều nay. Cẩn thận.

Trên xa lộ xe rất đông mà lại có tai nạn. Tôi lo có thể Franklin đang đi tìm tôi, xe ông bị tai nạn? Chúng tôi còn được gặp lại nhau chăng? Tôi không nhớ đến Gwen chỉ nghĩ đến người đàn bà đã cho tôi gánh một sai lầm phi lý với đôi chân cục nịch với đầu tóc ngu xuẩn, điểm thêm vài sợi tóc trắng, nhiều vết nhăn trên mặt.

Tôi trở lại nhà, không gì thay đổi, mừng quá ông còn ở nhà vì xe ông đậu kia. Chỉ khác là ông đậu qua một bên tại sao để chỗ đó cho xe của Gwen đậu? Thấy nó tôi lại nổi giận trong lòng.

Xuống xe đi thẳng vào nhà tôi không nhớ mình cất chìa khóa ở đâu, nhưng không cần nữa, Franklin vừa mở cửa. Không thấy ông ngạc nhiên hay tỏ vẻ vui mừng mà chỉ thốt: "Chờ."

Lẽ tất nhiên tôi phải chờ, vì bà ta còn trong đó.

"Trở ra xe," ông tiếp: "Không thể nói chuyện ở đây, trời quá lạnh."

Khi chúng tôi ra xe ông nói: "Sự đời không thể nói trước được."

Giọng ông nhẹ, không bình thường, và hơi buồn, ông cũng không nhìn tôi nhưng nhìn vào kiếng xe nhìn vào trong nhà.

"Tôi không thấy tiếc," ông tiếp: "Bà biết không, nó không phải là thực thể mà là một tinh hoa là một quyến rũ, dầu đó thật là con người nhưng chung quanh đó là sự hóa thân hay bị hoá thân, tôi không biết và bà cũng không hiểu? Như một tiếng sét nó che khuất tất cả."

Rõ ràng là ông nói về bà ta. Ông như người điên, làm tôi hết hy vọng. Tôi thấy lòng mình càng lạnh hơn. Ông say mê ông rùng rợn hơn bao giờ hết. Thật thê thảm.

"Không nói nữa, Okay, tôi không muốn nghe."

Quay lại nhìn tôi, ông thì thầm như đang xưng tội:

"Chúa ơi! Tôi chỉ đùa thôi. Tôi nghĩ bà hiểu, ai ngờ... Đúng rồi, đúng rồi, bây giờ tôi im, tôi đang lắng nghe đây."

Tôi hét to với tất cả giận và ức:

"Đúng rồi. Tôi là con khùng, tôi làm ông khó chịu. Khi tôi trở về nhà ông lại dửng dưng. Tại sao không đi đi, mà còn ở nhà với nó? Đúng rồi tôi sai, tôi sai tất cả...ông vừa lòng chưa?"

Tôi muốn nói muốn hét nhiều nữa vì đây là dịp may... được hét, và tôi thấy lòng mình vơi đi rất nhiều:

"Tại sao xe của bả còn ở đây?"

"Họ không sửa được, xe hư quá nặng."

"Thế... tại sao đem nó về đây?"

Ông nói để đó bán từng phần, dầu không nhiều nhưng nó

thuộc về chúng ta, vì ông đã mua cho bà chiếc xe khác.

"Mua xe? Xe mới?"

Mới để bà ta có thể chạy được.

"Vì bà ta muốn dọn về North Bay, có nhiều bà con và bạn bè ở đó."

"Bây giờ bà ta ở North Bay. Chúng ta hãy vào nhà, ta cần mặc thêm chiếc áo lạnh."

Cái tôi cần dẹp trước tiên trong nhà bếp là những bình nhỏ đựng đồ chua, tôi kéo ghế đứng lên và ông giúp tôi chất trên đầu tủ.

Chưa ai thấy những hình ảnh tuyệt đẹp trong thơ của ông, nó không ít mà cũng không nhiều, chỉ vừa đủ.

Ông đưa tay qua người và ôm tôi xuống ghế. Làm tôi quên tất cả, tôi cũng không nhớ chúng tôi hiện bao nhiêu tuổi. Biết nhiều, nghĩ nhiều chỉ làm ta lo lắng nhiều hơn.

Tôi thấy mình như đang nằm giữa ở hai đầu thái cực, Của Ông và Của Tôi và chúng tôi trở lại cuộc sống bình thường và chúng tôi nguyện sẽ nằm chung trên miếng đất đã mua, không hỏa táng như các bạn thường làm.

LasJul23XIV
ALICE MUNRO, Nobel Văn Chương 2013-

SCOTT S. NGUYỄN dịch.
(Trong tập DEAR LIFE, First Vintage International xuất bản 2013)

TRẦN DANH THÙY
TIẾNG VÓ CÂU TRONG NHẠC...

Ngựa là loài vật xuất hiện trong rất nhiều loại hình nghệ thuật. Những tuấn mã đầy màu sắc và dũng mãnh, phi nước kiệu hoặc phi nước đại trong những bộ phim Western; những bạch mã, hiền lành hay mạnh mẽ cũng là những hình ảnh đẹp tuyệt vời trong những tác phẩm hội họa; trong những trường thiên tiểu thuyết, những chiến mã là bạn đồng hành của những chiến binh can trường... Và, trong âm nhạc Việt, tiếng vó câu với những giai điệu khác thường cũng đã được ghi dấu trong những nhạc phẩm nổi tiếng.

Hình ảnh và âm thanh của tiếng vó câu từ lâu đã 'chế ngự' tâm hồn người nghệ sĩ. Hình ảnh ấy gắn liền với khí phách và chí nam nhi trên đường dài đầy chông gai nhưng với khí thế mạnh mẽ phi thường để lập thân và lập nghiệp trong một bối cảnh hoành tráng, nguy nan:

"Đường trường gió sương gập ghềnh vó câu ào ào lá rơi
Đem thân nam nhi hồ hải đó đây rèn nung chí trai
Bao nhiêu tiết thu chờ mong chúng ta vùi lấp máu tang
Vương khắp nhà Nam..."
(Vó ngựa giang hồ - Lê Mộng Nguyên)

Nhưng có khi vó ngựa chỉ là 'nước kiệu', chỉ là những bước chân nhẹ nhàng của một sự trở về sau bao năm thực hiện một giấc mơ xa vời của một kẻ lãng du và thích thú đau thương. Tiếng ngựa và tiếng nhạc như lời ru, lời tự tình tha thiết của một đôi uyên ương về một thời gian yêu đương trong mộng ảo xa vời:

"Em dấu yêu ơi anh đang quay về mười năm xa vắng
Anh đã đưa em, đưa em đi tìm một giấc mơ đời
Mười năm lạc loài phải không em
Mười năm hận thù trĩu trong tim
Ta trót vong thân, ta chót vong ân

Mang tuổi hoa niên, làm kiếp lưu đầy...”
(Vó ngựa trên đồi có non – Ngân Giang)

Trong nhạc Việt, có thể nói, nhạc Trịnh Công Sơn là dòng nhạc ghi dấu nhiều hình ảnh của loài ngựa nhiều hơn cả.

Trong nhạc Trịnh, trong lời nguyên cầu an lành cho vũ trụ bao la, ngựa như một kiếp người, cũng ‘mỏi vó’, cũng ‘chết’ khi xong một kiếp và lại chết trong cô đơn như một con người, khi cuối cùng tìm thấy chốn bình yên thật sự của cuộc đời mình:

“Ngựa hồng đã mỏi vó
Chết trên đồi quê hương
Không có ai, không còn người...”
(Xin mặt trời ngủ yên)

Tiếng ngựa trong nhạc Trịnh là tiếng trở về trong một không gian và thời gian hết sức lãng mạn trong một thế giời con người tuy hết sức xao động nhưng khi hồi hướng, trong tĩnh lặng, bao giờ cũng là sự trở về với cõi nhân gian:

“Rồi tàn mùa xuân rồi tàn mùa hạ
Một ngày đầu thu nghe chân ngựa về chốn xa...”
(Một cõi đi về)

Nhưng có khi tiếng vó ngựa lại là tiếng lòng của sự ra đi ‘chẳng đặng đừng’ vì tiếng hát như lời tiễn biệt lẫn nhắn gởi người đi hãy quay về. Ra đi và trở về, ra đi rồi trở về cũng chỉ là tiếng hát của con người của một thế giới thực trong tâm hồn đầy mộng mị mà thôi:

“Ngựa buông vó người đi chùng chân đã bao lần
Nửa đêm đó lời ca Dạ Lan như ngại ngùng...”
(Dấu chân địa đàng)

Và trong cõi đời huyền diệu này, tiếng ngựa có khi là tiếng vọng về từ một thế giới đầy mê hoặc, thế giời của những giấc mơ, của những lẽ tưởng như bình thường nhưng lại vô thường:

“Ôi tiếng chuông não nề
Ngựa hí vang rừng xa

Vọng suốt đất trời kia
Từ đó ta ngồi mê...”
(Đóa hoa vô thường)

Có thể nói Ngựa phi đường xa là những ‘vó ngựa’ đậm nét nhất của hình ảnh loài vật bốn chân có hình tượng đẹp nhất trong số… 12 linh vật được dùng để chỉ số mệnh con người.

Hãy nghe giai điệu nhanh, mạnh, tươi vui của một đoạn trong nhạc phẩm này:

“Ngựa phi, ngựa phi đường xa
Tiến trên đường cát trắng trắng xóa
Tiến trên đường nắng chói chói lóa
Trên đồng lúa theo cánh chim trời bay trên cao
Ngựa phi ngoài xa thật mau
Lúc nguy nàn ta yêu thương nhau
Giống Tiên Rồng hết sức phấn đấu
Nhìn mây nước ta hát vang lừng trong nắng đào...”
(Ngựa phi đường xa – Lê Yên & Phạm Đình Chương)

Đó là hình ảnh và âm thanh của không phải của một con mà một đàn ngựa dũng mãnh thể hiện sức mạnh của ý chí của một dân tộc đang tiến tới những phương trời xa trong bối cảnh hết sức rực rỡ của hiện tại và tương lai, trong tình thương yêu đồng loại, đồng bào, trong tiếng hát yêu đời về một ngày mai tươi sáng…

TRẦN DANH THÙY – Xuân Bính Ngọ 2026

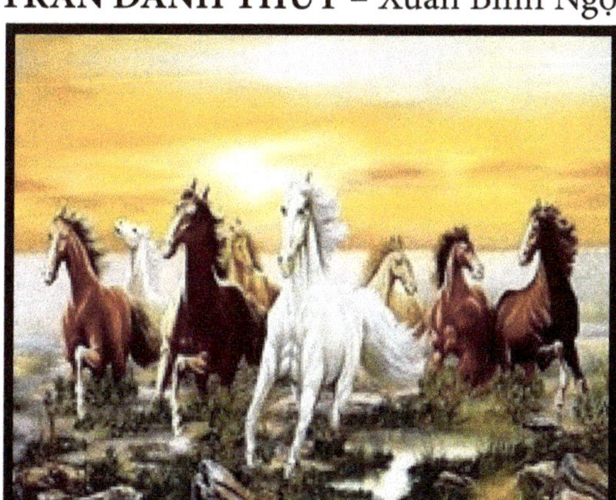

TÔN NỮ MỸ HẠNH
MẮT THÁNG GIÊNG

Mùa xuân mở sau cánh cửa
Tôi nhón đôi hài xanh
Lần đầu tôi đón nụ hôn
Ngọt ngào cuống quýt
Bầu ngực phập phồng run rấy
Thơm tho từng hơi thở
Tháng giêng hé nụ hồng đào
Thanh âm phím dương cầm réo rắc
Tim tím nụ tầm xuân
Bên hàng hoa đậu biếc.

Tình yêu diệu kỳ chỉ có
Trong giấc mơ huyền thoại
Bay lên từ cánh đồng cổ tích
Không biết có nhận ra tôi
Một vì sao lạc.

Ngồi bên khung cửa hẹp
Đêm mùa xuân đầu tiên
Đi qua trong đời mình
Khu vườn ngập tràn hương ổi
Ướp ngọt nụ tình xanh ngày ấy
Tôi chợt nhận ra mình
Ngủ quên trongchiếc kén
Treo trên ngọn cây khô
Không biết đến bao giờ hóa bướm
Độc thoại với thời gian
Nhớ tháng giêng xanh màu mắt
Sự lẻ loi làm tôi bật khóc.

TÔN NỮ MỸ HẠNH

TRẦN THANH DŨNG
Tản mạn về chữ nghĩa & nói năng

(hỗn văn của Trần Thanh Dũng)

Tôi hay nghe ngày xưa ông bà Nội tôi, la mắng: "Con nít con nôi, không xen vào chuyện của người lớn!". Hay là: "Đàn bà con gái ăn xem nồi ngồi xem hướng!". Hay đại loại là: "Đà bà, con gái đi đứng không ý tứ, gì trọi!". Ý của ông bà là quở trách một vài hành đông nào đó vô ý nhưng không phù hợp với cộng đồng của con cháu. "Tụi bây riết rồi lung, lừng mặt hết, không nghe người lớn khuyên nhủ, bảo ban gì?".

Ở đây cứ theo ngữ cảnh mà luận ra thì con gái: được hiểu là người chưa chồng; cón đàn bà tức là người đã có chồng, đã có gia đình rồi. Như vậy ông bà mình riêng giới tính nữ đã phân biệt ra hai loại là đàn bà và con gái. Nếu già hơn một chút thì người ta gọi: ông cụ bà cụ; nghĩa là lại phân biệt thêm trong số nhựng người có vợ có chồng lại có thêm người cao tuổi nữa; rồi trong đám trẻ trâu, chưa chồng chưa vợ người ta lại phân biệt thêm: con nít con nôi biết gì? Nghĩa là ở đây lại phân biệt thêm con nít-nhi đồng, với nam thanh nữ tú là thiếu niên, lớn hơn một chút nữa. Như thế không phải là không làm phong phú và giữ gìn sự trong sáng của tiếng Việt chăng?

Xa hơn một tí, ngày xưa ngu lắm, tôi cứ nghĩ viết văn và mần thơ, phải dùng từ ngữ chuẩn mực như MC của VTV ấy thì mới hoàn hảo, mới đại chúng, mới hay? Nhưng càng về già càng va đập trong cuộc sống cơm áo gạo tiền mới nhận ra rằng: không ai dạy mình hay ho hơn cha mẹ mình. Nhiều người nghe tôi nói vậy chắc chắn cãi liền. Có thể đúng là vậy! Nhưng bạn cứ thủng thẳng nghĩ đi: trước khi có thầy cô dạy dỗ, thì cũng đã có cha mẹ mình dạy dỗ rồi và sau đó cũng vậy. Hơn nữa, thầy cô cũng có con, có cháu, ngoài nhờ thầy cô khác dạy dỗ họ cũng đã tự hoặc cùng lúc đã day dỗ con cháu mình. Thế có phải không? Nghĩa là ý tôi muốn nhắc lại rằng: "Không thầy đố mày làm nên!". Nhưng "nên" ở đây không phải là mọi chuyện? Một người đáng kính: nghĩa là người đó phải hội tụ hai yếu tố: tài và đức. Mà hai yếu tố này không chỉ dạy dỗ mà có, nó còn phụ thuộc phần nhiều vào tố chất bẩm sinh của họ? Có phải không? Một ý nhỏ nữa, xin nói trong bài viết này. Đó là tầm quan trọng của cách diễn đạt ngôn ngữ. Cũng thì câu nói ấy, bạn nên nói ở đâu, lúc nào và âm lượng, tức giọng điệu thế nào? Chứ không thể câu đấy muốn nói chỗ nào cụng được?

Tôi còn nhớ có lần, tôi giới thiệu nhân viên của mình với quan khách: "Chú ấy là lính tôi!". Tôi nghĩ như bình thường tôi vẫn giới thiệu. Nhưng một ngày nó vào cuộc họp chú phê bình tôi. Chú ấy nói: Lãnh đạo như vậy là không đúng! Chú giải thích: hiện chú làm công ăn lương, do nhà nước trả lương, chứ không phải tôi. Chú là nhân viên Nhà nước! Ừ thì đúng rồi! Tôi có trả lương cho chú đâu? Chú ấy nói thêm: lãnh đạo và tôi chức năng nhiệm vụ ai nấy làm. Nhân viên làm việc của nhân viên. Lãnh đạo làm việc của lãnh đạo. Ở đây là môi trường hành chính, dân sự không phải là môi trường quân đôi, công an. Chú kết luận: vì vậy không ai là lính của ai cũng không ai là sếp (thủ trưởng) của ai ở đây cả. Tôi nghe chú nói hết. Điếng người! Hóa ra là vậy!

Ở đây, tôi chỉ lấy một ví dụ cụ thể của cách nói, cánh dùng từ của chính tôi thôi. Còn nhiều và rất nhiều cách sử dụng ngôn ngữ ngoài đời lắm. Có khi chỉ một câu nói làm con người ta trở thành con "nai" vàng ngơ ngác nhưng cũng chính câu nói đó lại trở thành con hổ, con báo khi nói không phải dịp, không phải lúc. Chém giết nhau đôi khi chính là chỗ này đây?

Lại nói thêm một chút nữa, ngôn ngữ ngoại giao và ngôn ngữ đời thường khác xa nhau nhiều lắm. Đi làm sui, đi làm sứ giả, đi làm chính khách đều là như vậy cả, chỉ khác là phạm vi ở mỗi hoàn cảnh cụ thể có khác nhau mà thôi.

Bạn thường thấy trên ti vi, bộ trưởng bộ ngoại giao các nước gặp nhau có bao giờ mặt họ chầm vầm đâu? Mặc dù chiến tranh giữa họ sắp sửa xảy ra tới tơi. Có khi hôm nay nọ bắt tay và ôm hôn thắm thiết, nhưng ngày mai về họ bấm nút hạt nhơn, hổng chừng? Ấy, nó là vậy, chữ nghĩa và nói năng và lòng người không hẳn là một!

Tôi mạo muội nghĩ, nhiều khi mộc mạc, thô kệch và chân thành vậy mà nó cứ dai dẳng, đeo bám người viết suốt cả một đời này không sao dứt ra được. Ngược lại khi nghe người ta nói chữ nghĩa, nói kiểu cách của người có ăn, có học lại vô cùng xa lạ, nhạt thếch; càng nghe, càng đọc, càng ngẫm nghĩ, lại càng thấy không phải ngôn ngữ của chính đồng bào mình?

Lại nói thêm về chữ nghĩa, nhớ ngày xưa tôi còn làm công chức nhà nước. Một công chức quèn ở văn phòng nọ mà tôi tởn tới giờ khi nghĩ tới. Ấy là, một hôm tôi đánh máy chữ (máy đánh chữ ngày xưa chớ không phải máy tính hiện đại như giờ) mỗi lần xuống dòng phải kéo cái rột… Phần văn bản cuối cùng bao giờ cũng có chữ viện trưởng hoặc ký thay viện trưởng, phó viện trưởng tỉ như vậy. Hôm đó, ma trác như nào ấy tôi đánh máy lộn chữ: phó viện trưởng, nó lại ra chữ "chó viện trưởng". Sơn sát tôi xánh lên trình lãnh đạo ký. Thế là, tháng đó, năm đó có tới bốn lần viết kiểm điểm: kiểm điểm ở đoàn thanh niên, kiểm điểm ở công đoàn, kiểm điểm ở chi bộ và cuối cùng là kiểm điểm xếp loại ở cơ quan cuối năm. Và dĩ nhiên rồi năm đó tôi không hoàn thành nhiệm vụ!

Viết tới đây lại nhớ, có lần tôi có bài thơ nho nhỏ gởi báo trong đó có câu thơ nói về cây dừa nước ở miền Tây. Tôi viết: "Bóng cây dừa nước", nhưng người vẽ minh họa cho tác phẩm của tôi, lại vẽ bóng cây dừa ở dưới nước. Dĩ nhiên là, vẫn cây dừa và bóng cây dừa dưới nước nếu không để ý thì vẫn thấy dễ thương và đẹp lắm nhưng giữa câu chữ và hình minh họa để ý một chút thì sẽ thấy nó không có ý nghĩa và ăn nhập gì cả?

Chữ nghĩa và ăn nói nhiều khi cũng khôi hài lắm, để kết thúc bài viết này, tôi nhớ có lần tôi tham gia một phiên tòa, ở một tỉnh nọ, khi luật sư phát biểu rất hung hồn. Quý Tòa nghe rất chăm chú. Phiên Tòa im phăng phắc mọi người chăm chú lắng nghe. Tuy nhiên khi luật sư phát biểu xong. Chánh tòa, là chủ tọa phiên tòa hôm đó phát biểu lưu ý rằng: "Đề nghị luật sư phát biểu bằng tiếng Việt và chậm để Hội đồng xét xử xem xét!". Cả Hội trường cười té ngửa ra. Thì ra luật sư nói giọng Bắc, lại nhanh quá, Hội đồng xét xử không nghe được? Lúc ấy, ở phòng xét xử vị luật sư không nói gì nhưng khi nghị án ra ngoài, tức quá, ông nói: "M. tôi không nói tiếng Việt, chớ nói tiếng chó à?". Đấy, chữ nghĩa nói năng nhiều khi là thế đấy các quý vị ạ!

Hết!

TRẦN THANH DŨNG

TRUNG PHONG
THƯƠNG QUÊ THÁNG CHẠP

Những giọt mưa rùng mình trên tán lá
Tiếng thạch sùng tặc lưỡi trách đêm khuya
Căn phòng trọ chật như lòng tháng chạp
Có giấc mơ vừa chạy dọc lối về…

Tôi nhớ cánh đồng làng hun hút gió
Cha xáo bùn vỡ một tiếng trâu nhai
Bàn tay Mẹ kẻ khuông từng dảnh mạ
Mấy con cua trốn rét dưới vai cày

Tôi nhớ làng vượt bao kỳ giáp hạt
Sáng tinh mơ nuôi mộng phía đại ngàn
Bẹ măng đắng, tệp lá dong, đụn đót
Kịp biện bày cho bếp được tinh tươm

Ngày đã thức từ nụ đào rất mới
Bao vòng xe chở tháng chạp về nguồn
Tôi bừng tỉnh thấy xuân reo trước ngõ
Nơi căn nhà lâm thâm giọt mưa tuôn…

TRUNG PHONG

LÊ KHÁNH NHÂM
YÊU EM

Anh khách từ dưới xuôi
Lạc bước giữa mây ngàn
Gặp em hoa núi nở
Đời anh như mùa xuân

Em Mường lưng núi đứng
Khăn mỏ quạ quấn gió
Một ánh nhìn rất khẽ
Đốt tim anh thành yêu

Sông Đà trôi nghìn dốc
Núi cao chắn trăm đường
Thương nhau qua giông bão
Tương tư dài vô thường

Lời người như gió núi
Cắt đá, mòn niềm tin
Anh ôm em qua lạnh
Giữ lửa giữa lặng thinh

Mai về chung bếp sớm
Nhà sàn khói lam bay
Bão dông rồi cũng qua
Chỉ một đời bên nhau.

13/1/2026

LÊ KHÁNH NHÂM

TRỊNH CHU

Collage Art của Hòa thượng Thích Viên Thanh

Mượn hình tướng Tổ sư Bồ Đề Đạt Ma để làm phương tiện, mở đường cho trăng viên dung rọi soi tự tánh, ấy là pháp tu Thiền, cũng là cách huy dương Phật pháp của Hòa thượng Thích Viên Thanh - Trụ trì Thiền viện Vạn Hạnh (phường Lâm Viên - Đà Lạt, tỉnh Lâm Đồng) - khi thực hiện bộ 3 tác phẩm về vị Tổ sư Thiền tông đời thứ 28 bằng collage art (nghệ thuật xé dán giấy).

Rất ít người chọn đi con đường sáng tác tranh bằng collage art bởi những đòi hỏi khắt khe từ chính đặc trưng chất liệu - giấy. Việc thực hiện tác phẩm nghệ thuật xé dán giấy yêu cầu rất cao về tính tỉ mỉ, sự chỉn chu trong thao tác xé hoặc cắt và dán, độ kiên nhẫn trong tìm, lọc lựa, tỉa gọt những loại giấy có màu sắc phù hợp với ý tưởng tạo hình, mảng màu, bố cục, viễn cận. Chưa kể, một tác phẩm collage art hoàn thành, rất dễ bị giới mỹ thuật đánh giá... thấp, coi đấy chỉ là dòng tranh mỹ nghệ - tác phẩm ra đời nhờ sự khéo tay, thiếu hẳn chiều sâu nghệ thuật?!

Trụ trì Thiền viện Vạn Hạnh - Hòa thượng Thích Viên Thanh không nghĩ như vậy! Ông quan niệm: Tất cả đều là phương tiện để biểu hiện nghệ thuật, cũng như vẽ tranh không nhất thiết cứ phải dùng cọ, dùng màu, dùng bay, dùng toan... Tranh nghệ thuật hay tranh mỹ nghệ không phụ thuộc việc tác phẩm đó được tạo nên từ chất liệu gì, người nghệ sĩ sử dụng thủ pháp nào để sáng tác tác phẩm. Giá trị nghệ thuật của tác phẩm, cá tính sáng tạo của nghệ sĩ mới là thứ ấn chứng tác phẩm ấy thuộc tranh mỹ nghệ hay thuộc tranh nghệ thuật.

Như đã nói ở phần trên, Hòa thượng Thích Viên Thanh coi việc sáng tác tranh Tổ sư Bồ Đề Đạt Ma là một hành vi tham chiếu triết lý Thiền - một hành vi "vô tâm" để liễu trừ trần cảnh. Vì thế, ông không câu nệ việc sử dụng chất liệu gì (sơn dầu, acrylic, màu nước, giấy, đá, gỗ...), vẽ hay dán hay khắc... Tranh về Tổ sư Bồ Đề Đạt Ma từ những phong bao lì xì Tết, những tờ lịch cũ, những mảnh bìa, những thùng carton, những tấm vé số cũ... của Hòa thượng Thích Viên Thanh đã vượt khỏi ý niệm sáng tạo nghệ thuật để trở thành phương tiện huy dương Phật pháp. Phía dưới mỗi bức tranh Tổ sư Bồ Đề Đạt Ma, ông đều đặt thêm 1 bài thơ gồm 4 câu thơ: "Núi tinh mây chuyển động/ Lá rung đá tịnh yên/ Tâm ấn luôn an lạc/ Trăng soi rực rỡ Thiền". Thì ra, hình tướng Tổ sư Bồ Đề Đạt Ma chỉ là cái cớ, giúp Hòa thượng Thích Viên Thanh mở ra một không gian Thiền định - nơi tịch tĩnh như nhiên, nơi Thiền giả tìm thấy quả vị an lạc, giữ vững sơ tâm trong sáng. Thông qua hình tướng Tổ sư Bồ Đề Đạt Ma, ông không những tạo ra một trải nghiệm thẩm mỹ, còn sắm vai người dẫn dắt tinh thần, giúp người xem tự thức nhận tinh thần vô niệm, vô tướng từ bên trong bản tâm sơ nhiên - nơi không bị ràng buộc bởi những suy nghĩ phải - trái, những hình tướng bên ngoài xấu - đẹp, những nghĩa chữ tri chướng đúng - sai: "Không tướng không không trụ/ Tâm tịnh khó nghĩ bàn/ Liễu cảnh tùy duyên chuyển/ Sỏi đá vẫn tịnh an".

Tinh thần tỉnh thức của Thiền còn được Hòa thượng Thích Viên Thanh thể hiện trong 4 câu thơ: "Quán chiếu về tự tánh/ Liền đó đạo hiện bày/ Ngày ngày tâm tịnh lạc/ Pháp pháp tuyệt diệu thay". Tổ sư Bồ Đề Đạt Ma, qua khả kiến bằng ngôn ngữ mỹ thuật của ông, trở thành một dạng thức biểu hiện - nơi nghệ thuật hội họa là phương tiện tu Thiền: "Lìa tướng không chỗ trụ/ Lìa văn vượt non ngàn/ Xuân về hoa tự nở/ Tâm sáng tịnh thanh nhàn", cũng là nơi kêu gọi sự đồng cảm, khai mở tinh thần vô chấp, an tĩnh trở về bản tâm sơ nhiên, xa rời mọi pháp tướng thế gian.

Chú thích ảnh:

A1: Hòa *thượng Thích Viên Thanh* bên tác *phẩm Tổ* sư *Bồ Đề Đạt Ma bằng collage art*

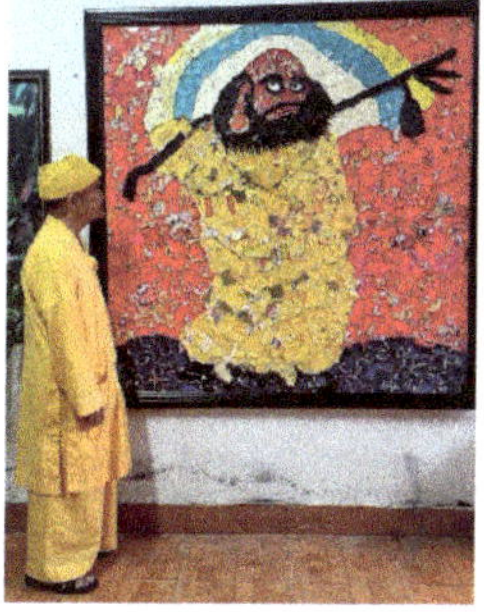

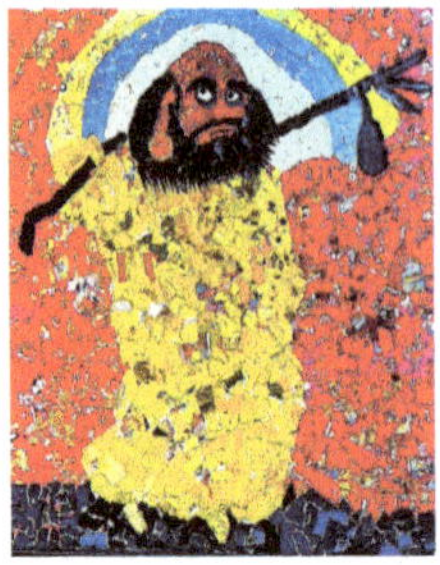

A2: Tác phẩm Tổ sư Bồ Đề Đạt Ma bằng collage art của Hòa *thượng Thích Viên Thanh*

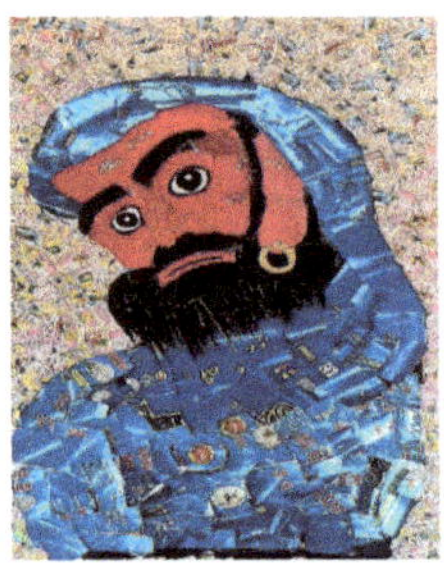

A3: Tổ sư *Bồ Đề Đạt Ma*

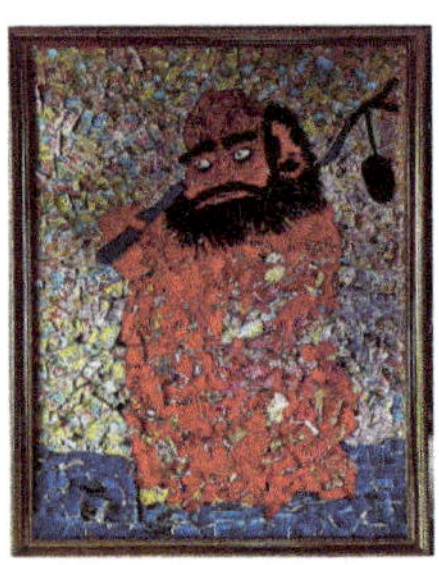

-

A4: Tổ sư *Bồ Đề Đạt Ma*

TRỊNH CHU

LÂM BĂNG PHƯƠNG
VŨ KHÚC MƯA XUÂN

Mùng một ngời ngời sắc xuân
Mai vàng Vạn Thọ trước ngõ
Thành tâm dâng hoa lễ độ
Mừng mẹ tuổi thọ tăng thêm.

Mùng Hai xuân mỡn đượm tình
Vần thơ chao nghiêng sóng sánh
Một trời hương hoa thấm đẫm
Thơm từng ngọn cỏ cành cây.

Mùng Ba yểu điệu trang đài
Vin hoa thanh thuần khoe dáng
Làm duyên kiêu sa đỏng đảnh
Ửng hồng má phấn môi son.

Mùng Bốn xuân còn Giêng non
Cà phê ghiền ngon góc phố
Thư thái khuấy niềm xưa cũ
Tan thành từng vệt nâu đen.

Mùng Năm xuân còn bên thềm
Dịu dàng mưa đêm tí tách
Giọt trong suốt rơi lất phất
Điệu đà vũ khúc mưa xuân.

LÂM BĂNG PHƯƠNG

ĐẶNG XUÂN XUYẾN

TÔI LẠI THỞ DÀI NGÓ XA XĂM

Tôi xa làng Đá đã nhiều năm
Từ độ người ta tuổi chớm Rằm
Cái tuổi xúi người say má thắm
Thả hồn mơ mộng mãi xa xăm

Tôi nhớ, người ta một cuối năm
Giữa chiều mưa ấy rét căm căm
Mặc tôi thảng thốt chặt tay nắm
Vẫn nhẹ lắc đầu ngó xa xăm.

Tôi biết người ta với làng Chằm
Ân tình riêng nặng đã nhiều năm
Người ta lại giỏi cam chịu lắm
Mặc kẻ làng Chằm biệt biệt tăm.

Tôi về làng Đá mỗi cuối năm
Nhìn người hóa đá giữa đêm Rằm
Tuổi xuân tự lấp sâu vạn dặm
Tôi lại thở dài, ngó xa xăm...

ĐẶNG XUÂN XUYẾN
Hà Nội, 26 tháng 01 năm 2026

HỒ XOA

NGỒI VỚI BÓNG CHIỀU

Ngồi lại đó những bóng chiều
Không nước mắt
Những bóng núi cố vươn cao hơn chính mình
Để trở thành đơn độc

Ngồi lại đó những cuộc đời
Ngày nắng hết
Đâu phải bởi vui buồn mà tự nghe mình khóc
Trong cuộc lặng im réo gọi nợ nần

Những nụ hôn rát bỏng thời trai trẻ
Hẹn hò mặc cả với sông trôi
Tượng Bồ Tát vẫn mỉm cười trong đá
Những câu thơ lả tả bên đồi

Gói ghém trật trìa những mùa xuân chín
Tiếng guốc khua những mùa hạ sân trường
Ngưu tử ngẩn ngơ tìm trâu lạc
Rủ mùa đông theo mưa ngâu

Ngồi xuống đó hỡi bóng chiều
Để sánh ngang tầm mặt đất
Người đi qua ,ta lẽo đẽo bụi hồng
Xòe hai tay đón lấy những tình không

HỒ XOA

HÀ NGUYÊN DU
30 THỎI TRÁC BÓNG TÌNH…

1/Thiền Ngọc
Thiền thể ngọc trụ vầng
em mơ dãy ngân xuân xanh tràn
hiển lộng tóc đan tơ

2/Suối Thơ Chim Nhạc
Lạc hồn lau sậy Tâm
ngộ thiên hương Suối thơ chim nhạc
ầu ơ ru em ta…

3/Thụ Bích
Giờ thiên phối giao Nhập
thế tà …Thụ bích ơi cùng em
Se ơi nàng thơ về

4/ Giáng Cơ
Khởi nguyên ta như Mặc
nhiên giáng cơ …Giáng thơ vào cuộc
cờ !! Đì đùng bơ vơ

5/Bloom Bloom
Đội mưa ôm gió Bưng
nắng vác mưa Bloom Bloom
Em lý tưởng bung lụa …

6/Đổ Bộ
Thơ em thơ anh Hạ
san rút kiếm Cánh bướm vòi ong
Ta chung tàu đổ bộ.!!

7/ Vọng Nguyệt
Trụ tinh đại ngắn Mây

hôn suối tóc em ru hời trăng
Nương kiểu thơm Vọng Nguyệt

8/ Ru Hoa
Lời chim thầm thì thầm
Em chan hương đêm Hương tiên huyền
tình ru thơ ru hoa

9/Tấu Âm Đêm
Nắng hòa ấm hồn lá
Chiêu ơi chiêu khúc tình Tấu âm
đêm phối thanh Thụ Sương

10/ Lặng Cuộc Cờ
Cánh đồng lúa ta đi
Chân hải hồ vương khói bếp Thương
mẹ hiền lặng cuộc cờ

11/ Xuân Mất
Hoa héo chập chờn mây
đen Gió than cùng lá mỏng Xuân
mất xuân… Bốn mùa !!

12/ Mặt Trời Đâu??
Bút sắc, giấy mỏng Thơ
đôi mình dệt mộng Trăng sao khuất
mây Và mặt trời đâu??

13/ Ngộ Tánh Không
Ngộ tánh không là …Cảm
thông mơ mòng là si mê em
Vườn thơ cùng trổ bông

14/ Hương Trời
Hạt mưa rơi hờ hững

Chén nhấp ngụm sương Hồn say huyễn
mộng Hương trời thinh không

15/ Gương Nước
Tìm bóng trong mây vắng
Chạm tay nước trong Gương em lặng
soi Mặt người hồn sông

16/ Mộng Lửa
Lửa em gió nhẹ Cháy
thầm chưa tan Với em ngồi lại
Mộng lửa thiêu trái ngang

17/ Nghiêng Trăng
Trăng treo đỉnh đầu Em
chung vai thở Giữa cánh đồng lặng
Nghiêng trăng chiêm bao mớ

18/ Hương Cỏ
Đồi xanh màu cỏ Gọi
hồn mây bay Hương cỏ em bước
Thơm ngát buổi chiều nay

19/ Điểm Gió
Điểm gió sóng nước Nâng
bước em lên trời Ta bắt lấy
gió Nghe em mỉm cười

20/ Nương Kiều Mộng
Nhắm mắt nương kiều mộng
Thấy nắng chiếu hoa vàng Ngỡ xuân
bừng…Nương kiều , chứa chan

21/ Ẩn Sắc Thơ
Sắc em mây ngắn Trôi

mơ lá buông Tìm em trong gió
Ẩn sắc thơ trâm hương

22/ Phách Lạc
Đàn khẽ rung ngânPhách
lạc chiều sương Em mơ màng gió
Nghe hồn thu ơi thương

23/ Hồn Mưa
Mưa rơi nhẹ chiều Nhớ
em thẳm sâu Hồn mưa hòa ca
Ru lòng chờ đêm thâu

24/ Khúc Hồi
Mùa trăng lặn sâu Ca
khúc hồi lâu Đâu lời tình cũ
em còn nhớ mấy câu??

25/ Chốn Hẹn
Giữa đồi hoa tĩnh lặng
Ta ngồi đợi gió mây Em rời
hẹn cũ?? Trăm năm đâu?

26/ Sương Trăng
Mờ sương giăng lối Trăng
rọi em đi Sương trăng hòa ngọt
Ngỡ như lời ước(t) nhau!!

27/ Mộng Phù
Cơn mơ bờ bến Mộng
phù tan nhanh Ta nhặt mảnh vỡ
Chắp ghép thành hư danh

28/ Gọi Tên.!!
Dòng sông êm đềm Mang
nỗi nhớ nhau Em bên bờ vắng
Gọi tên Hà Nguyên nào?

29/ Mơ Nàng Thu
Lá vàng rơi nhẹTrùng
dấu chân em Mơ nàng thu ngó
sen Ta quên đường sá

30/ Giọt Sương
Sương mai đầu cảnh Lấp
lánh sao đêm Giọt sương lặng lẽ
Ơi giọt nào nhớ em!?

HÀ NGUYÊN DU
Aug 24/24 /12: 44 PM

NT LỆ THU
Hương Mảnh Vỡ

Mùi lá mục quyện trong sương, hay của nỗi nhớ mọc mầm đang chờ được sáng hóa?

Am nhỏ Thầy trong rừng trúc nơi cái bóng uống cạn một vầng trăng muộn màng. Giữa vực sâu mênh mông. Tôi nghe thanh âm tim mình đang rạn ra, vỡ vụn. Một tâm hồn đầy vết xước đang len theo sương mờ, nước mắt đã dần cạn sau những đêm tự dày vò mình cùng định mệnh. Nỗi nhớ cứ vô thức ập đến từng đêm sau bao tháng dài mất ngủ khiến đôi vai gầy trĩu nặng. Cái yên bình của núi rừng lại càng bủa vây tâm trí Tôi. Quỳ trên nền bám vào mặt đất chỉ là một giấc mơ dang dở hơi lạnh khiến tôi tim tê buốt. Nhìn vào bóng lưng gầy của Thầy đang lặng lẽ pha trà một sự điềm nhiên. Không kìm được những uất nghẹn bấy lâu giọng tôi run rẩy thốt lên .

Thầy ơi! người ấy và con... rõ ràng không có kết quả. Nếu trời đã định sẵn phải chia ly sao còn để chúng con gặp nhau, rồi để lại một tâm hồn vỡ vụn không cách nào khâu lại?

Tay Thầy vẫn ung dung định tĩnh, dẫn luồng nước nóng vào tách gốm. Thức làn khói quyện hư không, khiến nhân gian trước mặt hồ nửa mơ nửa thực. Người đẩy chén trà về phía tôi, rồi cất giọng từ âm nhẹ.

Con khổ vì nghĩ mình có quyền định đoạt nhân duyên, mà quên rằng chính con là người đã từng cầu nguyện đất trời cho con thêm một lần gặp lại người tại chốn nhân gian huyền hoặc này. Trời không ác... Người chỉ thực hiện đúng nguyện lực của con. Hữu duyên thiên lý năng tương ngộ, gặp nhau là để trả nợ đoạn tình còn dang dở ở cõi này. Gặp nhau không nhất thiết phải để nên duyên vợ chồng, mà đôi khi chỉ để nhìn thấy nhau một lần cho thỏa nỗi chờ mong từ nghìn kiếp trước. Người đi hay ở là thuận theo lẽ tự nhiên, Con cưỡng cầu chỉ làm thân tâm thêm loạn.

Hết duyên...

Tôi lau nước mắt!

Trong một khoảnh khắc ý nghĩ nảy ra trong đầu, tôi tự hỏi. Tại sao tôi và người ấy đều phải đau đớn như thế này? Tôi nhớ có lần Tôi nhắc về nhà thơ Hàn Mặc Tử có câu "Đi khắp thế gian ta mới nhận ra chỉ có hai thứ dù có đứng bất cứ đâu ta cũng có thể thấy. ánh trăng và khuôn mặt em - người ta yêu". Người nghe xong liền bảo với tôi. Trăng có khi tròn khi khuyết. Có những đêm không trăng. Còn khuôn mặt em xuất hiện ngày đêm ngay cả khi trong giấc ngủ. Từng câu chữ ấy chân thật đến vô cùng... giờ đây lại là thứ khứa vào lòng Tôi đau nhức nhất!

Con không muốn làm người cao thượng Thầy ạ! Con chỉ muốn người ấy ở đây, đừng bắt con phải đối diện với sự trống rỗng này. Lý trí bảo con phải buông, nhưng trái tim lại bám víu vào từng vụn kỷ niệm. Nói hết duyên thì dễ, nhưng tim con vẫn đau thắt lại mỗi khi chạm vào kỷ niệm. Một thỏi son màu người tặng, con bao nhiêu lần ôm ấp lặng lẽ mỗi tối ngắm nhìn. Từng dòng tin nhắn cũ con đã đọc đi đọc lại đến thuộc lòng, Trăm vạn lần từng dòng tin nhắn con viết ra rồi lại lặng lẽ cúi đầu soi bóng mình trong vũng mực. Con cứ loay hoay giữa một cái chạm tay muốn gởi và hàng ngàn lý do ngăn con lại. Lý trí con đã thắng, nhưng trái tim vụn vỡ theo từng con chữ gởi đến người...Để mỗi lần nhìn lại thấy mình như kẻ chết đuối loay hoay tìm chiếc phao cứu sinh trong vô vọng. Hay chỉ là thói quen nhìn điện thoại vào một khung giờ nhất định để đợi một tiếng chuông mà con biết sẽ chẳng bao giờ vang lên nữa. Con đã rất hạnh phúc, và bây giờ con đang rất đau, con phải làm sao! con yêu người ấy đến mức quên cả giữ lại một lối thoát cho mình...

Thầy bất thần buông tay.

Choảng! Mảnh sành văng vào hư diện... Tim thắt lại. Tiếng tách vỡ hay tiếng lòng vụn vỡ? Thầy nhìn tôi ánh mắt tĩnh lặng. Tách đã vỡ dù cố gắn lại chỉ làm tay con chảy máu. Nhân duyên cũng như thế con ạ! Người đến để dạy con biết rung động, dạy con biết đau. Đó là những bài học xương máu để tâm hồn con trưởng thành. Vũ trụ luôn gửi đến cho con những bài thi dưới hình hài của sự mất mát. Nếu con vượt qua được bằng sự tỉnh thức, con sẽ tiến thêm một bậc. Bằng không, con sẽ mãi kẹt lại trong vòng lặp của khổ đau này.

Tôi cúi mặt, nước mắt vẫn cứ rơi lã chã!

Nhưng Thầy ơi... nỗi nhớ về người ấy cứ mãi bủa vây tâm trí. Con nhớ từng cử chỉ dù là nhỏ nhất, nhớ sự quan tâm ân cần, nhớ ánh mắt bao dung. Con nhớ cả khuôn mặt ửng đỏ vì ngượng ngùng của người ấy mỗi khi bị con trêu chọc, nụ cười hiền lành ấy giờ đây lại... Trái tim con thắt lại khi nhớ từng việc người ấy sẵn sàng hy sinh mọi thứ cho con... Thầy nói con phải làm sao để tìm thấy bình yên giữa vô vàn nỗi nhớ này?

Một làn gió nhẹ nhàng thoảng qua rồi Thầy chậm rãi khẽ đọc.

"Hoa khai hoa tạ hoa tùy vũ,
Duyên khởi duyên diệt duyên tại tâm."

Càng đẹp bao nhiêu thì bài thi càng nặng bấy nhiêu. Vũ trụ không thử thách con bằng những điều xấu xí, vì điều xấu xí thì dễ dàng từ bỏ. Người thử thách con bằng những điều tuyệt mỹ, để xem con có đủ bản lĩnh vươjt qua... yêu một đóa hoa mà không ngắt nó về làm của riêng hay không. Đừng cố quên, con hãy chuyển hóa nỗi nhớ thành lòng biết ơn. Khi nhớ về họ, hãy cảm ơn vì mình đã từng được yêu chân thành như thế. Bài thi của con là hãy học cách giữ lại hương thơm, thay vì cứ ôm khư khư cái tách đã vỡ.

Nhìn sâu vào mắt tôi giọng Thầy trầm xuống, nhẹ nhàng khuyên.

Nếu con thấy phước mình còn mỏng, chưa đủ sức giữ lấy một nhân duyên tốt trọn vẹn giữa cõi này, thì hãy dùng chính nỗi đau làm chất liệu cắt đôi hư thực để ấp những giấc mơ. Đừng oán hận cũng đừng bi lụy, cho tâm mình thanh tịnh, cho đức hạnh đủ dày. khi con gieo những hạt giống lành thì an nhiên tự khắc đến. Biết đâu, những vệt sương không còn chạy trốn ánh bình minh. Ở một kiếp lai sinh nào đó, khi cả hai đều đã đủ tròn đầy đạo hạnh, các con sẽ lại gặp nhau trong một nhân duyên viên mãn, không còn nước mắt, không còn chia ly. Tôi nhìn những mảnh vỡ dưới chân, rồi nhìn xuống đôi bàn tay mình. Một cảm giác nhẹ lòng cay đắng. Hóa ra bấy lâu nay tôi khóc vì tiếc nuối kết quả, mà quên mất rằng chính mình đã từng khao khát cái bắt đầu biết bao nhiêu…Tôi đưa tay định nhặt một mảnh gốm, nhưng rồi lại khựng lại, thả lỏng những ngón tay…

Con hiểu rồi Thầy ạ! Duyên không nằm ở chỗ ở bên nhau bao lâu, mà là cả hai đã từng chân thành với nhau đến mức nào.

Tôi cúi lạy Thầy, rồi lạy cả những mảnh vỡ cuộc tình...

Long tôi dần nhẹ hơn. Tôi nghĩ về người ấy bằng sự dịu dàng nhất. Tôi hiểu trong cõi nhân sinh rộng lớn này, chỉ cần còn được nhìn thấy nhau, ngắm nhìn nhau mỗi ngày và chia sẻ cùng nhau trong lặng lẽ... đó đã là một đặc ân lớn. Người không cần thuộc về tôi, chỉ cần hiện diện bình an rạng rỡ giữa thế gian này, thế là đủ. Sự dịu dàng ấy tôi sẽ mang theo như một luồng thanh hương trong tâm tưởng, để nhắc nhớ rằng tôi đã từng yêu một cách trọn vẹn nhất. Sương vẫn lạnh, nhưng lòng tôi thôi không buốt giá, không còn nghẹn lại mỗi khi gọi người trong ý nghĩ. Biết rằng khi bước xuống núi, nỗi nhớ vẫn sẽ quay lại tìm tôi trong một chiều gió ngược, uống cạn bóng tối để thấy mình tan vào ánh sáng. Có những người đến để trái tim ta biết thế nào là yêu, rồi lặng lẽ rời đi, để ta hiểu rằng: Yêu thương đôi khi không phải là nắm giữ, mà là can đảm để người mình thương được bước ra khỏi cuộc đời mình.

"Duyên tán vân quy vạn lĩnh nhàn
Tình vong ý tịnh bộ cô san
Niêm hoa bất ngữ tâm thường chiếu
Giác ngộ phù sinh ảnh tự an."

NT LỆ THU
0201260249

NHẬT KÝ VĂN HỌC

Những tháng đầu Xuân Bính Ngọ, sinh hoạt văn hóa nghệ thuật Việt Nam, trong nước cũng như hải ngoại, tiếp tục diễn ra lặng lẽ nhưng bền bỉ.
Trong nước, các hoạt động sáng tác và trình diễn giữ nhịp quen thuộc, nghiêng về chiêm nghiệm đời sống và con người.
Ngoài biên giới, văn hóa nghệ thuật Việt vẫn là nhịp cầu gìn giữ tiếng Việt và căn cước giữa môi trường đa văn hóa.
Tất cả hợp thành một dòng chảy âm thầm, không ồn ào nhưng lâu dài.

Bước sang Xuân Bính Ngọ, sinh hoạt văn hóa nghệ thuật Việt Nam tiếp tục hiện diện như một dòng chảy bền bỉ, cả trong nước lẫn hải ngoại.
Dù không sôi động, các hoạt động sáng tác vẫn giữ vai trò phản ánh đời sống tinh thần và căn cước văn hóa.
Đó là những chuyển động lặng lẽ, góp phần nối dài mạch văn hóa Việt trong bối cảnh toàn cầu hóa.

NGÃ PHƯƠNG HUYỀN
MỖI KỲ VỚI CA KHÚC MỚI SÁNG TÁC
Thư Tòa soạn

Quí thân hữu và độc giả thân mến...

Đã bao lần có sự đề nghị về việc mở ra một tiết mục quan trọng có liên quan đến lãnh vực văn hóa, nghệ thuật nói chung … đó là: "*Mỗi Kỳ Với Ca Khúc Mới Sáng Tác*" … Nhưng BBT/VHM nhận thấy rằng việc đó mang tính "nhạy cảm", là dễ gây ra những ngộ nhận, không khéo sẽ đưa đến những "mất lòng" nhau một cách khó biện giải trong nội hay ngoại giới!!. Vì thế, chúng tôi đã khép lại những đề nghị như đã nêu trên…

Nhưng lại một lần nữa được mở ra với những đề nghị cũ… do từ một cơ duyên rất "may mắn" là từ những dây mơ rễ má của tình thâm thân hữu, dẫn đến một niềm vui và hạnh phúc khôn tả, đó là được: Nhạc sĩ Từ Công Phụng phổ bài thơ: "Người Muôn Thuở" của tôi thành nhạc, với tên mới "*Gửi Người Muôn Thuở*" (Bài thơ này của tôi nằm ở trang 156-157 trong tập thơ "*Anh Biết, Em Yêu Dấu*" được Nhà sách Tự Lực xuất bản & phát hành năm 2001…

Từ những yếu tố "*kích hoạt*" như kể trên, chúng tôi quyết định thực hiện ngay "*Mỗi Kỳ Với Ca Khúc Mới Sáng Tác*" "bao gồm đăng một, hai sheet nhạc và những bài viết về âm nhạc mang tính nghiên cứu, thảo luận, kể cả những tản mạn đóng góp vào loại hình nghệ thuật dùng âm thanh để diễn đạt, mang nặng tính quần chúng đám đông hơn cả này !! Tiểu mục do **Ngã Phương Huyền phụ trách ...**

Thưa quí thân hữu ...

Thật lòng mà nói rằng, mọi thứ trên đời đều không vượt thuyết tương đối … Việc tương tác thuần tính công tâm, bình đẳng cũng chỉ vững vàng được trong chủ quan đầy niềm tự tin, mới mong mạnh bước với những diễn tiến tốt đẹp, mang niềm vui và hạnh phúc đến với mọi người…

Trân trọng.

*** Kỳ thứ XVI**

1/ Người Muôn Thuở _thơ Nguyên Du_nhạc Trần Duy Đức

2/ Đời Là Một Thoáng Mong Manh_thơ nhạc Hà Nguyên Du

3/ Chờ Em Nơi Công Viên_Nhạc & Lời Nguyễn Hữu Hùng

Người Muôn Thuở

Thơ Hà Nguyên Du
Nhạc Trần Duy Đức

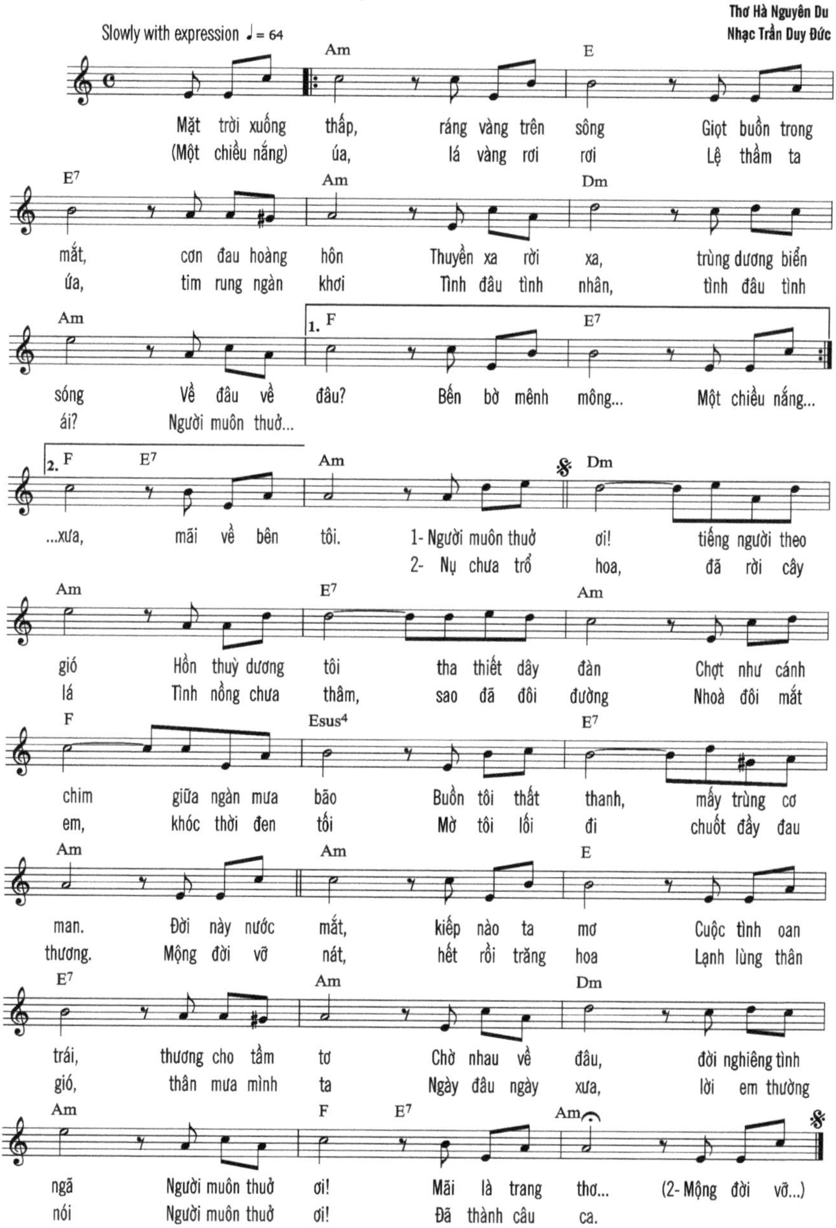

 Santa Ana, California ngày 10/12/2002

ĐỜI LÀ MỘT THOÁNG MONG MANH

NHẠC & LỜI : HÀ NGUYÊN DU

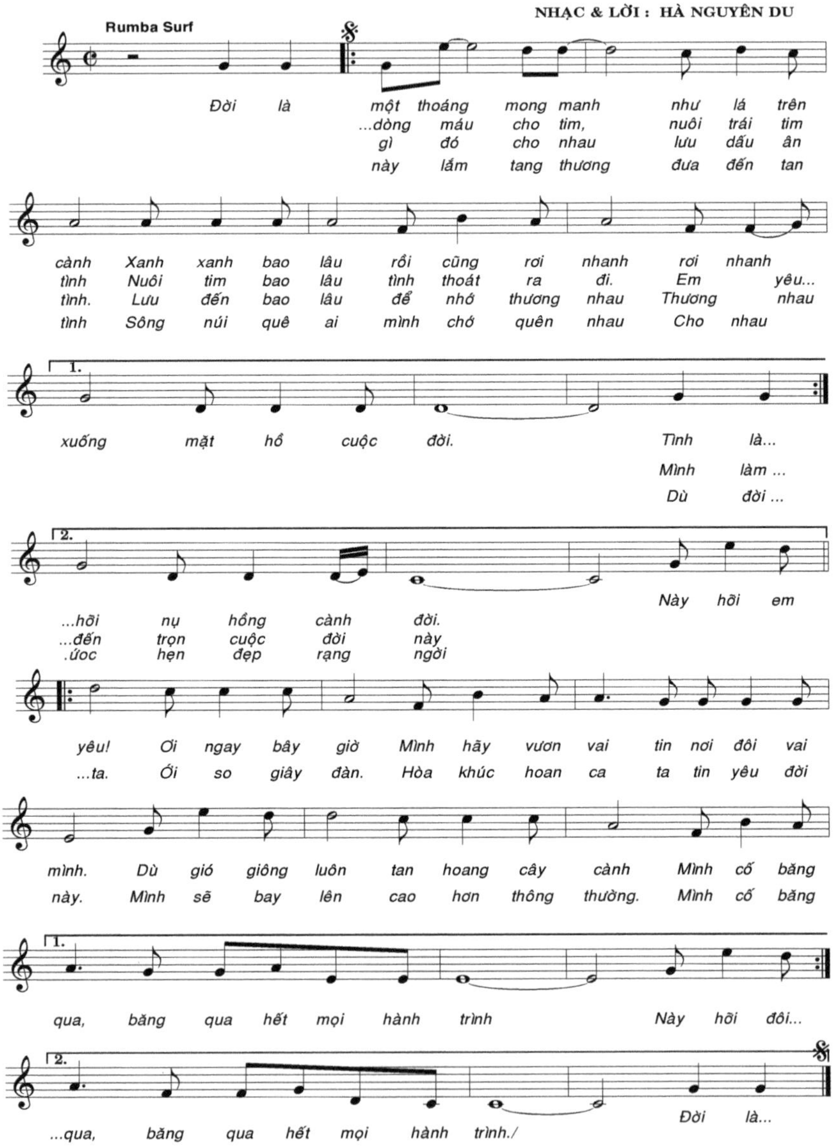

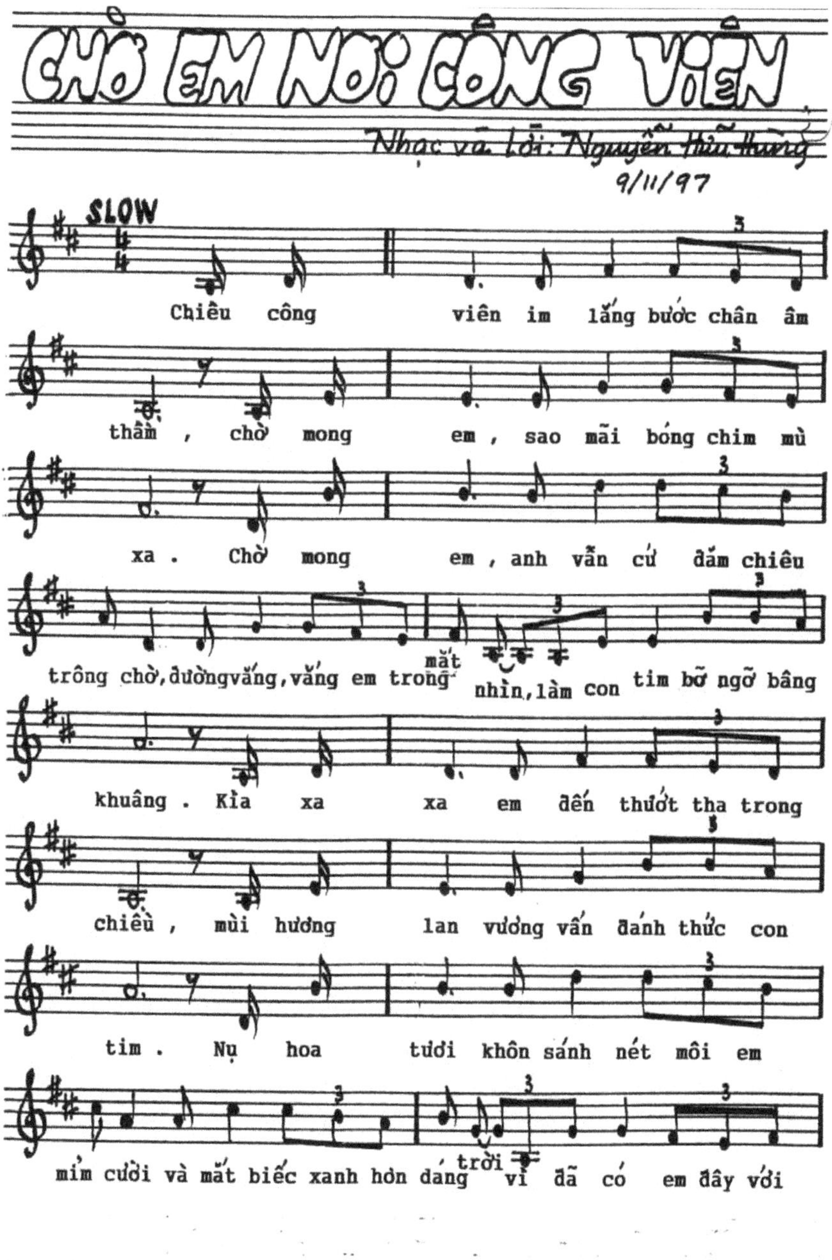
CHỜ EM NƠI CÔNG VIÊN
Nhạc và Lời: Nguyễn Hữu Hưng
9/11/97
SLOW
Chiều công viên im lắng bước chân âm
thầm, chờ mong em, sao mãi bóng chim mù
xa. Chờ mong em, anh vẫn cứ đắm chiêu
trông chờ, đường vắng, vắng em trong mắt nhìn, làm con tim bỡ ngỡ bâng
khuâng. Kìa xa xa em đến thướt tha trong
chiều, mùi hương lan vương vấn đánh thức con
tim. Nụ hoa tươi khôn sánh nét môi em
mỉm cười và mắt biếc xanh hơn dáng trời vì đã có em đây với

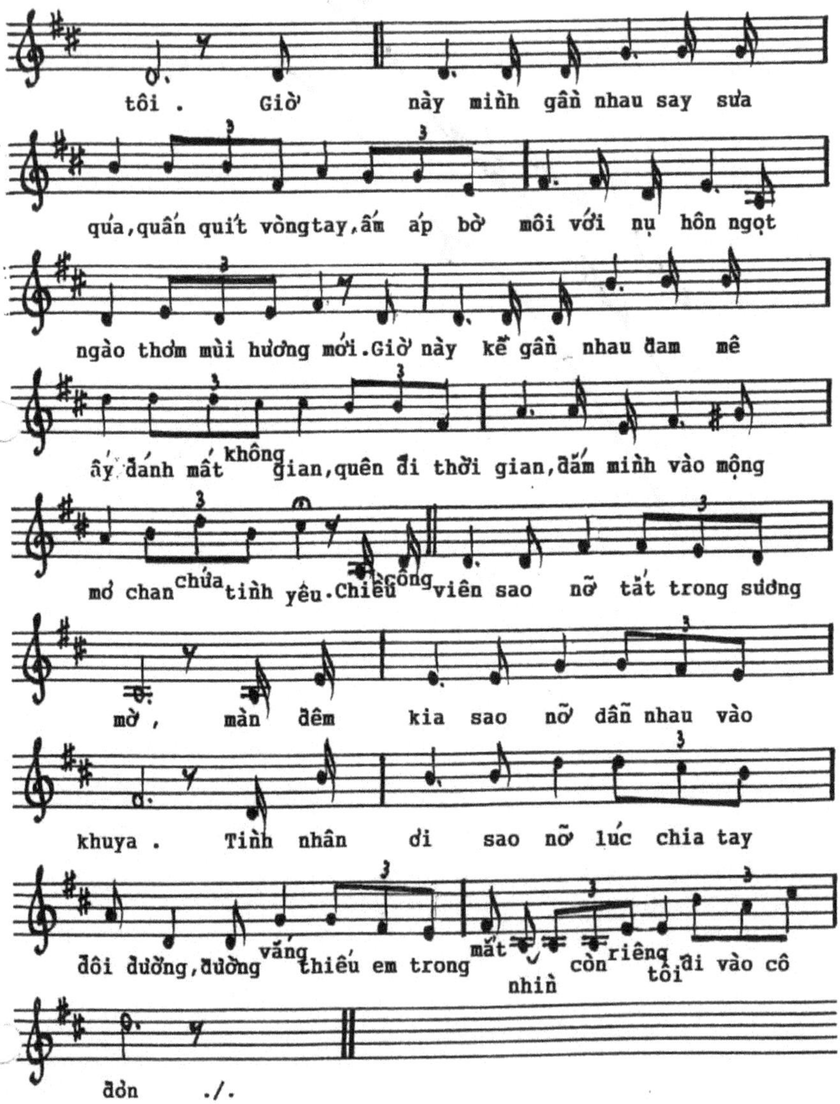
tôi . Giờ này mình gần nhau say sưa
qúa, quấn quít vòng tay, ấm áp bờ môi với nụ hôn ngọt
ngào thơm mùi hương mới. Giờ này kề gần nhau đam mê
ấy đánh mất không gian, quên đi thời gian, đắm mình vào mộng
mơ chan chứa tình yêu. Chiều công viên sao nỡ tắt trong sương
mờ, màn đêm kia sao nỡ dần nhau vào
khuya . Tình nhân ơi sao nỡ lúc chia tay
đôi đường, đường vắng thiếu em trong mắt nhìn còn riêng tôi đi vào cô
đơn ./.

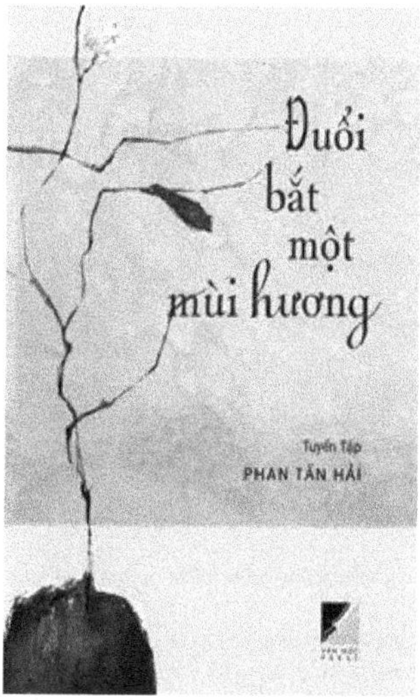
Đuổi
bắt
một
mùi hương
Tuyển Tập
PHAN TẤN HẢI

Văn Học Press
22 Agostino, Irvine, CA 92614 USA • vmail: +1-949-981-3978
email: vanhocpress@gmail.com • Facebook: Van Hoc Press
PR 01/28/2026

SÁCH MỚI

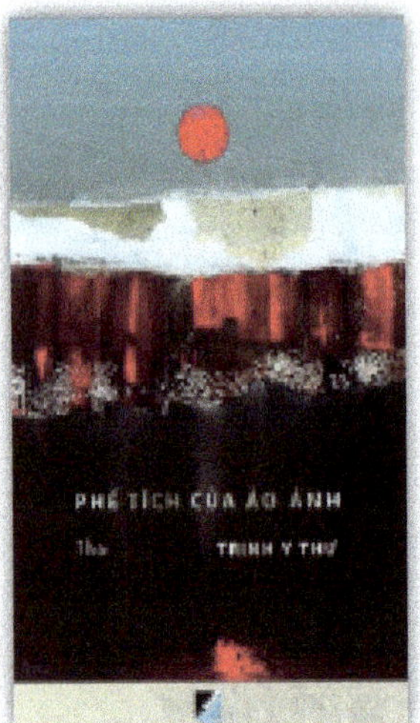

Trân trọng giới thiệu:

PHẾ TÍCH CỦA ẢO ẢNH

Thơ – Ấn bản III

TRỊNH • Y • THƯ

VĂN HỌC PRESS tái bản, 2026

(Được tăng bổ với những bài thơ làm trong thời gian gần đây, cùng Nhận định của các nhà thơ Du Tử Lê, Nguyễn Thị Khánh Minh và Nguyễn Đức Tùng).

Tranh bìa:
ĐINH TRƯỜNG CHINH
Phố Mùa Đông, sơn dầu trên bố, 20" x 30", 2019

Phụ bản:
DUY THANH – ĐINH CƯỜNG – NGUYÊN KHAI – PHAN CHÁNH KHÁNH
Ảnh chân dung:
NGUYỄN BÁ KHANH
Thư pháp:
NGỌC DUNG

ɒOɒ

Thơ Siêu thực của họ Trịnh là một thứ lãng mạn mới mà, cốt lõi là mối ràng buộc giữa con người, thiên nhiên, siêu hình… vốn ẩn tàng trong tiềm thức và những giấc mơ thoát khỏi sự trì kéo thô kệch của ý thức.

– *Du Tử Lê [1942-2019]*, nhà thơ.

Điều tôi cảm thấy và hiểu được ẩn dụ nghịch lý của tiêu đề *Phế tích của ảo ảnh*, như một lối tự vệ và hóa giải khắc khoải nội tại của tác giả. Và cho cả chúng ta. Để tha thứ, nhưng, tha thứ không phải là lãng quên, mà là định hướng nhân bản cho cuộc sống ngay bây giờ và tương lai. Điều ấy chỉ Thơ làm được.

– *Nguyễn Thị Khánh Minh*, nhà thơ.

Trịnh Y Thư quan tâm đến sự chính xác, tiết kiệm chữ, nhưng anh cũng để cho khả năng nhạy cảm với mặt trái của xã hội, sự tra tấn, nỗi đau khổ làm bùng vỡ ngôn ngữ. Anh ý thức về sự hữu hạn của kiếp người, thứ sự thật tương đối, về cái chết, mặt tối đen của số phận, các ảo tưởng. Trịnh Y Thư thuộc những nhà thơ hiện đại, tiến rất xa tới gần các biên giới, trở thành một người lạ, đôi khi.

– *Nguyễn Đức Tùng*, nhà thơ.

ɒɒɒ

Sách không bán, chỉ dành tặng thân hữu.
trinhythu@gmail.com
vanhocpress@gmail.com

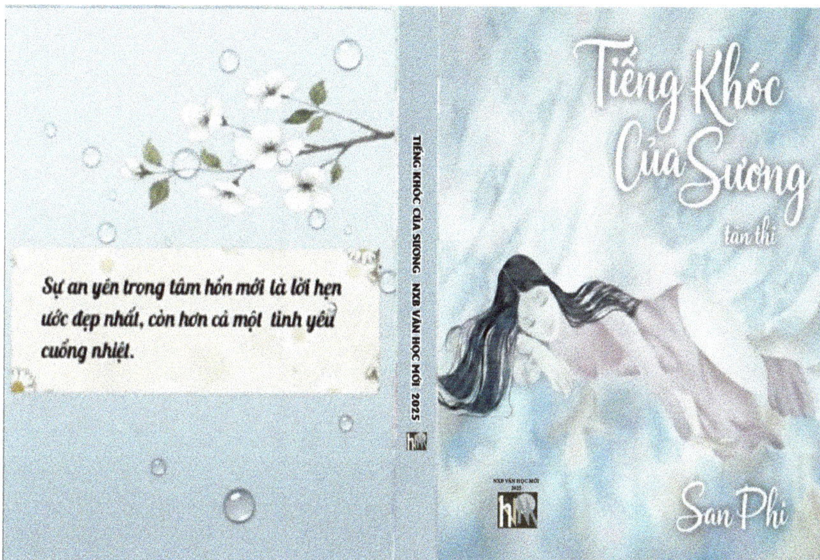

TRÂN TRỌNG GIỚI THIỆU
TIẾNG KHÓC CỦA SƯƠNG
@

TẢN THI
MỘT THI PHẨM TẠO NÊN ẤN TƯỢNG
VÀ CẢM XÚC LẠ CỦA NỮ SĨ
SAN PHI

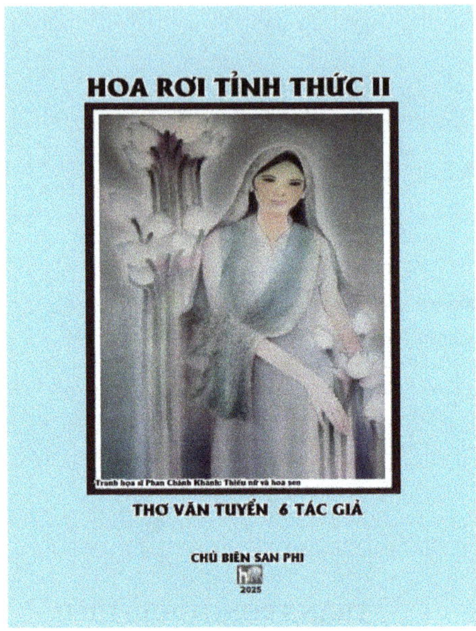
HOA RƠI TỈNH THỨC II
Tranh họa sĩ Phan Chánh Khanh: Thiếu nữ và hoa sen
THƠ VĂN TUYỂN 6 TÁC GIẢ
CHỦ BIÊN SAN PHI
2025

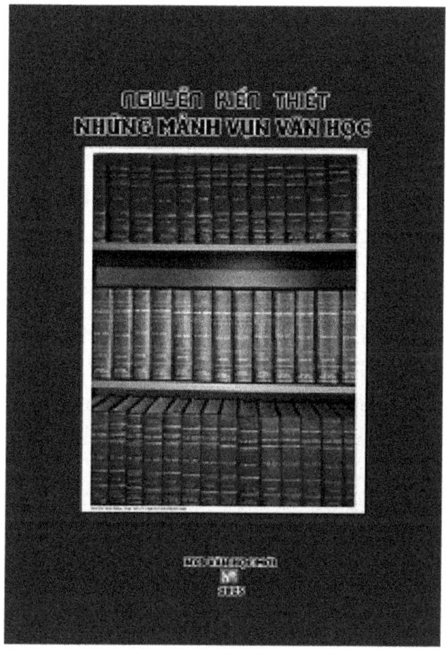

TRÂN TRỌNG GIỚI THIỆU
NHỮNG MẢNH VỤN VĂN HỌC
@
NGUYỄN KIẾN THIẾT
NXB / VĂN HỌC MỚI
THÁNG 9/2025
Sách dày 350 trang
Sửa bản in: Nguyễn Kiến Thiết
Trình bày bìa & nội dung: Hà Nguyên Du
@
Xin liên lạc: Nguyễn Kiến Thiết
Điện thoại: (514) 331-0398
Điện thư: nkttl@outlook.com

TRẢ LỜI THƯ TÍN

1/ Tòa soạn Văn Học Mới, xin chân thành cảm ơn quí thân hữu là Nhà thơ, Nhà văn, Nhà Phê Bình, Biên khảo đã hết lòng ủng hộ..

Rất cảm ơn quí vị đã vì yêu mến VHNT nên không chút lo ngại khi nhiệt tình mua báo dài hạn.

Một niềm hạnh phúc nồng nàn đầy chất khích lệ là gia hạn sự ủng hộ cũng như tiếp tục đóng góp bài vở thường xuyên ... của quí tác giả, quí mạnh thường quân...

Tòa soạn VHM cũng không quên cảm ơn quí vị mua tạp chí của chúng tôi trên Amazon, kể cả mua trong những nhà sách ...

1/Con đường "Lập Đức" của tạp chí VHM vẫn luôn là việc ưu tiên hàng đầu. Vì thế "tiếng thơm đồn xa". Vẫn có lai rai thành viên mới cộng tác, cũng do từ anh em thành viên cũ có quá trình "làm ăn khấm khá với VHM nên giới thiệu cho bạn bè của họ!! Từ đó trong VHM số 20 kỳ đã bắt đầu gia tăng tác giả mua báo dài hạn

2/ VHM một mực thể hiện tình yêu thương quí trọng đến những tác giả đã một đời sống chết với Văn Học Việt Nam, đã để lại nhiều tác phẩm đóng góp.!! (Không phải riêng vì đã cộng tác với VHM mà chúng tôi mới làm số đặc biệt tưởng niệm ...) Mà là thể hiện sống theo đạo lý của dân tộc Việt mình là "Ăn trái nhớ kẻ trồng cây hay uống nước nhớ nguồn..

Có thể kể từ khi VHM ra đời, đã làm số đặc biệt tưởng niếm đến: (Số 2) tưởng niệm nhà thơ/ nhà biên khảo văn học Trần Văn Nam. (Số 6) tri ân nhà thơ/nhà văn/nhạc sĩ Nguyễn Đình Toàn. (Số 8) là số đặcbiệt coi như vinh danh Giai Phẩm Chủ Đề do nhà văn Nguyễn Trung Hối điều hành. (Số 10) tưởng niệm hai nhạc sĩ Nguyễn Hiền và Trầm Tử Thiêng. (Số 13) tưởng niệm Thi sĩ Giáo sư Trần Hồng Châu. Số 16) tưởng niệm nhà thơ Kim Tuấn... Và đến số 20, tưởng niệm nhà thơ/nhà văn Hoài Ziang Duy, một tác giả cộng tác đắc lực với tạp chí Văn Học Mới...Đến số 21 là số không chủ đề gì ...

3/ Trong trang Trả Lời Thư Tín thường kỳ, bổn báo xin giữ nguyền 2 phần trả lời 1& 2. Mục đích để có sự liên tục khi nói đến gồm có bao nhiêu số mà VHM đặc biệt tưởng niệm đến những VNS mà chúng tôi đã làm trong mấy năm qua. Chúng tôi sẽ thông báo trước ít nhất 2 số, về dự trù cho những số tiếp theo sẽ là số tưởng niệm và bài viết chuyên đề về Ký giả / Nhà văn / Thi sĩ Hoài Trinh (trong thời kháng chiến chống Pháp, có in trong cuốn "Thi Nhân Việt Nam Hiện Đại Quyển 1 - Do Phạm Thanh biên soạn - NXB Sống Mới 1959). Nhưng sau khi thảo luận với các nhà biên khảo thì bị trở ngại, bởi 1 lý do thiết yếu và duy nhất là Thi sĩ Hoài Trinh, dù nổi tiếng trong những thập niên trước của thời ông sinh hoạt, nhưng chí có nhiều bản thảo về truyện và thơ mà chưa bung ra đời bằng sách xuất bản. Từ đó kêu gọi người viết thì thiếu hẳn tài liệu. Chính vì thế chúng tôi sẽ tiếp tục tưởng niệm hay vinh danh những tên tuổi dưới đây:

Số 28 Vinh danh Nhà Văn Nguyễn Văn Sâm
Số 31 Tưởng niệm Nhà văn Nguyễn Xuân Hoàng
Số 32 Tưởng niệm Nhạc sĩ Đỗ Lễ
Số 33 Vinh Danh Nhà Thơ Hoàng Xuân Sơn
Số 34 Bắt đầu phát hành vào tháng 11.2024 - mỗi tháng ra 1 số báo ...

4/ VHM số 24 tưởng niệm Nhà văn Nguyễn Trung Hối

5/ Trong 2 tháng vừa qua, VHM làm hai số dồn một, tức là số "22 &23" thuộc số tháng 2 năm 2023 Xuân Quí Mão. Chính bổn báo cũng không ngờ rằng với chỉ mục đích là "Kỷ Niệm 5 Năm Phát Hành Văn Học Mới" thôi!! (Theo dự trù là nhắm giới thiệu sự nghiệp sáng tác của mỗi tác giả) nên dành nhiều trang để họ có dịp tỏ bày... Ngờ đâu rằng "phóng lao thì phóng theo lao" ... Số trang tăng vọt lên chưa từng có trong lịch sử của mọi thời, mọi tờ báo Văn Học. (tăng gần 8 trăm trang). Khiên tờ báo nặng ký như cuốn tự điển.... Phát hành xong, mỗi tác giả đều có trong tay, hẳn nhiên sự trố mắt nhìn và tóm tắt khen ngợi không tiếc lời!!

6/ Trong Văn Học Mối số 22 & 23 Xuân Quí Mão vừa qua, có số lượng tác giả gia hạn mua báo dài hạn cũng tăng đều đặn.... Bổn báo chân thành cảm ơn quí tác giả tích cực cộng tác với VHM và nhiệt tình ủng hộ báo dài hạn. Một hành động nhân quả tốt đẹp là một niềm khích lệ vô cùng lớn lao cho tờ báo thêm mạnh bước chân cứng đá mềm!!

7/ VHM số 27 & 28 đã công bố trước ngày bắt đầu của "Giải Thơ Văn Học Mới 2024" . Thật sự ngày tháng bắt đâu nhận bài là giữa tháng hai và kết thúc đến giữa tháng 5 > Tháng 6 mới công bố kết quả giải, nhưng từ khi bắt đầu công bố sớm trên VHM số 27, đã có hàng loạt người ở khắp nơi đã gửi bài dự thi trước rồi, Đó là một biểu hiện tích cực đầy lạc quan cho Giải Thơ mang tính đột phá và thăng hoa cho "dòng chảy VHNT" ở Hải Ngoại của chúng ta....Mãi cho đến VHM số 29 Xuân Giáp Thìn cận kề đến, số lượng người tham dự càng tiếp tục gia tăng hơn. Chúng tôi đang chuẩn bị đánh "số mật mã cho mỗi tác giả" để giữ công bằng và gửi đến mỗi giám khảo trong hội đồng chấm giải...

8/ Xin quý tác giả **LƯU Ý** , khi gởi bài cho Văn Học Mới - **Bộ mới phát hành mỗi tháng ra một số (1 Tháng / ra 1 số - "Nguyệt San Báo) :**
- Về thơ: Không quá 3 trang...
- Về Truyên ngắn: Không quá 12 trang, nếu hơn ... có thể đăng làm 2 kỳ)

9/ Kính gởi: Ban Biên tập Tạp chí Văn Học Mới,

Tôi là : Vũ Khắc Tế, hiện có một số truyện ngắn và thơ muốn gửi đăng trên tạp chí. Rất mong Ban Biên tập cho tôi biết các tiêu chí tuyển chọn cũng như yêu cầu về nội dung, độ dài và hình thức bản thảo để tôi có thể hoàn thiện và gửi đúng quy định.

Xin chân thành cảm ơn và kính chúc Tạp chí ngày càng phát triển.

———

Chào anh Vũ Khắc Tế,

Ban Biên tập Tạp chí Văn Học Mới rất cảm ơn sự quan tâm và thiện ý cộng tác của anh. Chúng tôi luôn hoan nghênh và trân trọng những đóng góp của các tác giả yêu văn chương. Dưới đây là một số thông tin chi tiết về việc gửi bài cộng tác mà anh có thể tham khảo:

1. Nội dung và Thể loại

Tinh thần sáng tác: Tạp chí của chúng tôi ưu tiên những tác phẩm thuộc lĩnh vực văn học nghệ thuật và sáng tạo tự do. Chúng tôi tìm kiếm những bài viết có giá trị thẩm mỹ, giàu cảm xúc, có phong cách độc đáo và mang hơi thở cuộc sống.

Thể loại: Chúng tôi nhận đăng tải truyện ngắn và thơ. Truyện vừa tiểu luận vv…

Phạm vi: Tạp chí không nhận đăng tải các bài viết có nội dung liên quan đến chính trị và tôn giáo.

2. Độ dài Quy định

Truyện ngắn: Độ dài lý tưởng là không quá 2.500 từ (khoảng 6-8 trang A4, cỡ chữ 12, cách dòng đơn).

Thơ: Tùy thuộc vào thể loại, nhưng nên giữ độ dài vừa phải để đảm bảo tính cô đọng và dễ tiếp cận với độc giả.

3. Hình thức Bản thảo

Định dạng: Bản thảo nên được gửi dưới dạng file .doc hoặc .docx (Microsoft Word).

Thông tin: Anh vui lòng ghi rõ tên tác giả (hoặc bút danh) và thông tin liên hệ (email/điện thoại) ở cuối bài viết.

Về qui định Cộng tác

Chúng tôi xin thông báo rõ:

Việc cộng tác với Tạp chí Văn Học Mới được thực hiện trên tinh thần chia sẻ và niềm đam mê văn nghệ là chính.

Ban Biên tập không có chính sách trả nhuận bút hay tặng báo biếu cho các tác phẩm được chọn đăng. Chúng tôi mong anh hiểu và thông cảm cho điều này. Tác phẩm của anh sẽ được giới thiệu đến cộng đồng độc giả yêu văn học trên nền tảng của Tạp chí.

Chúc anh luôn dồi dào sức sáng tạo và hy vọng sớm nhận được những tác phẩm tâm huyết từ anh.

Trân trọng,

Ban Biên tập Tạp chí Văn Học Mới

Vào 10:45 T.4, 1 Th10, 2025

Khac Te vu <khactevu@gmail.com> đã viết

10/ Trả lời điện thư tác giả, độc giả trong thang1 vừa qua:

Kính chào quý tác giả VĂN HỌC MỚI

Jan 10, 2026, 10:50 AM (19 hours ago)

Tạp chí Văn Học Mới xác nhận đã nhận tác phẩm của bạn.

Ban Biên tập sẽ lưu trữ, xét duyệt và chủ động liên hệ nếu cần trao đổi thêm.

Chúc quý Anh/Chị luôn dồi dào cảm hứng sáng tác.

Trân trọng,

Ban Biên tập Tạp chí Văn Học Mới

BÀI VỞ GỞI VỀ VĂN HỌC MỚI:

Gởi sáng tác, xin kèm theo địa chỉ, tên thật (có thể), số phone và Email. Gởi đến Văn Học Mới xin vui lòng đừng gởi báo khác. ***Nay Văn Học Mới phát hành theo định kỳ mỗi tháng ra 1 số. Như vậy trong vòng 1 tháng sau đó mà không thấy đăng, thì quí vị có quyền đăng báo khác. Điều quan trọng Văn Học Mới muốn nhắn nhủ đến quí tác giả là: Chúng tôi không đăng bài đã: 1/Đăng trên Facebook. 2/ Hoặc bất cứ đâu. 3/ Không nhận bài vở viết tay...***

Văn Học Mới xin quí vị lưu ý: là tạp chí **không có qui định trả tiền nhuận bút cho bất cứ tác giả nào cộng tác.** *(Vì vậy, mỗi tác giả trong nước khi gởi bài đăng , dưới tác phẩm thơ / văn, ngoài bút danh với tên thật hay điện thoại là tốt... Nhưng xin đừng ghi như bên VN là CMND và tài khoản ..v..v..*

Bài vở đánh máy trên một mặt giấy. Xin dùng Microsoft Word với công cụ đánh chữ **Uni Code hay Unikey** là tốt nhất. Nên dùng Font chữ thông dụng nhất là **Time New Roman.** *Bài vở không đăng chúng tôi không gởi trả lại. Theo nguyên tắc chờ một số mà không thấy đăng, số kế tiếp nếu có đăng thì chúng tôi sẽ thông báo, để quí vị không đăng báo khác...*

TẠP CHÍ VĂN HỌC MỚI
PHÁT HÀNH 12 SỐ /NĂM
BẮT ĐẦU SỐ 34 / PHÁT HÀNH VÀO THÁNG 11/2024

NHẬN BÀI TỪ NGÀY 1 ĐẾN NGÀY 15
NẾU AI GỬI TRỄ - SẼ DỜI LẠI SỐ SAU

Gửi bài vở cho tạp chí Văn Học Mới theo 3 hộp thư:

vanhocmoi4@gmail.com
tapchivanhocmoi.tho@gmail.com
ntlthu1016@gmail.com

Ngân phiếu/ chí phiếu mua báo dài hạn, xin để:

HA NGUYEN
10291 Arundel, Ave
Westminster, CA 92683 - USA

Một cách rất tiện lợi và nhanh nhất là gởi trả qua công cụ có sẵn trong mỗi. ngân hàng là ; Zelle. (khi tác giả nào cần trả qua Zelle hãy email trước cho biết , sẽ cho số phone , kèm theo tên Ha Nguyen nữa là xong.

GIÁ BIỂU BÁO DÀI HẠN 12 SỐ / NĂM

HOA KỲ / MỘT NĂM / $ 240.00 . HAI NĂM $ 460.00

MUA______/ NĂM

CANADA / AUSTRALIA / PHÁP / ĐỨC
MỘT NĂM $ 280.00 . HAI NĂM / $540.00

MUA______/ NĂM

GIÁ BÁN TẠI CÁC NHÀ SÁCH US $20.00

GIÁ BIỂU BÁO DÀI HẠN 12 SỐ / NĂM

HOA KỲ / MỘT NĂM / $ 240.00 . HAI NĂM $ 460.00

MUA______/ NĂM

CANADA / AUSTRALIA / PHÁP / ĐỨC
MỘT NĂM $ 280.00 . HAI NĂM / $540.00

MUA______/ NĂM

GIÁ BÁN TẠI CÁC NHÀ SÁCH US $20.00

GIÁ BIỂU BÁO DÀI HẠN 12 SỐ / NĂM

HOA KỲ / MỘT NĂM / $ 240.00 . HAI NĂM $ 460.00

MUA______/ NĂM

CANADA / AUSTRALIA / PHÁP / ĐỨC
MỘT NĂM $ 280.00 . HAI NĂM / $540.00

MUA______/ NĂM

GIÁ BÁN TẠI CÁC NHÀ SÁCH US $20.00

Chúng tôi NHẬN in ấn tác phẩm thuộc VHNT

NHÀ XUẤT BẢN VĂN HỌC MỚI

Phát hành toàn cầu qua hệ thống Amazon.
Sẽ giao đến tận nhà quí vị. Trên
tinh thần ủng hộ quí Văn Nghệ Sĩ
và thân hữu trong giới sáng tác
Liên lạc Hà Nguyên Du

vanhocmoi4@gmail.com
tapchivanhocmoi.tho@gmail.com
ntlthu1016@gmail.com

Tranh bìa: Âu Yếm - Họa sĩ Lê Thúy Vinh

Trình bày Bìa & Nội dung: HÀ NGUYÊN DU

*

www.ingramcontent.com/pod-product-compliance
Ingram Content Group UK Ltd.
Pitfield, Milton Keynes, MK11 3LW, UK
UKHW020657041026
15590UKWH00001B/321

9 798295 587924